法學新論

PHÁP HỌC TÂN LUẬN

COURS GRADUÉ

DE

LANGUE FRANÇAISE

PAR

THẾ-TẢI, TRƯƠNG-MINH-KÝ

OFFICIER D'ACADÉMIE
CHEVALIER DU DAI-NAM ET DU CAMBODGE
INTERPRÈTE AU TITRE EUROPÉEN
AU SECRÉTARIAT GÉNÉRAL DU GOUVERNEMENT DE LA COCHINCHINE

PREMIÈRE PARTIE

Tụ thiểu thành đa.
Plusieurs peu font un beaucoup.

SAIGON
IMPRIMERIE & LIBRAIRIE NOUVELLES
CLAUDE & Cie

1895.

法學課程

COURS GRADUÉ

DE

LANGUE FRANÇAISE

(EN 100 LEÇONS)

PAR

Thế-tải, TRƯƠNG-MINH-KÝ

OFFICIER D'ACADÉMIE
CHEVALIER DU ĐẠI-NAM ET DU CAMBODGE
INTERPRÈTE AU TITRE EUROPÉEN
AU BUREAU DU GOUVERNEMENT DE LA COCHINCHINE

———⊗———

Tụ thiểu thành đa.
Plusieurs peu font un beaucoup.

SAIGON
IMPRIMERIE NOUVELLE
—
1893.

TOUS DROITS RÉSERVÉS.

PRÉFACE

Nous avons dû, pour composer cet ouvrage, puiser, par voie de sélection, dans les classiques français, certains éléments destinés à la jeunesse européenne et cadrant le mieux, par leur ressemblance, avec les expressions de notre langue.

Pour arriver à ce but, il nous a fallu tenir compte des différences qui caractérisent l'éducation des deux races; et si nous nous sommes écarté par moments de la voie suivie par la jeunesse européenne, nous sommes heureux de constater que nous avons trouvé de grandes affinités entre les deux langues et que partant nous avons pu souvent suivre la même méthode.

Chẳng làm, một lựa, trong sách Phansa, những câu những bài đặt để dạy con trẻ phương tây, mà nghĩa lý giồng theo cách ta thường nói đó thôi.

Vậy phải chỉ cho rõ cách ta cùng người Phansa dạy khác nhau thể nào, mà tuy rằng có khác người phương tây, chớ thiệt thì nhiều đều cũng in và cũng theo được một thể như nhau.

LỜI KHUYÊN

Làm người đi học phải cho thông,
Nghĩa lý đông tây nam bắc đồng,
Diễn dịch rõ ràng coi dễ hiểu,
Khuyên đoàn sĩ tử khá gia công.

Đặng-Quốc-Thoại.

Rừng biển khéo dò ắt được thông,
Kẻ mau người chậm tới nên đồng,
Trên đời nào có đếu chi khó,
Muốn đến cao sâu phải gắn công.

Thế-tải, Trương-Minh-Ký.

PREMIÈRE LEÇON
BÀI THỨ NHỨT.

| Être. | Thì, là. |

Ấy là nói trổng, còn nói về bây giờ hay là thường thường có, thì phải nói :

Je **suis** interprète.	Tao *là* thông ngôn.
Tu **es** élève.	Mầy *là* học trò.
Il **est** lettré.	Nó *là* người hay chữ.

Trước tiếng phụ nghĩa, ta bỏ tiếng *thì*, tiếng *là* được, mà tiếng Phansa thì phải nói ra luôn.

Je **suis** riche.	Tao giàu.
Tu **es** pauvre.	Mầy nghèo.
Il **est** sage.	Nó khôn.

Trong câu hỏi, ta dùng *có không? phải chăng?* Còn Phansa thì đem cái lời nói ra trước tiếng chỉ việc người hay là vật nào làm đó, rồi ngang một ngang.

Suis-je paresseux ?	Tao *có* làm biếng *không* ?
Es-tu malade ?	Mầy đau *chăng* ?
Est-il cultivateur ?	Nó *phải* là người làm rẫy *chăng* ?

Professeur.	Người làm thầy.
Artisan.	Người làm thợ.
Secrétaire.	Ký lục.
Marchand.	Người buôn bán.
Ouvrier.	Người làm công.
Bon.	Tử tế, tốt, ngon, hay, giỏi.
Mauvais.	Xấu, xấu xa, xấu nết.
Méchant.	Dữ, hung.
Poli.	Biết đều, có phép.
Impoli.	*Vô* phép.

EXERCICE.

1. Je suis professeur. — 2. Tu es secrétaire. — 3. Il est artisan. — 4. Est-il marchand? — 5. Il est ouvrier. — 6. Est-il méchant? — 7. Il est impoli. — 8. Tu es poli. — 9. Suis-je méchant? — 10. Tu es bon. — 11. Il est mauvais.

BÀI TẬP.

1. Tao là người làm thầy. — 2. Mầy là ký lục. — 3. Nó là người làm thợ. — 4. Nó phải là người buôn bán không? — 5. Nó là người làm công. — 6. Nó dữ không? — 7. Nó vô phép. — 8. Mầy biết đều. — 9. Tao dữ không? — 10. Mầy tử tế. — 11. Nó xấu xa.

DEUXIÈME LEÇON
BÀI THỨ HAI.

Être.	Ở, ăn ở.
Où est-il?	Nó ở đâu?
N'est-il pas là?	Nó không có ở đó sao?
Il est ici.	Nó ở đây?

Ce.	Nầy, đó.
Ceci.	Cái nầy, đều nầy.
Cela.	Cái kia, đều kia.

Ce, trước chữ âm (a, e, i, o, u, y) hay là h câm, thì viết cet.

Cet homme.	Người đờn ông nầy.
Cet ouvrier.	Người làm công nầy.

Cela, tuy hiệp bởi ce với là mà không viết dấu huyền.

Ce livre n'est pas beau, mais il est bon.	Cuốn sách nầy không có tốt, mà đều hay.
Mais.	Mà, mà đều, song le.

| **Et.** | *Và, với, cùng, mà, còn.* |

Đặt giữa hai tiếng hay là hai câu một loại với nhau. Tiếng ta hay lặp cái lời nói lại thế cho tiếng et.

| Il est vilain **et** paresseux. | Nó xấu người *và* làm biếng. |
| Tu es peintre **et** je suis sculpteur. | Mấy là thợ vẽ, *còn* tao là thợ chạm. |

| **Bien, très.** | *Rất, lắm, hung, dữ, thiệt.* |
| Ce jeune homme est **bien** riche, mais il n'est pas instruit. | Người còn trai nầy giàu *lắm*, mà nó không hay chữ. |

Journalier.	Người làm mướn ngày.
Garçon.	Con trai, đứa ở, thằng nhỏ.
Domestique.	Đầy tớ, người ở.
Propriétaire.	Người chủ nhà, đất.
Locataire.	người mướn nhà, đất.

EXERCICE.

1. Ce propriétaire est-il bon? — 2. Il est mauvais et vilain. — 3. Tu es journalier et il est domestique. — 4. Ce garçon est-il paresseux? — 5. Il n'est pas paresseux, mais il est très méchant. — 6. Ce locataire n'est-il pas mauvais? — 7. Cet homme est bien bon et bien instruit. — 8. Est-il ici? — 9. Où est-il? — 10. Il est là. — 11. Ceci est bon. — 12. Cela est mauvais.

BÀI TẬP.

1. Người chủ đất nầy tử tế không? — 2. Nó xấu nết và xấu người. — 3. Mấy là người làm mướn ngày, còn nó là đầy tớ. — 4. Thằng nhỏ nầy làm biếng không? — 5. Nó không có làm biếng, mà nó dữ lắm. — 6. Người mướn nhà nầy không xấu nết sao? — 7. Người nầy là tử tế lắm và hay chữ lắm. — 8. Nó có ở đây không? — 9. Nó ở đâu? — 10. Nó ở đó. — 11. Cái nầy tốt. — 12. Cái kia xấu.

TROISIÈME LEÇON
BÀI THỨ BA.

Đứng một mình hay là đặt sau cái lời nói, thì je đổi làm moi; tu làm toi; il làm lui; (soi, mình).

Il est chez **moi**.	Nó ở nơi nhà *tao*.
Il n'est pas chez **toi**.	Nó không có ở tại nhà *mầy*.
Est-il chez **lui**?	Nó có ở đàng nhà *nó* không?
N'est-il pas chez **lui**?	Nó không có ở đàng nhà *nó* sao?

Trước tên người tên vật moi đổi làm mon; toi làm ton; soi làm son.

Mon frère est intelligent.	Anh *tao* có trí.
Ton jardin est bien beau.	Đám vườn của *mầy* đó xinh tốt lắm.
Son cheval est bon.	Con ngựa của *nó* đó hay.

Khi bỏ tiếng là mà sợ lộn nghĩa, thì dùng tiếng *đó* tiếng *ấy* mà thế lại.

Qeul est cet homme?	Người *nào* đó vậy?
C'est un marchand.	Người buôn bán *đó*.

Un.	Một.
Ce.	*Đó, ấy, nầy*.

Đặt thế cho vật chỉ trống, trước chữ âm thì viết c'.

C'est **mon** vieux proprié- taire.	Người chủ già mà tao mướn đất đó.
Ce jeune homme est **mon** tailleur.	Người còn trẻ *nầy* là thợ may đồ *cho tao*.

Người phương tây hay đem người mình biết làm thân thiết; cho nên có thói nói: mon tailleur, người may áo *cho tao*; son cordonnier, người đóng giày *cho nó*; thì nói *của tao, của nó*: Bên ta không được nói như vậy. Đó nên không có dịch được Monsieur, Madame, Mademoiselle. Vì dịch sát chữ thì ra nghĩa khác. Như dịch: *người đờn ông tao, người đờn bà tao, người con gái tao*, thì hiểu là *chồng tao, vợ tao, con tao*. Còn như dịch: *ông, bà, cô*, thì lại là *grand-père grand'mère, tante*. Vậy nên phải coi theo người *mình* nói mà dịch ra tiếng ta.

Père.	Cha, ông già.
Oncle.	Cậu, chú, bác.
Frère.	Anh, em (trai).
Cousin.	Anh, em (con cô, dì, cậu, chú, bác).
Ami.	Bạn hữu, bằng hữu.
Camarade.	Anh em bạn, bậu bạn.
Oui.	Ừ, phải, dạ.
Non.	Không.

EXERCICE.

1. Quel est ce garçon ? — 2. C'est mon cousin. — 3. C'est mon tailleur. — 4. C'est mon cordonnier. — 5. Où est mon jeune frère ? — 6. Il est chez son camarade. — 7. Il est chez son père. — 8. N'est-il pas chez toi ? — 9. N'est-il pas chez ce vieux journalier ? — 10. Il n'est pas chez ce vieux journalier, mais chez mon bon propriétaire. — 11. Mon tailleur est-il chez son ami ? — 12. Non, Monsieur, il n'est pas chez son ami, mais chez son jeune propriétaire.

BÀI TẬP.

1. Thằng nhỏ nào đó vậy ? — 2. Thằng em (cô cậu) tao. — 3. Người thợ may đồ cho tao đó. — 4. Người thợ đóng giày cho tao đó. — 5. Thằng em tao ở đâu ? — 6. Nó ở đàng nhà anh em bạn nó. — 7. Nó ở đàng nhà ông già nó. — 8. Nó không có ở đàng nhà mầy sao ? — 9. Nó không có ở đàng nhà người già làm mướn ngày nầy sao ? — 10. Nó không có ở nơi nhà người già làm mướn ngày đó, mà có tại nhà người chủ ăn ở tử tê mà tao mướn đất đó. — 11. Người thợ may đồ cho tao có ở đàng nhà người bạn hữu nó không ? — 12. Thưa không, nó không có ở đàng nhà người bạn hữu nó, mà có tại nhà người chủ còn trẻ mà nó mướn đất đó.

QUATRIÈME LEÇON
BÀI THỨ TƯ.

Tiếng le đặt trước tên người tên vật đã rõ nghĩa; như ta dùng những tiếng *cái, con, người, đứa, thằng, cây, trái*, v. v.

Le fer est très nécessaire.	Sắt *ấy* là cần dùng lắm.
Le frère **de** mon ami est riche.	*Người* anh người bạn hữu tao đó giàu có.
De.	*Thuộc về, làm bằng, của.*

Để buộc tiếng sau với tiếng trước. Ta dùng *của* nói vật gì thuộc về người nào đó.

Le jardin **de** mon père est grand.	Đám vườn *của* cha tao đó rộng lớn.

Người không phải là vật *của* ai, nên không dùng tiếng *của* được; lại một phần về vật nào đó cũng không dùng tiếng ấy.

Le ventre **de** cet homme est **trop** gros.	Cái bụng người đờn ông nầy to *quá*.
Le manguier **de** mon jardin est **tout** petit.	Cây xoài vườn tao đó nhỏ *tiêu*.
Très grand.	*Lớn đại.*

Theo nghĩa tiếng de, hoặc dịch hoặc không dịch tới.

Un flacon **d'**alcool **de** menthe.	Một ve rượu bạc hà.
Un bouton **d'**or.	Một cái nút vàng (bằng vàng).

Tiếng de trước chữ âm hay là h câm phải viết d'. Tiếng le cũng phải viết l'.

L'habit de drap de mon frère est joli.	Cái áo nỉ của em tao đó xinh tốt.

Travail.	Công việc, việc làm.
Remède.	Thuốc, vị thuốc.
Voisin.	Người lân cận, kẻ ở gần.
Lit.	Giường.
Jardinier.	Người làm vườn.
Dans.	Trong.

EXERCICE.

1. Où est ton camarade? — 2. Il est chez le père de son tailleur. — 3. Où est mon jardinier? — 4. Il est dans le jardin de ton voisin. — 5. Ce flacon d'alcool est-il bon? — 6. Oui, Monsieur, il est bon. — 7. Quel est ce vieux garçon? — 8. C'est le cordonnier de l'ami de mon père. — 9. Où est mon habit de drap? — 10. Il est dans le lit de Monsieur. — 11. Le travail est le remède de l'ennui. — 12. Tout ceci, tout cela.

BÀI TẬP.

— 1. Thằng anh em bạn mấy đó ở đâu? — 2. Nó ở đằng nhà ông già người thợ may đồ cho nó đó. — 3 Người làm vườn cho tao đó ở đâu? — 4. Nó ở trong vườn của người ở gần mấy đó. — 5. Ve rượu nầy tốt không? — 6. Thưa cậu, tốt. — 7. Tên già nào đó vậy? — 8. Tên thợ đóng giày cho người bằng hữu với cha tao đó. — 9. Cái áo nỉ của tao đó ở đâu? — 10. Trong giường cậu. — 11. Công việc là thuốc (giải) cơn buồn bực. — 12. Hết thảy cái nầy, hết thảy cái kia.

CINQUIÈME LEÇON
BÀI THỨ NĂM.

Không lặp tên người tên vật lại, thì mon đổi làm le mien; ton làm le tien; son làm le sien.

Ton ami est avare, mais **le mien** est généreux.	Người *bằng hữu mấy* thì hà tiện, mà *người bằng hữu tao* thì rộng rãi.

Không lặp tiếng phụ nghĩa lại, thì phải viết tiếng le mà thế.

Ton ami est **habile**, mais moi, je ne **le** suis pas.	Người bằng hữu mấy thì *khéo*, mà tao thì không được *như vậy.*

Ton voisin est **plus** riche **que** le mien.	Người ở gần mấy đó giàu có *hơn* người ở gần tao.
Moins — que.	Ít hơn, không bằng, thua, sút, kém.
Aussi — que.	Bằng, cũng bằng.

Celui	*Cái, con, người, v. v.*
Ton jardin est plus beau que **celui** de ton voisin.	Miếng vườn của mấy đó xinh tốt hơn *miếng* của người ở gần mấy.

Ceci, cela nói trống, còn celui-ci, celui-là thì thế cho tiếng biết chắc rồi cũng như ce với celui vậy.

Quel est **le plus** beau jardin : **celui-ci ou celui-là ?**	Miếng vườn nào xinh tốt *hơn hết* : miếng *nầy hay là* miếng *kia* ?

Où, *đâu*, viết có dấu huyền, còn ou nghĩa *hay là*, thì không có dấu.

Le moins.	Ít hơn hết.
Meilleur.	Tốt hơn, hay hơn.
Pire.	Xấu hơn.
Moindre (plus petit).	Nhỏ hơn.

Aimable.	Dễ thương.
Utile ; **inutile**.	Có ích ; *vô* ích.
Dur.	Cứng, không êm.
Doux.	Mềm, êm, dịu, ngọt.
Fort.	Mạnh, chắc.

Enfant.	Con, con nít.
Chien.	Chó (đực).
Chat.	Mèo (đực).
Fil.	Chỉ, sợi.
Lin.	Cây bố, bố.
Chanvre.	Cây gai, gai.

EXERCICE.

1. Ton livre est bon et utile. — 2. Ce chat est très joli. — 3. Le chien est plus utile que le chat. — 4. Ton livre est meil-

leur que le mien. — 5. Mon frère est aussi jeune que le tien. — 6. Cet enfant-ci est plus aimable que celui-là. — 7. Mon lit est-il aussi doux que celui de mon camarade ? — 8. Le tien est aussi doux, mais celui de ton frère est moins doux que le sien. — 9. Cet homme-ci est pire que celui-là. — 10. Mon petit frère est malade, mais le tien ne l'est pas. — 11. Le fil du lin est moins fort que celui du chanvre. — 12. Ce lit est dur.

BÀI TẬP.

1. Cuồn sách của mầy đó hay và có ích. — 2. Con mèo nầy xinh tốt lắm. — 3. Con chó thì có ích hơn con mèo. — 4. Cuồn sách của mầy đó hay hơn cuồn của tao. — 5. Em tao cũng trẻ bằng em mầy. — 6. Thằng con nít nầy dễ thương hơn thằng kia. — 7. Cái giường tao có êm bằng cái của thằng anh em bạn tao không ? — 8. Cái của mầy cũng êm bằng, mà cái của em mầy đó không êm bằng cái của nó. — 9. Người nầy xấu xa hơn người kia. — 10. Em tao thì đau, mà em mầy thì không. — 11. Chỉ cây bồ không chắc bằng chỉ cây gai. — 12. Cái giường nầy không êm.

SIXIÈME LEÇON
BÀI THỨ SÁU.

Nous **sommes** instituteurs. | Ta *là* thầy giáo.
Vous **êtes** écoliers. | Bây *là* học trò.
Ils **sont** camarades. | Chúng nó *là* bậu bạn (với nhau).

Theo phép lịch sự, ta không nói *mầy, tao, bây, nó,* trừ ra với trẻ nhỏ ; mà dùng những tiếng *tôi, con, em, cháu, cô, bác, ông, bà,* nói khiêm từ, tôn người hạ mình, Phansa lại dùng *vous* mà nói thế cho *tu ; votre* thế cho *ton ; le vôtre* thế cho *le tien.*

Mon, (me)	Số nhiều *mes*.
Ton, (te)	— *tes*.
Son, (se)	— *ses*.
Mes amis sont bons.	*Những* bằng hữu tôi là tử tế.
Votre **fils** est intelligent.	Thằng con anh có tri.

Tên người, tên vật, số một không có s, x, z đàng sau, thì số nhiều phải thêm s. Ta lại dùng: *những, các, mấy* v. v.

Tiếng phụ nghĩa phải viết theo một giống, một số với tên người, tên vật nó hiệp theo đó.

Le chien et le cheval **sont** utiles.	Con chó với con ngựa đều có ích dụng.

Ce.	Số nhiều *ces*.
Quel?	— *quels*?
Quels sont ces garçons-là?	Mấy đứa nào đó vậy?
Ce sont mes camarades.	Anh em bạn với tôi đó.
Sont-ils **les enfants de notre voisin**?	Có phải là con cái người ở gần ta không?
Ils **les** sont.	Phải, (là chúng nó).

Le	Số nhiều *les*.
Le *mien*	— les *miens*.
Le *tien*	— les *tiens*.
Le *sien*	— les *siens*.

Notre Gouvernement est bon.	Nhà nước *ta* ở có nhơn. (Việc chánh *ta* có nhơn).
Votre maître est habile.	Chủ bây khéo.
Leur domestique est fidèle.	Thằng đầy tớ *mấy người ấy* ở trung tính.

Notre	Số nhiều *nos*.
Votre	— *vos*.
Leur	— *leurs*.
Le nôtre	— les *nôtres*.
Le vôtre	— les *vôtres*.
Le leur	— les *leurs*.
Lui	— *eux*.
Celui	— *ceux*.

EXERCICE.

1. Les amis de monsieur votre frère sont-ils riches? — 2. Ils ne le sont pas. — 3. Les vôtres le sont-ils? — 4. Ils le sont. — 5. Nos voisins sont-ils aussi riches qu'eux? — 6. Ils sont plus riches et plus aimables. — 7. Ces hommes sont-ils les amis de notre père? — 8. Ils les sont. — 9. Sont-ils bons? — 10. Ils ne le sont pas. — 11. Quels sont ces messieurs-là? — 12. Ce sont les interprètes et les secrétaires du Gouvernement. — 13. Notre maître est-il bon? — 14. Oui. — 15. Nos hommes sont-ils paresseux? — 16. Non, ils ne le sont pas.

BÀI TẬP.

1. Những bạn hữu với em cậu có giàu không? — 2. Không. — 3. Những bạn hữu cậu giàu không? — 4. Giàu. — 5. Những người ở gần ta có giàu bằng mấy người ấy không? — 6. Giàu hơn và dễ thương hơn. — 7. Mấy người nầy phải là bằng hữu với ông già ta không? — 8. Phải. — 9. Mấy người ấy tử tế không? — 10. Không. — 11. Mấy người nào đó vậy? — 12. Thông ngôn ký lục Nhà nước đó. — 13. Chủ ta tử tế không? — 14. Tử tế. — 15. Mấy người làm việc cho ta đó làm biếng không? — 16. Không.

SEPTIÈME LEÇON
BÀI THỨ BẢY.

Avoir.	Có.

Nói trống, còn nói bây giờ hay là thường thường có, thì nói như vầy:

J'ai des crayons.	Tao *có* viết chì.
Tu as des plumes.	Mấy *có* ngòi viết.
Il a un porte-plume.	Nó *có một* cái cán viết.
Nous avons du riz.	Ta *có* gạo.
Vous avez du poisson.	Bây *có* cá.
Ils ont du sel.	Chúng nó *có* muối.

Tiếng de le nhập làm du; de les làm des; de l' không nhập lại; trước tiếng chỉ một ít phần mà đếm được, thì đặt des; còn đếm không được, thì phải đặt du, giống đực; giống cái là de la.

Avez-vous **de l'**argent?	Chú có bạc không?
Avons-nous **du** vin et **de l'**eau?	Ta có rượu, có nước không?
Oui, nous **en** avons.	Có, (phải, ta có).

Tiếng en đặt thế cho những tiếng trước có de, còn le thế cho tiếng đã rõ nghĩa rồi.

Mích, as-tu **le livre de mon frère?**	Mích, mầy có cuốn sách của anh tao không?
Oui, je l'ai.	Có, (tao có cuốn ấy).

Tiếng y nghĩa là *ở đó*, đặt thế cho tiếng ở đàng trước có à, có chez.

Monsieur votre père est-il **chez lui?**	Ông già cậu có ở nhà không?
Oui, Monsieur, il **y** est.	Thưa có, (ở nhà).
Non, Monsieur, il n'**y** est pas.	Thưa không, (ông già tôi không có ở nhà).

EXERCICE.

1. Avez-vous un chien? — 2. J'en ai un. — 3. Votre frère a-t-il des enfants? — 4. Il n'en a pas. — 5. Avons-nous des porte-plume? — 6. Nous en avons. — 7. Nos amis ont-ils de bon riz? — 8. Ils en ont de très bon. — 9. Vos frères sont-ils chez eux? — 10. Ils n'y sont pas. — 11. Où sont-ils? — 12. Ils sont chez M. Phước.

BÀI TẬP.

1. Anh có một con chó không? — 2. Tôi có một con. — 3. Anh anh có con cái không? — 4. Anh tôi không có con. — 5. Mấy đứa ta có cán viết không? — 6. Có. — 7. Bạn hữu với ta có gạo tốt không? — 8. Có thứ tốt lắm. — 9. Anh em chú có ở nhà không? — 10. không? — 11. Chớ ở đâu? — 12. Đàng nhà thầy Phước.

HUITIÈME LEÇON
BÀI THỨ TÁM.

Quelque chose.	*Một vật, giống chi đó.*
Avez-vous quelque chose?	Anh có giống chi đó không?
J'ai quelque chose.	Tôi có một vật.
Que?	*Chi, gì, giống gì?*
Qu'avez-vous?	Anh có giống gì?
J'ai un livre français.	Tôi có một cuốn sách Phansa.
Rien.	*Không chi hết.*
Avez-vous quelque chose?	Cậu có một vật chi không?
Non, Monsieur, je n'ai rien.	Thưa không có chi hết.
Avez-vous quelque chose **de** bon?	Cậu có giống chi tốt không?
J'ai quelque chose **de** bon.	Tôi có một vật tốt.
Qu'avez-vous **de** bon?	Cậu có vật gì tốt?
J'ai un bon habit.	Tôi có một cái áo tốt.
Je n'ai rien **de** bon.	Tôi không có chi tốt hết.

Sau **quelque chose, que, rien,** mà có tiếng phụ nghĩa, thì phải thêm tiếng **de** trước tiếng phụ nghĩa ấy.

Avez-vous mon livre de quốc ngữ ou celui de mon frère?	Cậu có cuốn sách quốc ngữ của tôi hay là cuốn của anh tôi?
Je **n'**ai **ni** le vôtre **ni** celui de votre frère.	Tôi *không* có cuốn của cậu *cũng không* có cuốn của anh cậu.
Avez-vous quelque chose de bon ou de mauvais?	Cậu có vật chi tốt hay là xấu chăng?
Je n'ai rien de bon **ni** de mauvais; mais j'ai quelque chose de beau.	Tôi chẳng có chi tốt cũng chẳng có chi xấu hết, mà có một vật xinh.
Qu'avez-vous de beau?	Cậu có chi xinh?
J'ai de beau papier.	Tôi có giấy xinh.

Pas là *bước*, *point* là *chấm*; cho nên *ne pas* chỉ nghĩa *không* mà thôi, còn *ne point* quyết chắc là *không ngay*, là *chẳng có chút nào hết*.

Qu'as-tu?	Mầy đau chi?
Je n'ai rien.	Tao không đau chi hết.
Je ne suis point malade.	Tao chẳng có đau chút nào.
Joli..	Xinh, ngộ, lịch sự.

Tên người tên vật hiệp bởi nhiều tiếng thì số một số nhiều viết như ở riêng từ tiếng vậy. Hễ ý chỉ nhiều, thì viết ở số nhiều; ý chỉ ít, thì viết ở số một.

Un **porte-cigare**, một cái ông hút thuốc lá vân, (*điếu*).	Số nhiều, des **porte-cigare**.
Un **porte-cigares**, một cái đồ đựng thuốc lá vân, (*xòn*).	— — **porte-cigares**.
Un **arc**-en-ciel, một cái mồng, (một cái cung trên trời).	— — arcs-en-ciel.

EXERCICE.

1. Sách, avez-vous quelque chose? — 2. Non, Monsieur, je n'ai rien. — 3. Monsieur votre oncle a-t-il quelque chose? — 4. Oui, Monsieur, il a des livres et du papier. — 5. Votre voisin a-t-il quelque chose de joli? — 6. Oui, Monsieur, il a un joli porte-plume. — 7. A-t-il quelque chose de mauvais. — 8. Rien, Monsieur. — 9. A-t-il quelque chose d'utile? — 10. Il a un livre très utile. — 11. Votre petit frère est malade. Qu'a-t-il? — 12. Il n'est point malade, Monsieur; il n'a rien.

BÀI TẬP

1. Sách, mầy có vật chi không? — 2. Thưa chú, tôi không có chi hết. — 3. Cậu bậu có chi không? — 4. Thưa, có sách, có giấy. — 5. Người ở gần cậu đó có giồng chi ngộ không? — 6. Thưa, có một cái cán viết ngộ. — 7. Có giồng chi xấu không? — 8. Thưa không chi hết. — Có chi có ích không? — 10. Có một cuốn sách có ích lắm. — 11. Em cậu đau. Nó đau giồng chi? — 12. Thưa, nó chẳng đau chút nào hết; nó không đau chi hết.

NEUVIÈME LEÇON

BÀI THỨ CHÍN.

1 Un.	Một.	*Premier.*	Thứ *nhứt*.
2 Deux.	Hai.	*Deux*ième, second.	— *nhì*.
3 Trois.	Ba.	*Trois*ième.	— ba.
4 Quatre.	Bốn.	*Quatr*ième.	— tư.
5 Cinq.	Năm.	*Cinqu*ième.	— năm.
6 Six.	Sáu.	*Six*ième.	— sáu.
7 Sept.	Bảy.	*Sept*ième.	— bảy.
8 Huit.	Tám.	*Huit*ième.	— tám.
9 Neuf.	Chín.	*Neuv*ième.	— chín.
10 Dix.	Mười.	*Dix*ième.	— mười.
11 Onze.	Mười một.	*Onz*ième.	— mười một.
12 Douze.	— hai.	*Douz*ième.	— — hai.
13 Treize.	— ba.	*Treiz*ième.	— — ba.
14 Quatorze.	— bốn.	*Quatorz*ième.	— — bốn.
15 Quinze.	— lăm.	*Quinz*ième.	— — lăm.
16 Seize.	— sáu.	*Seiz*ième.	— — sáu.
17 Dix-sept.	— bảy.	Dix-sept*ième*.	— — bảy.
18 Dix-huit.	— tám.	Dix-huit*ième*.	— — tám.
19 Dix-neuf.	— chín.	Dix-neuv*ième*.	— — chín.
20 Vingt.	Hai *mươi*.	Vingt*ième*.	— hai mươi.
21 Vingt-un.	— — *một*.	Vingt-un*ième*.	— — — một.
30 Trente.	Ba —.	*Trent*ième.	— ba —.
40 Quarante.	Bốn —.	*Quarant*ième.	— bốn —.
50 Cinquante.	Năm —.	*Cinquant*ième.	— năm —.
60 Soixante.	Sáu —.	*Soixant*ième.	— sáu —.
70 Soixante-dix.	Bảy —.	Soixante-dix*ième*.	— bảy —.
80 Quatre-vingt.	Tám —.	Quatre-vingt*ième*.	— tám —.
90 Quatre-vingt-dix.	Chín —.	Quatre-vingt-dix*ième*.	— chín —.
100 Cent.	Một trăm.	*Cent*ième.	— một trăm.
101 Cent un.	— — một.	Cent un*ième*.	— — — một.
110 Cent dix.	— — mười.	Cent dix*ième*.	— — — mười.
1 000 Mille.	— ngàn.	*Mill*ième.	— — ngàn.
10 000 Dix mille.	— muôn.	Dix mill*ième*.	— — muôn.
100 000 Cent mille.	— vẹo.	Cent mill*ième*.	— — vẹo.

Số chánh thêm vần ième làm ra số thứ, trừ ra premier với second.

Vingt với **cent** liền trước tên người tên vật và có số khác ở trước nó, thì nó phải thêm một chữ **s**. Bằng không có số khác trước nó thì thôi.

Quatre-vingt**s** miliciens.	Tám mươi lính mộ.
Deux cent**s** soldats.	Hai trăm lính cơ.
Le capitaine est le **premier** officier d'une compagnie, le lieutenant en est le **second**.	Ông quan ba là quan làm đầu một cơ, ông quan hai thì là thứ nhì (quan phó).
Français.	Người Phansa, Langsa.
Annamite.	Người An nam.
Chinois.	Người Thanh, Chệc.
Malais.	Người Ma lè, Ma ní.
Malabar.	Người Chà và.
Japonais.	Người Nhựt bổn.
Cambodgien.	Người Cao mên.
Étranger.	Người ngoại quốc.
Autre.	Khác.

EXERCICE.

1. Saigon a mille huit cent six Français, six mille quatre cent vingt-trois Annamites, huit mille sept cent quatre-vingt-sept Chinois, quatre cent neuf Malabars, trois cent vingt-cinq Malais, cinquante-six Japonais, dix-huit Cambodgiens et deux cent quatre-vingt-six autres étrangers. — 2. Cholon a soixante-quatorze Français, vingt-deux mille trois cent trente-deux Annamites et quatorze mille neuf cent quarante-quatre Chinois. — 3. Mytho a quatre-vingt-neuf Français, deux cent vingt-quatre mille quatre-vingt-seize Annamites, mille huit cent vingt-un Chinois, trente-six Cambodgiens et trente-six Malabars. — 4. Vinh long a trente-six Français, cent vingt-deux mille quatre cent soixante-huit Annamites, mille huit cent dix Chinois et cinq cent quatre-vingt-quatorze Cambodgiens. — 5. Sadec a trente neuf Français, cent trente-quatre mille six cent cinquante-sept Annamites, mille six cent dix Chinois et six Malabars.

BÀI TẬP.

1. Sàigòn có một ngàn tám trăm sáu người Phansa, sáu ngàn bốn trăm hai mươi ba người Annam, tám ngàn bảy trăm tám mươi bảy người Thanh, bốn trăm chín người Chà và, ba trăm hai mươi lăm người Ma lê, năm mươi sáu người Nhựt bổn, mười tám người Cao mên với hai trăm tám mươi sáu người ngoại quốc khác. — 2. Chợ lớn có bảy mươi bốn người Phansa, hai muôn hai ngàn ba trăm ba mươi hai người Annam với một muôn bốn ngàn chín trăm bốn mươi bốn người Thanh. — 3. Mỹ tho có tám mươi chín người Phansa, hai vẹo hai muôn bốn ngàn chín mươi sáu người Annam, một ngàn tám trăm hai mươi một người Thanh, ba mươi sáu người Cao mên với ba mươi sáu người Chà và. — 4. Vĩnh long có ba mươi sáu người Phansa, một vẹo hai muôn hai ngàn bốn trăm sáu mươi tám người Annam, một ngàn tám trăm mười người Thanh với năm trăm chín mươi bốn người Cao mên. — 5. Sa đéc có ba mươi chín người Phansa, một vẹo ba muôn bốn ngàn sáu trăm năm mươi bảy người Annam, một ngàn sáu trăm mười người Thanh với sáu người Chà và.

DIXIÈME LEÇON.
BÀI THỨ MƯỜI.

Quelqu'un.	*Có người, có ai, có người nào.*
Quelqu'un a-t-il mon livre?	*Có ai có cuốn sách của tôi không?*
Personne ne l'a.	*Không ai có hết.*
Qui est là?	*Ai đó?*
Personne (n'est là).	*Không ai hết.*

Mon frère n'a **ni** d'argent **ni de** livre.	Anh tôi *không* có bạc *cũng không* có sách.
Combien de fruits avez-vous ?	Anh có *mấy* trái cây ?
Je n'en ai que trois : un ananas, un citron et un mangoustan.	Tôi có có ba trái : một trái thơm, một trái chanh với một trái măn cục.

J'ai **de** bon thé, mais je n'ai pas **de** vin.	Tôi có trà ngon, mà tôi *không* có rượu nho.

Sau tiếng ne pas và trước tiếng phụ nghĩa thì du, des chỉ một ít, đổi làm de. Còn du, des nghĩa là thuộc về, thì không đổi.

J'ai le livre **du** jeune homme.	Tôi có cuốn sách của người còn trẻ ấy.

Il a **trop de** sel.	Nó có muối *nhiều quá*.
Il n'a pas **assez de** sucre.	Nó có đường không đủ dùng.
Il **n'**en a **guère**.	Nó không có bao nhiêu.
Ne — guère.	Không bao nhiêu, không mấy, không mấy nhiêu.
Lait.	Sữa.
Miel.	Mật ong.
Vinaigre.	Dấm.
Éléphant.	Voi.
Quadrupède.	Con thú, loài bốn cẳn.
Gros.	To, lớn.
Excellent.	Nhứt hảo hạng, tốt nhứt hạng, thứ nhứt.

EXERCICE.

1. Votre tailleur a-t-il un bon habit ? — 2. Il en a deux bons. — 3. Combien avez-vous d'amis ? — 4. Je n'en ai qu'un bon. — 5. Nous avons beaucoup de vin et beaucoup de vinaigre. — 6. Vos frères ont-ils beaucoup de fruits ? — 7.

Ils n'en ont guère. — 8. Notre garçon a trop de lait, mais il n'a pas assez de sucre. — 9. Quelqu'un a-t-il du miel ? — 10. Personne n'en a. — 11. L'enfant du vieux cordonnier a-t-il assez de vinaigre? — 12. Il en a assez. — 13. Les livres des jeunes enfants de notre bon voisin sont-ils aussi beaux que les nôtres ? — 14. Ils sont plus beaux que les nôtres. — 15. Ce thé est excellent. — 16. L'éléphant est le plus gros et le plus fort des quadrupèdes, il est aussi le plus intelligent.

BÀI TẬP.

1. Người thợ may áo cho anh có một cái áo tốt không ? — 2. Nó có hai cái tốt. — 3. Anh có mấy người bạn hữu ? — 4. Tôi có một người tử tế mà thôi. — 5. Ta có rượu nho, có dấm nhiều. — 6. Anh em bây có nhiều trái cây không ? — 7. Không có mấy trái. — 8. Thằng con ta có sửa nhiều quá, mà nó có đường không đủ dùng. — 9. Có ai có mật ong không ? — 10. Không ai có hết. — 11. Thằng con người thợ già đóng giày ấy có dấm đủ dùng không ? — 12. Nó có đủ dùng. — 13. Những sách của mấy đứa nhỏ người ở gần tử tế với ta đó xinh tốt bằng những cuốn của ta không ? — 14. Mấy cuốn ấy xinh tốt hơn mấy cuốn của ta. — 15. Trà nầy tốt nhứt hạng. — 16. Con voi là con to hơn và mạnh hơn các loài bốn cẳn, nó cũng là có trí hơn hết.

ONZIÈME LEÇON
BÀI THỨ MƯỜI MỘT.

La mère.	Người mẹ, bà già.
La fille.	Người con gái.
La femme.	Người đàn bà, vợ.
La tante.	Người cô, dì.
La sœur.	Người chị, em gái.

La chambre.	Cái buồn, phòng.
Une table.	Một cái tợ, bàn.
Une chaise.	Một cái ghế.
La mort.	Sự thát, mất, chết.
Le déshonneur.	Sự ô danh, xấu tiếng, sự nhục nhả.
Le soleil.	Mặt trời.
La lune.	Mặt trăng.
La terre.	Trái đất, đất đai.
Une province.	Một tỉnh.
L'eau.	Nước mưa, sông, rạch, biển, hồ.
La chaleur.	Khí nóng, trời nắng.
La santé.	Sức mạnh, sức khỏe.

Le giồng cái là la, trước chữ âm hay là h câm, cũng đổi làm l'.

L'aiguille.	Cây kim.
L'épingle.	Cây kim găm, kim cúc.

Cette femme est toujours triste.	Người đờn bà nầy buồn hoài.
Elle a une petite fille très vilaine et très méchante.	Người ấy có một đứa con gái xấu lắm và dữ lắm.

Tiếng phụ nghĩa, giồng đực không có chữ e ở đàng sau, thì ở giồng cái phải thêm vào.

Ce, cet.	Giồng cái, cette.
Il.	— Elle.
Ils.	— Elles.
Quel.	— Quelle.
Quels.	— Quelles.
Mon.	— Ma.
Ton.	— Ta.
Son.	— Sa.
Tout.	— Toute.
Tous.	— Toutes.

Il y a des ours **tout blancs** et d'autres **tout noirs**.	Có gấu trắng nõn, có thứ khác đen thui.

Tiếng tout hiệp với tiếng phụ nghĩa thì thường không đổi, mà trước tiếng phụ nghĩa ở giọng cái có chữ câm (b, c, d, f, g, h (có âm), j, k, l, m, n, p, q, r, s, t, v, z,) đứng đầu, thì phải đổi theo giọng theo số như tiếng phụ nghĩa ấy.

Elle est toute honteuse.	Con ấy hổ thẹn trăm bề.

Tiếng phụ nghĩa ở sau có gu thì phải thêm hai chấm trên chữ ë : aiguë, nhọn, aiguë; cho khỏi lộn với vần gue, như long, dài, longue.
Có tiếng đổi f ra ve; đổi x ra se, ra ce, v. v. dây rồi sẽ chỉ lần cho.

Rond,	Tròn.
Froid.	Lạnh.
Chaud.	Nóng, nực.
Excessif.	Quá, rất.
Attentif.	Có ý tứ, chăm chỉ.
Nuisible.	Hại, hay hại.
Montagneux.	Cả núi non, có nhiều núi.
A.	Cho, ở, tại.

EXERCICE.

1. Cette femme est toute petite. — 2. Les filles de ma tante sont toutes aimables. — 3. Toutes mes sœurs sont riches. — 4. J'ai une chaise longue et une table ronde. Elles sont dans ma chambre. — 5. Garçon, y a-t-il de l'eau chaude là? — 6. Non, Monsieur, il n'y a que de l'eau froide. — 7. Quelle est cette jeune femme là? — 8. C'est Madame Kèo. — 9. Elle est bien belle. — 10. Le déshonneur est pire que la mort. — 11. Le soleil est plus grand que la terre, mais la terre est plus grande que la lune. — 12. Notre mère est très attentive. — 13. Bình-định est une province montagneuse. — 14 Les chaleurs excessives sont nuisibles à la santé.

BÀI TẬP.

1. Người đàn bà nầy nhỏ tiểu. — 2. Mấy đứa con gái người cô tôi đó ăn ở thiệt dễ thương. — 3. Hết thảy mấy người chị tôi đều giàu có. — 4. Tôi có một cái ghế dài với một cái tợ tròn. Mấy cái ấy ở trong phòng tôi. — 5. Nhỏ, có nước nóng đó không? — 6. Thưa không, có nước lạnh mà thôi. — 7. Người đàn bà trẻ nào đó vậy? — 8. Thiếm Kèo đó. — 9. Thiếm lịch sự hung. — 10. Sự nhục nhã thì xấu hơn sự chết. — 11. Mặt trời lớn hơn trái đất, mà trái đất lớn hơn mặt trăng. — 12. Bà già ta có ý tứ lắm. — 13. Bình định là một tỉnh cả núi non. — 14. Khí nóng (nắng) quá đều làm hại sức mạnh.

DOUZIÈME LEÇON

BÀI THỨ MƯỜI HAI.

Une marchande.	Một người đàn bà buôn bán.
Une ourse.	Một con gấu cái.

Tên người tên vật viết ra giống cái, thì Phansa thường thêm chữ e ở sau. Những tiếng ở giòng đực có e ở sau rồi, thì thôi.

Une propriétaire.	Một người đàn bà chủ đất.
Une domestique.	Một người đày tớ gái.

Những tiếng, vần sau có r, thì thêm chữ e; mà nếu trước chữ r có chữ e câm, thì phải thêm dấu huyền trên chữ e câm ấy (è).

Un étranger.	Une étrangère.
Un ouvrier.	Une ouvrière.
Elle est meilleure que sa cousine.	Nó tử tế hơn chị (em cô cậu) nó.
Elle est **encore** mineure.	Nó còn nhỏ (chưa thành nhơn).

Tiếng nào có *l, n, t,* ở sau, thì viết ra hai chữ, rồi hẩy thêm chữ e.

Un chien.	Une chien**ne**.
Un chat.	Une chat**te**.
Ma tante est bien bon**ne**.	Cô tao tử tế lắm.

Có tiếng phải đổi eur ra euse, hoặc eresse, hoặc đổi teur ra trice.

C'est une buveuse, une chasser**esse**, une ac**trice**.	Đó là một người đàn bà hay uống rượu, một người đàn bà hay đi săn bắn, một con hát.
Corrup**teur**, làm hư.	Giống cái, corrup**trice**.

Cet homme et cette femme sont **attentifs**.	Người đàn ông nầy với người đàn bà nầy đều có ý tứ.

Tiếng phụ nghĩa cho tên người tên vật khác loại với nhau, thì phải viết tiếng ấy ở giống đực.

Plus le jour est long, **plus** la nuit est courte.	Ngày *càng* dài *chừng nào*, thì đêm *càng* vắn *chừng ấy*.
Cột est le plus misérable de notre commune.	Thằng Cột là khốn khổ hơn nội làng ta.

Le nôtre.	La nôtre.	Số nhiều: **Les** nôtres.
Le vôtre.	La vôtre.	— Les vôtres.
Le leur.	La leur.	— Les leurs.

Le nôtre, le vôtre, le leur, ở giống đực số một; ở giống cái phải đổi le làm la mà thôi; còn số nhiều cả hai giống thì đổi le, la làm les.

Le mien.	La mien**ne**.	Số nhiều: **Les** mien**nes**.
Le tien.	La tien**ne**.	— — tien**nes**.
Le sien.	La sien**ne**.	— — sien**nes**.

Celui, giống cái celle.	Số nhiều : Celles.
Souvent.	Hay, năng, nhiều khi.
Peu, un peu.	Ít, một chút.

Paresseux.	Giống cái : Paresseuse.

Chữ **x**, sau tiếng phụ nghĩa, thì ở giống cái thường phải đổi làm **s**.

Envieux.	Ganh, ganh gổ.
Jaloux.	Ghen, ghen ghét.
Laborieux.	Siêng, siêng năng.
Merveilleux.	Lạ, lạ lùng.

Charitable.	Có nhơn.	Facile.	Dể.
Honorable.	Được trọng.	Difficile.	Khó, khôn.

Les gens.	Người, thiên hạ, nhơn dân.

Une école.	Một sở trường học.
Une ville.	Một chỗ thành thị.
Une montre.	Một cái đồng hồ nhỏ.
Une servante.	Một con ở (đợ).
Une abeille.	Một con ong.
La lecture.	Sự coi sách.
L'habileté.	Tài giỏi, hay, khéo.
Le thème.	Bài dịch ra tiếng ngoại quốc.
La version.	Bài dịch ra tiếng ta.
Une chose.	Một sự, việc, vật.

EXERCICE.

1. Lê est le plus jeune garçon de notre école. — 2. Vos livres sont plus beaux que les miens, mais les miens sont plus utiles. — 3. Votre ville est plus grande que la nôtre.

— 4. M. Lại est le plus riche de tous nos amis. — 5. Cette montre-ci est meilleure que celle-là. — 6. Ces chaises-ci sont meilleures que celles-là. — 7. Ceci est joli, mais cela ne l'est pas. — 8. Cette servante est laborieuse, mais elle a une petite fille envieuse et jalouse. — 9. Ma cousine n'est pas paresseuse. — 10. La lecture des mauvais livres est corruptrice. — 11. L'habileté des abeilles est merveilleuse. — 12. Plus il est riche, plus il est avare. — 13. Les gens pauvres et misérables sont souvent plus charitables que les riches. — 14. Ce thème-ci est plus difficile que celui-là. — 15. Plus une chose est difficile, plus elle est honorable. — 16. Cette version est très facile.

BÀI TẬP.

1. Nội trường ta, trò Lê là nhỏ hơn hết. — 2. Những sách của anh tốt hơn những cuốn của tôi, mà những cuốn của tôi thì có ích hơn. — 3. Chỗ thành thị anh ở đó rộng lớn hơn chỗ chúng tôi. — 4. Nội bạn hữu ta, thầy Lại thì là giàu có hơn hết. — 5. Cái đồng hồ nhỏ nầy tốt hơn cái kia. — 6. Những ghế nầy tốt hơn những cái kia. — 7. Cái nầy xinh tốt, mà cái kia thì không. — 8. Con mẹ ở nầy siêng năng, mà nó có một đứa con gái hay ganh gổ và hay ghen ghét. — 9. Con em cô cậu tôi đó không có làm biếng. — 10. Coi sách bậy bạ làm cho mình hư. — 11. Việc khéo loài ong là lạ lùng. — 12. Nó càng giàu có chừng nào, thì nó càng hà tiện chừng ấy. — 13. Những người nghèo khó và khốn khổ nhiều khi có nhơn hơn những người giàu có. — 14. Cái bài dịch ra tiếng ngoại quốc nầy khó hơn cái kia. — 15. Việc càng khó chừng nào, thì càng được trọng chừng ấy. — 16. Cái bài dịch ra tiếng ta nầy dễ làm.

TREIZIÈME LEÇON

BÀI THỨ MƯỜI BA.

Un **bel** homme.	Một người đàn ông *tốt người*, lịch sự.
Un **vieil** ami.	Một người bạn hữu *cổ cựu*.

Trước tên người tên vật giống đực, dàng dấu có chữ âm hay là h câm, thì beau, xinh tốt; nouveau, mới; fou, điên, khùng; mou, mềm; vieux, già, cũ; phải đổi làm **bel**, **nouvel**, **fol**, **mol**, **vieil**; nên ở giống cái làm ra **belle**, **nouvelle**, **folle**, **molle**, **vieille**.

Une **belle** femme.	Một người đàn bà *lịch sự*.
Une **vieille** connaissance.	Một người quen biết *cổ cựu*.

Vif, tháo táo.	Giống cái, vi**ve**.
Oisif, ở không, vô dụng.	— oisi**ve**.

Những tiếng đàng sau có **f**, thì ở giống cái đổi **f** ra **v**, rồi hẩy thêm **e**.

Offensif, để mà đánh.	Déffensif, để mà cự.

Gracieux.	Đẹp, có duyên.
Capricieux.	hay trái chứng, tự ý.
Honteux.	Hổ ngươi, thẹn thuồng.

Lourd.	Nặng.
Vagabond.	Hoang đàng.

Sec, khô, khô khan.	Giống cái, sè**che**.
Blanc, trắng,	— blan**che**.
Frais, tươi, mát.	— fra**îche**.
Bas, thấp, thấp thỏi.	— **basse**.
Épais, dày.	— **épaisse**.

Le bouc.	Con dê xờm.	L'emblème.	Cái gương.
La chèvre.	— — cái.	La passion.	Lòng tư dục.
Le coq.	— gà trống.	La cupidité.	Tham lạm.
La poule.	— — mái.	Une réponse.	Một lời thưa.
La fourmi.	— kiến.	Une cuirasse.	— bộ giáp.
La plume.	Cái lông, ngòi viết.	Une arme.	— cái đồ binh.
		Une épée.	— cây gươm.
La vigilance.	Sự cần mẫn.	Une amande.	— hột hạnh nhơn.
Le travail.	Công việc.		

Jamais.	Có khi nào.
Ne — jamais.	Chẳng khi nào, chẳng hề.

EXERCICE.

1. Une amande fraîche est plus lourde qu'une amande sèche. — 2. Une réponse sèche est une réponse peu gracieuse. — 3. La chèvre est vive, capricieuse et vagabonde. — 4. Les cuirasses sont des armes défensives, les épées sont des armes offensives. — 5. La plume est légère. — 6. La neige est blanche. — 7. La cupidité est une passion basse et honteuse. — 8. Bonne femme n'est jamais oisive. — 9. La fourmi est l'emblème du travail. — 10. Le coq est l'emblème de la vigilance.

BÀI TẬP.

1. Hột hạnh nhơn tươi thì nặng hơn hột hạnh nhơn khô. — 2. Lời thưa cục ngủn là lời thưa ít đẹp. — 3. Con dê cái thì tháo táo, tự ý và hoang đàng. — 4. Giáp là đồ binh để mà cự, gươm là đồ binh để mà đánh. — 5. Lông thì nhẹ. — 6. Tuyết thì trắng. — 7. Tham lạm là lòng tư dục thấp thỏi và thẹn thuồng. — 8. Đàn bà tử tế chẳng hề ở không. — 9. Con kiến là gương về công việc. — 10. Con gà trống là gương về sự cần mẫn.

QUATORZIÈME LEÇON

BÀI THỨ MƯỜI BỐN.

Un clou.	Một cái đinh.
Des clous.	Một ít cái đinh.

Trừ ra bảy tiếng nầy ở số nhiều phải thêm **x**:

Bijou, đồ đeo.	Số nhiều, des bijou**x**.
Caillou, sỏi.	— — caillou**x**.
Chou, cải bắp.	— — chou**x**.
Genou, đầu gối.	— — genou**x**.
Hibou, chiêm ục.	— — hibou**x**.
Joujou, đồ chơi.	— — joujou**x**.
Pou, chí.	— — pou**x**.

Những tiếng có **au, eu** ở sau cũng phải thêm **x**.

Cheveu, tóc.	Số nhiều, des cheveu**x**.
Lieu, nơi, chổ.	— — lieu**x**.
Château, đến.	— — château**x**.
Vaisseau, tàu.	— — vaisseau**x**.

Những tiếng có **al** ở sau, thì phải đổi làm **aux**, (cũng như đổi l ra u rồi thêm chữ **x**).

Un cheval.	Số nhiều, des chevau**x**.

Bảy tiếng nấy, phải đổi **ail** làm **aux**:

Bail, tờ mướn.	Số nhiều, des bau**x**.
Corail, san hô.	— — corau**x**.
Émail, da bác.	— — émau**x**.
Soupirail, lỗ hơi.	— — soupirau**x**.
Travail, công việc.	— — travau**x**.
Vantail, cánh cửa.	— — vantau**x**.
Vitrail, cửa kiên.	— — vitrau**x**.

L'aliment.	Đồ, món ăn.	La partie.	Phận, phía.
La tête.	Cái đầu.	Le peuple.	Dân.
Le crâne.	Cái sọ.	La tante.	Thiềm, mợ, bác.
Le visage.	Cái mặt.	Le métal.	Loài kim.
Le nez.	Cái mũi.	La route.	Đường, đàng.
Le trait.	Cái nét mặt.	Le chemin.	Đường, —.
Où.		*Nơi, chỗ.*	
Au lieu de.		*Thế cho, không.*	
Rouge.	Đỏ.	Apparent.	Tỏ, lộ.
Noir.	Đen.	Colonial.	Quản hạt.
Haut.	Cao.	Vicinal.	Làng xóm.
Large.	Rộng.	Septentrional.	Hướng bắc.
Nourrissant.	Bổ dưỡng.	Méridional.	Hướng nam.

EXERCICE.

1. Ces chevaux sont très beaux et très utiles. — 2. Les filles de cette femme sont bien malades. — 3. Les maisons de ma tante sont hautes et grandes. — 4. Ces tables-ci sont plus hautes que celles-là. — 5. Mon petit frère a une montre ; elle est très belle. — 6. Les choux sont un aliment peu nourrissant. — 7. Le crâne est la partie de la tête où sont les cheveux. — 8. Il y a des coraux qui sont blancs au lieu d'être rouges. — 9. Le fer est le plus utile des métaux. — 10. Le nez est le trait le plus apparent du visage. — 11. Les routes coloniales sont plus larges que les chemins vicinaux. — 12. Les peuples méridionaux sont plus vifs que les peuples septentrionaux.

BÀI TẬP.

1. Những ngựa nầy tốt lắm và có ích lắm. — 2. Mấy đứa con gái người đàn bà nầy đau hung lắm. — 3. Những nhà của thiềm tôi đó cao và lớn. — 4. Mấy cái bàn nầy cao hơn mấy cái kia. — 5. Thằng em tôi có một cái

đồng hồ nhỏ; cái ấy xinh lắm. — 6. Cải bắp là một món ăn ít bổ dưỡng. — 7. Cái sọ là phía đầu chỗ có tóc. — 8. Có thứ san hô nó trắng, không có đỏ. — 9. Sắt là loài kim có ích hơn hết. — 10. Cái mũi là nét mặt lộ hơn hết cả mặt. — 11. Đường quan hạt rộng hơn đường làng xóm. — 12. Dân hướng nam tháo táo hơn dân hướng bắc.

QUINZIÈME LEÇON
BÀI THỨ MƯỜI LĂM.

Quel est l'enfant **qui** n'a pas de livre ?	Đứa nào không có sách ? (1)
C'est Lựu **qui** n'en a pas.	Thằng Lựu không có. (2)

Qui thế cho người, vật trước mà chỉ nó làm ra việc nói sau đó. Qui dây thế cho : l'enfant n'a pas de livre ; Lựu n'en a pas.

Quel est le livre **que** Lê a là ?	Trò Lê có cuốn sách gì đó ?
C'est un cours de chinois.	Cuốn dạy chữ tàu đó.
Le livre **qu'**il a là est bien bon.	Cuốn sách *mà* nó có *đó* hay lắm (3).
C'est tout ce **qu'**il a.	Trò có có bấy nhiêu đó (4).

Que thế cho người vật trước ma làm cho hết ý cái lời nói sau đó. Que dây thế cho : Lê a ce livre-là ; il a cela.

De quoi avez-vous besoin ?	Anh cần dùng giống chi ?
J'ai besoin **d'**un livre.	Tôi cần dùng một cuốn sách.
Le livre **dont** vous avez besoin n'est-il pas un cours de français ?	Cuốn sách *mà* anh cần dùng *đó* không phải là cuốn dạy tiếng Phansa sao ?
L'Annamite **dont** le frère est encore chez vous a beaucoup de rizières.	Người Annam *mà* người anh nó còn ở tại nhà bậu *đó* có nhiều ruộng nương.

(1) Đứa con nít nào là đứa không có sách ? — (2) Ấy là thằng Lựu là đứa không có. — (3) Cuốn sách mà trò Lê có đó là hay lắm. — (4) Ấy là cả thảy cái mà nó có đó.

Kim Vân Kiều est le poëme **dont** Nguyễn-Du est l'auteur.	Kim Vân Kiều là bổn thơ của ông Nguyễn-Du đặt (1).

Dont thế cho người, vật trước mà làm cho hết ý cái lời nói sau đó, hay là người, vật nói sau nó đó, mà có chữ de. **Dont** dây thế cho: vous avez besoin de ce livre-là; le frère de cet Annamite-là; Nguyễn-Du est l'auteur de ce poëme-là.

Dans la forêt **où** il y a des cerfs, il y a toujours des tigres.	Trong rừng chỗ nào có nai thì có cọp luôn (2).

Où thế cho tiếng trước đặng làm cho hết ý cái lời nói sau mà có à hay là dans. **Où** dây thế cho: il y a des cerfs dans cette forêt-là.

Mon frère a besoin de moi.	Anh tôi cần dùng tôi.
Il a aussi besoin de mon cheval.	Ảnh cũng cần dùng con ngựa của tôi nữa.

Un bureau.	Một cái tợ, bàn viết.
Un tableau.	Một tấm bản, biển; bức tượng, tranh vẽ.
Un dictionnaire.	Một cuốn tự vị, tự điển.
Une grammaire.	Một bổn văn pháp.
Une méthode.	Một bổn phương pháp.
Magnifique.	Nguy nga, xinh tốt lắm.

Sur.	Trên, ở trên, tại trên.
Sous	Dưới, ở dưới, tại dưới.

EXERCICE.

1. Notre ami a-t-il encore besoin de nous? — 2. Oui, il a encore besoin de nous. — 3. A-t-il besoin de notre cheval ? — 4. Il en a besoin aussi. — 5. De quel livre avez-vous besoin? — 6. J'ai besoin d'une grammaire chinoise. — 7.

---

(1) Kim vân kiều là một bổn thơ *mà* ông Nguyễn-Du là người đặt đó. — 2. Thường có cọp trong rừng, chỗ có nai.

L'étranger qui est là a des tableaux magnifiques. — 8. Quel est le livre que mon frère a sur son bureau? — 9. C'est un cours de français. — 10. Cet ouvrage a douze volumes dont les trois premiers sont les meilleurs. — 11. Lục vân tiên est le poëme dont Nguyễn-đình-Chiểu est l'auteur. — 12. Où est monsieur votre frère? — 13. Il est dans la maison où il y a des notables de Hanh-thông. — 14. Quels sont les livres que vous avez sur votre table? — 15. Ce sont les méthodes d'Ahn, d'Ollendorff, de Robertson, de Sanderson, d'Addison et les grammaires de Poitevin, de Larousse, de Chassang, de Larive et Fleury, de Michel et Rapet.

BÀI TẬP.

1. Người bạn hữu ta còn cần dùng ta không? — 2. Còn, nó còn cần dùng ta. — 3. Nó cần dùng con ngựa của ta không? — 4. Nó cũng cần dùng nữa. — 5. Cậu cần dùng cuốn sách nào? — 6. Tao cần dùng một cuốn văn pháp tàu. — 7. Người ngoại quốc đó có tượng xinh tốt lắm. — 8. Anh tôi có cuốn sách gì tại trên tợ viết của ảnh đó? — 9. Cuốn dạy tiếng Phansa đó. — 10. Bộ sách nầy có mười hai cuốn mà ba cuốn đầu thì hay hơn hết. — 11. Lục-vân-tiên là thơ của ông Nguyễn-đình-Chiêu đặt. — 12. Anh anh ở đâu? — 13. Ảnh ở trong cái nhà có ít người hương chức làng Hanh-thông đó? — 14. Cậu có những sách gì trên cái bàn của cậu đó vậy? — 15. Những bốn phương pháp ông Ahn, ông Ollendorff, ông Robertson, ông Sanderson, ông Addison với những bốn văn pháp ông Poitevin, ông Larousse, ông Chassang, ông Larive với ông Fleury, ông Michel với ông Rapet đó.

SEIZIÈME LEÇON
BÀI THỨ MƯỜI SÁU.

Avez-vous **quelques** livres?	Anh có *vài* cuốn sách chăng?
J'en ai **quelques-uns.**	Tôi có *vài cuốn.*
Quelqu'un.	Số nhiều, quelques-uns.
Giống cái, quelqu'une.	— quelques-unes.

Combien avons-nous **de** plumes?	Ta có mấy ngòi viết?
Nous en avons **chacun** une.	Ta có *mỗi một đứa* một ngòi.
Votre frère a-t-il un **autre** pain.	Anh anh có một ổ bánh mì khác chăng?
Il n'en a pas d'autre.	Anh không có ổ khác.
M. votre père a-t-il d'autres chevaux?	Ông già anh có ngựa khác không?
Il en a d'autres.	Ông có thứ khác.
Avez-vous encore de l'argent?	Anh có còn bạc không?
J'en ai encore.	Còn.
Avez-vous encore d'autres **livres de lecture.**	Anh còn *sách coi* không? (sách để mà đọc).
Je **n'en ai plus.**	Tôi *không còn.*
Avez-vous **beaucoup de** sapèques?	Anh có nhiều tiền dộng không?
J'en ai beaucoup.	Có nhiều.
Avez-vous encore beaucoup de piastres?	Anh còn có nhiều bạc đồng không?
Je n'en ai **plus guère.**	Tôi *không* còn có *bao nhiêu.*
Avez-vous **autant de** riz **que de** paddy.	Anh có gạo *nhiều bằng* lúa không?
J'ai autant de **l'un** que de **l'autre.**	Tôi có *thứ nầy* cũng bằng *thứ kia.*
J'ai autant de celui-ci que de celui-là.	Tôi có thứ nầy cũng bằng thứ kia.

Mon frère a-t-il plus de vos livres que des miens?	Anh tôi có sách của anh nhiều hơn sách của tôi chăng?
Il a moins des miens que des vôtres.	Ảnh có sách của tôi ít hơn sách của anh.

Tiếng ta có những tiếng chỉ cả loài, không thể tiếng khác được, như: *cây, cái, con, cuốn, tờ, sách*; v. v. Tiếng Phansa phải đặt tiếng thể lại luôn.

Il a plus de pamplemousses **que vous**.	Ảnh có bưởi nhiều *hơn anh*
Vous avez moins de mangues **que mon cuisinier**.	Anh có xoài ít *hơn tên nhà bếp tôi*.
J'en ai **tout autant**.	Tôi có *cũng bằng như vậy*.

Sau những tiếng combien, beaucoup, peu, assez, plus, tant, autant, moins, ne guère, trop, phải lót de trước tên người, tên vật.

L'un, cái nầy.	Số nhiều, les uns.
L'autre, cái kia.	— les autres.
L'un, giống cái: L'une.	— les unes.

Le maître.	Người chủ, người thầy.
La qualité.	Tư chắc, hạng.
Le buffle.	Con trâu, thịt trâu.
Le bœuf.	Con bò, thịt bò.

Chaque fleur a sa couleur particulière.	Mỗi thứ bông đều có màu sắc riêng hết.
Chacun, mỗi người.	Giống cái, chacun**e**.

La main.	Bàn tay.
Le doigt.	Ngón tay.
La bouche.	Cái miệng.
L'œil.	Con mắt.
Les yeux.	Những con mắt.
Le mouton.	Con chiên, thịt trừu.
Une banane.	Một trái chuối.

— 39 —

Plusieurs. | Nhiều, bọn, hiếm.

EXERCICE.

1. Vos amis ont-ils de belles maisons? — 2. Ils en ont. — 3. Combien en ont-ils ? — 4. Ils en ont chacun deux. — 5. Combien de chevaux avez-vous? — 6. Je n'en ai qu'un; mais mon frère en a deux. — 7. Les Cambodgiens qui sont chez vous ont-ils beaucoup d'argent? — 8. Ils n'en ont guère; ils en ont autant que les jeunes Chinois qui sont chez monsieur votre oncle. — 9. Notre cheval a-t-il assez de paddy? — 10. Il en a assez. — 11. Cet enfant a-t-il quelques bananes? — 12. Il en a quelques-unes. — 13. Ngoc, as-tu une mangue? — 14. Oui, Monsieur, j'en ai une. — 15. Notre ami a-t-il autant de pain que de riz? — 16. Il a autant de l'un que de l'autre. — 17. A-t-il trop de vin? — 18. Il n'en a pas assez. — 19. Notre cuisinier a-t-il beaucoup de mouton? — 20. Il n'a guère de mouton; mais il a beaucoup de bœuf. — 21. A-t-il beaucoup d'ananas dans la cuisine? — 22. Il a moins d'ananas que de pamplemousses. — 23. Combien de bœufs ce Cambodgien a-t-il? — 24. Il en a plusieurs. — 25. Combien de buffles chacun de nous a-t-il? — 26. Chacun en a trois. — 27. Chaque chose a son maître. — 28. Chacun a ses qualités. — 29. Il y a des ours blancs, il y en a d'autres noirs. — 30. Nous avons deux yeux et une bouche, nous avons deux mains et cinq doigts à chaque main.

BÀI TẬP.

1. Bạn hữu bay có nhà tốt không? — 2. Có. — 3. Có mấy cái? — 4. Chúng nó mỗi một đứa có hai cái. — 5. Chú có bao nhiêu ngựa? — 6. Tôi có có một con; mà anh tôi có hai con. — 7. Mấy người Cao mên ở nơi nhà anh đó có nhiều bạc không? — 8. Chúng nó không có bao nhiêu; có bằng mấy người chệc nhỏ ở nơi nhà cậu anh đó. — 9. Con ngựa của ta

có lúa dủ chăng? — 10. Có đủ. — 11. Thằng nầy có vài trái chuối chăng? — 12. Nó có vài trái. — 13. Ngọc, mầy có một trái xoài không? — 14. Thưa, tôi có một trái. — 15. Người bạn hữu ta có bánh mì nhiều bằng cơm (gạo) chăng? — 16. Nó có thứ nầy bằng thứ kia. — 17. Nó có rượu nhiều quá chăng? — 18. Nó không có cho đủ dùng. — 19. Tên đầu bếp ta có nhiều thịt trừu chăng? — 20. Nó không có thịt trừu bao nhiêu; mà có thịt bò nhiều. — 21. Nó có nhiều thơm trong nhà bếp không? — 22. Nó có thơm ít hơn bưởi. — 23. Người Cao mên nầy có mấy con bò? — 24. Nó có bộn. — 25. Ta mỗi người có mấy con trâu? — 26. Mỗi người có ba con. — 27. Mỗi vật đều có chủ. — 28. Mỗi người đều có tư chắc. — 29. Có gấu trắng, có thứ khác lại đen. — 30. Ta có hai con mắt với một cái miệng, ta có hai bàn tay và năm ngón nơi mỗi một bàn.

DIX-SEPTIÈME LEÇON
BÀI THỨ MƯỜI BẢY.

Lequel de ces enfants est le plus sage ?	Mầy đứa nầy, đứa nào hiền hơn ?
C'est celui-ci.	Thằng nầy nầy.
Lequel. Laquelle.	Lesquels. Lesquelles.
Duquel. De laquelle.	Desquels. Desquelles.
Auquel. A laquelle.	Auxquels. Auxquelles.

Lequel dùng thế cho qui, que ; duquel thế cho dont, auquel thế cho à qui, à quoi, khi nó làm hết ý tên người tên vật cách xa tiếng nó thế.

A qui est le sac au fond **duquel** il y a un petit chien ?	Cái bị *mà* tại chỗ đẩy có một con chó nhỏ *đó* của ai vậy ?
Il est à la femme sur la robe **de laquelle** il y a de petits rubans bleus.	Của người đàn bà *mà* trên cái áo người ấy có dải xanh nhỏ *đó*.

On n'a pas ce livre facilement.	*Họ* có cuốn sách nầy không dễ đâu.
Mon père est à la maison.	Ông già tôi có ở nhà.

A le hiệp làm au; à les làm aux; mà le, les là tiếng thế cho tên người, tên vật, thì không hiệp với à, với de; vì nó là một loại với me, te, se.

Xoài, votre père est-il à la campagne?	Xoài, ông già mầy có ở ngoài rẫy chăng?
Il y est, Monsieur.	Thưa có.
Etre au marché.	Ở ngoài chợ.
— au temple.	— tại đến thờ.
— à la pagode.	— — chùa.
— à l'église.	— — nhà thờ.
— à la ville.	— — thành phố.

Il y a quatre points cardinaux : le Nord, le Sud, l'Est et l'Ouest.	Có bốn hướng chánh: hướng bắc, hướng nam, hướng đông với hướng tây.

Qui n'a pas d'argent?	Ai không có tiền (bạc)?
C'est nous **qui** n'en **avons** pas.	Mấy đứa tôi không có.
Monsieur, c'est vous **qui êtes** le plus heureux de tous.	Cậu có phước hơn hết trọi, (cả thảy).

Cái lời nói sau tiếng qui phải theo một ngôi một số với tiếng nó thế đó. Tiếng **être**, sau tiếng ce, phải viết về số nhiều, khi nó ở trước một tiếng số nhiều về ngôi thứ ba. Như: ce sont eux *qui ont vos crayons*. Hay là trước nhiều tiếng kể luôn một lược. Như: ce sont *l'Annam, le Cambodge, le Siam*...

L'un et l'autre, cả hai cái.	Les uns et les autres.
L'une et l'autre.	Les unes et les autres.
Avez-vous le premier ou le deuxième tome de mon ouvrage?	Anh có quyện nhứt hay là quyện nhì về pho sách của tôi?
J'ai l'un et l'autre.	Tôi có cả hai, (tôi có quyện nầy và quyện kia).
J'ai celui-ci et celui-là.	
J'ai tous les deux.	Tôi có hết thảy cả hai.

— 42 —

Sourd, diệt. | Muet, câm.

Le développement, việc mở mang.
La dépense, sở tồn, sở phí.
— charge, gánh, chở, chịu.
— distance, xa, cách.
— fin, sau, rốt.

Une plante, cỏ, cây.
— plantation, rẫy, vườn.
Une lettre, chữ, thơ.
Un mot, tiếng, lời.
— village, làng, xã.
Une commune, thôn, phường.

EXERCICE.

1. Laquelle de ces deux maisons est la plus belle? — 2. C'est celle-ci qui est la plus belle. — 3. Votre sœur est-elle encore à la pagode? — 4. Elle y est encore. — 5. Où est notre cuisinier? — 6. Il est au marché. — 7. Mon père est au temple. — 8. Votre tante est à l'église. — 9. Notre ami, M. Tâm, n'est plus à la campagne; il est à la ville. — 10. Quels sont les quatre points cardinaux? — 11. Ce sont: le Nord, le Sud, l'Est et l'Ouest. — 12. Est-ce vous qui avez ma grammaire française? — 13. C'est votre frère qui l'a. — 14. Avez-vous la méthode d'Ollendorff ou celle de Robertson? — 15. J'ai l'une et l'autre. — 16. J'ai celle-ci; mais je n'ai pas celle-là. — 17. La chaleur est utile au développement des plantes. — 18. La distance de la terre au soleil est très grande. — 19. La lettre e est souvent muette à la fin des mots. — 20. Les dépenses des chemins vicinaux sont à la charge des communes.

BÀI TẬP.

1. Hai cái nhà nầy cái nào tốt hơn hết? — 2. Cái nầy thì tốt hơn hết. — 3. Chị bậu còn ở nơi chùa không? — 4. Chỉ còn ở đó. — 5. Tên nhà bếp ta ở đâu? — 6. Nó ở ngoài chợ. — 7. Ông già tôi ở nơi đền thờ. — 8. Mợ anh ở nơi nhà thờ. — 9. Bạn hữu ta là thầy Tâm thôi ở ngoài rẫy; bây giờ ở tại thành phố. — 10. Bốn hướng chánh là hướng

nào? — 11. Là hướng bắc, hướng nam, hướng đông và hướng tây. — 12. Phải anh có cuồn văn pháp Phansa của tôi chăng? — 13. Em anh nó lầy. — 14. Anh có sách phương pháp của ông Ollendorff hay là thứ của ông Robertson? — 15. Tôi có hết hai thứ. — 16. Tôi có thứ nầy; mà tôi không có thứ kia. — 17. Khí nóng có ích về việc mở mang loài cây cỏ. — 18. Sức xa từ trái đất qua mặt trời là lớn lắm. — 19. Chữ e thường câm ở sau tiếng nói. — 20. Sở tồn đường sá trong làng xóm thì về phần xã thôn chịu.

DIX-HUITIÈME LEÇON
BÀI THỨ MƯỜI TÁM.

Aucun pays n'a de plus grands fleuves que l'Amérique. **Aucun**, giống cái: **Aucune**.	Chẳng xứ nào có sông lớn cho bằng thế giái mới. Số nhiều: **Aucuns, aucunes**.
Le dimanche est un jour de repos.	Chủ nhựt là ngày nghĩ.
Lundi, (ngày) thứ hai.	Jeudi, (ngày) thứ năm.
Mardi, — — ba.	Vendredi, — — sáu.
Mercredi, — — tư.	Samedi, — — bảy.

Semaine, tuần lễ, một tuần bảy bữa; còn **décade** là một tuần mười bữa. (Thượng tuần, trung tuần, hạ tuần).

Quel jour est-il ? Quel jour est-ce aujourd'hui? C'est vendredi.	Bữa nay là thứ mấy? (Ngày nào hôm nay.) Thứ sáu.
Un an, une année. — jour, — journée. — matin, — matinée. — soir, — soirée. Une nuit, — nuitée.	Một năm. — ngày. — buổi sớm mai. — buổi chiều. — đêm.

' An, jour, matin, soir, nuit chỉ trống; còn année, journée, matinée, soirée, nuitée thì chỉ cả năm, cả ngày, trọn buổi sớm mai, trọn buổi chiều, trọn đêm.

Une heure.	Một giờ.
Un quart d'heure.	Một khắc, (một phần tư).
Une heure **un** quart.	— giờ một khắc.
Une heure moins **un** quart.	— giờ thiếu một khắc.

Une heure moins un quart, được nói: *Une heure moins le quart*, vì biết chắc là *một khắc đồng hồ*, còn hai khắc thì nói *nửa giờ* (*une* demi-*heure*), ba khắc thì nói *thiếu một khắc* đấy mấy giờ như ở trên đó. — *Une heure un quart*, được nói: *Une heure et quart*, theo như trước tiếng *demi*; *une heure et demie*; mà đều trước *heure* thì *demi* viết giòng dực, còn ở sau thì viết ở giòng cái.

Midi.	Chánh ngọ, đứng bóng.
Minuit.	Chánh tí, nửa đêm.
Une minute.	Một phút.
Une seconde.	Một thí, dây.
Il est une heure du matin.	Một giờ sáng.

Ta kể đêm năm canh, ngày sáu khắc; tàu, ngày đêm kể mười hai giờ: *tí, sửu, dần, mẹo, thìn, tị, ngọ, mùi, thân, dậu, tuất, hợi*; bên tây kể ngày mười hai giờ, đêm mười hai giờ.

~~~~~~~

Un mois.		Một tháng.	
Janvier,	tháng giêng.	Juillet,	tháng bảy.
Février,	— hai.	Août,	— tám.
Mars,	— ba.	Septembre,	— chín.
Avril,	— tư.	Octobre,	— mười.
Mai,	— năm.	Novembre,	— mười một.
Juin,	— sáu.	Décembre,	— chạp.

Janvier, Mars, Mai, Juillet, Août, Octobre, Décembre, mỗi tháng ba mươi mốt ngày. Février có hai mươi tám ngày, năm nhuần thì hai mươi chín ngày. Còn mấy tháng kia thì ba mươi ngày cả. Tàu một năm cũng mười hai tháng; mà tháng đủ thì ba mươi ngày, còn tháng thiếu thì có hai mươi chín ngày. Năm nhuần lại thêm một tháng, tại cứ theo mặt trăng. Đời trước cũng cứ theo mặt trời như bên tây. (Coi Thơ kinh thì rõ.)

Quel est le quantième du mois?	Bữa nay là mấy ?
Quel jour du mois est-ce ?	(Ngày nào về tháng nầy ?)
C'est le premier.	Ngày mồng một.
— — deux.	— — hai.
— — onze.	— mười một.
— — quinze.	— rằm.
Aujourd'hui.	Hôm nay.

Quelle heure est-il ?	Mấy giờ? (giờ nào?)
Il est trois heures, dix (minutes).	Ba giờ mười phút.

Un siècle, một đời.	Un chapitre, một đoạn,
— moment, — hồi, lúc.	— paragraphe, — chương.
Une époque, — thuở.	Une page, — trương.

Double.	Bằng hai
Triple.	— ba.
Moitié.	Phân nửa, nửa phần.
Tiers, giống cái: Tierce,	Phân ba, góc ba.

EXERCICE.

1. Quel jour est-ce aujourd'hui ? — 2. C'est samedi. — 3. C'est jeudi. — 4. C'est dimanche. — 5. Quelle heure est-il? — 6. Il est quatre heures et demie. — 7. Il est cinq heures et quart. — 8. Il est six heures moins cinq. — 9. Il est sept heures moins le quart. — 10. Il est midi. — 11. Quel jour du mois est-ce? — 12. C'est aujourd'hui le vingt-deux. — 13. L'année est la centième partie d'un siècle ; le mois est la douzième partie de l'année; le jour est la septième partie de la semaine. — 14. Janvier est le premier mois de l'année, mai est le cinquième, juillet est le septième, septembre est

le neuvième et décembre, le douzième. — 15. Au chapitre cinq, à la page six. — 16. Cet arbre est plus grand que l'autre de moitié.

BÀI TẬP.

1. Bữa nay là thứ mấy? — 2. Thứ bảy. — 3. Thứ năm. — 4. Chủ nhựt. — 5. Mấy giờ? — 6. Bốn giờ rưởi. — 7. Năm giờ một khắc. — 8. Sáu giờ thiếu năm phút. — 9. Bảy giờ thiếu một khắc. — 10. Đứng bóng. — 11. Bữa nay là mấy? — 12. Hôm nay là hai mươi hai. — 13. Năm ấy là một phần trăm trong một đời; tháng ấy là một phần mười hai trong một năm; ngày ấy là một phần bảy trong một tuần lễ. — 14. tháng giêng là tháng đầu trong một năm; ngủ ngoạt là tháng năm, thất ngoạt là tháng bảy; cửu ngoạt là tháng chín, còn tháng chạp là tháng mười hai. — 15. Chương thứ năm, trương thứ sáu. — 16. Cây nầy lớn hơn cây kia tới phân nửa.

DIX-NEUVIÈME LEÇON

BÀI THỨ MƯỜI CHÍN.

Mon frère **a mal** à la tête.	Anh tôi nhứt đầu.
Il a mal au ventre.	Ảnh đau bụng.
— — bras.	— — cánh tay.
— — pied.	— — chơn.
— — cou.	— — cổ.

Quel âge avez-vous ?	Anh (*được*) mấy tuổi?
J'ai vingt ans.	Hai mươi tuổi.

C'est un homme qui a **de quoi**.	Người có *ăn*. (ấy là người có vốn.)
Monsieur, vous avez la parole.	Ông được nói.
Vous n'avez pas la parole.	Ông không được nói.

Avoir faim.	Đói, đói bụng.
— soif.	Khát, khát nước.
— chaud.	Nực, nóng.
— froid.	Lạnh, phát rét.

Etre à.	Ở, *nơi, đương, lúc*
Etre à l'automne.	Đương mùa thu.
— au prin**temps**.	— — xuân.
— — mois de juillet.	— tháng bảy.
— — commence**ment** de l'année.	— đầu năm.
— — mi**lieu** de l'année.	— giữa năm.
— à la fin de l'année.	— cuối năm.
— — promen**ade**.	— đi chơi, đi dạo.

Je suis tout à vous.	Tôi ở hết tình với anh.
Je suis à vous dans un moment.	Đợi tôi một chút. (Tôi mắc một chút).
Les langues sont aux animaux **ce que** les feuilles sont aux végétaux.	Cầm thú có lưỡi *cũng như* cây cỏ có lá vậy.

Si.	Nếu, như; rất đỗi; ừ, phải.
L'instant.	Dây phút, một chút xiều.
La crainte.	Lòng Sợ.
L'amour.	Lòng ưa, muốn, tình thương.
La vie.	Sự sống, một đời.
Natu**rel**.	Tự nhiên, thiên nhiên.

C'est une belle ville, mais les rues en sont salles. | Thành thị thì tốt, mà đường sá thì dơ dáy.

EXERCICE.

1. Qu'avez-vous? — 2. J'ai mal au ventre. — 3. Votre frère qu'a-t-il? — 4. Il a mal au pied, — 5. Il a mal au cou. — 6. Il a mal au bras. — 7. Quel âge a-t-il? — 8. Il a quinze ans. — 9. Quel âge a cet homme? — 10. Il a trente-un ans. — 11. Avez-vous faim? — 12. Non, je n'ai pas faim ; mais j'ai bien soif. — 13. Avez-vous froid? — 14. Oui, mon ami, j'ai bien froid. — 15. N'avez-vous pas chaud? — 16. Si. — 17. Nous sommes à l'automne. — 18. Nous sommes au printemps. — 19. Nous sommes au mois de juillet. — 20. Nous sommes au milieu de l'année. — 21. Mon frère est à la promenade. — 22. Monsieur, je suis à vous dans un instant. — 23. La crainte de la mort et l'amour de la vie sont naturels à l'homme.

BÀI TẬP.

1. Anh đau chi? — 2. Tôi đau bụng. — 3. Anh anh đau chi? — 4. Ảnh đau chơn. — 5. Ảnh đau cô. — 6. Ảnh đau cánh tay. — 7. Ảnh mấy tuổi? — 8. Ảnh mười lăm tuổi. — 9. Người nầy mấy tuổi? — 10. Ba mươi một tuổi? — 11. Anh đói bụng không? — 12. Tôi không đói; mà tôi khát lắm. — 13. Anh lạnh không? — 14. Qua lạnh lắm, bậu ôi. — 15. Chú không nực sao? — 16. Nực. — 17. Đương lúc mùa thu. — 18. Đương lúc mùa xuân. — 19. Đương tiết tháng bảy. — 20. Đương giữa năm. — 21. Anh tôi đi chơi. — 22. Ông đợi tôi một chút xíu đây. — 23. Sợ chết và muốn sống thì là tự nhiên cho con người ta.

VINGTIÈME LEÇON

BÀI THỨ HAI MƯƠI

Etre dans.	Ở *trong, đang có.*
Etre dans la ville.	Ở trong thành phô.
— — la maison.	— — nhà.
— — la chambre.	— — phòng.
— — le lit.	— — giường.
— — la misère.	Đương khổ, khổ cực.
— — la peine.	— cực, phiền muộn.
— — la douleur.	— đau, sầu, rầu rỉ.
— — le chagrin.	— buồn, buồn bực.
— — la joie.	— vui, vui mừng.

Etre de.	*Vốn ở, gốc là.*
Cet homme est de Huê.	Người nầy vốn ở Huê.
Ce livre est de la bibliothèque du Secrétariat général.	Cuốn sách nầy vốn tại Hiệp-lý đường thơ viện.
Cette statue est de marbre.	Cái hình nầy bằng cẩm thạch.
Ces vers sont de Lê-ngô-cát.	Mấy câu thơ nầy vốn của ông Lê-ngô-cát làm.
Etre d'un bon caractère.	Vốn tính tốt.
— d'un mauvais caractère.	— tánh xấu.
— d'un caractère difficile.	— tánh khó.
— de service.	Mắc việc.
— de garde.	— phần canh.
— de corvée.	— phiên xâu.
— de justice.	Theo lẽ công bình.
— de droit.	— luật phép.
— d'usage.	— tục lệ.

Il est midi.	Đương đứng bóng.
— une heure.	— một giờ.

Etre en.   *Ở trong, đang lúc.*
Etre en prison.   Đương ở tù.
— cage.   — — trong lồng.
— hiver.   — mùa đông.
— été.   — — hạ.
— janvier.   — tháng giêng.
— vie.   — sống.
— paix.   — bình yên.
— guerre.   — giặc giả.
— bonne humeur.   — vui vẻ.
— bonne santé.   — mạnh khỏe.

Etre pour.   *Để mà, phải là.*
Ces marchandises sont pour le roulage.   Hàng hóa nầy để mà xe đi.
Cette lettre n'est pas pour vous.   Cái thơ nầy chẳng phải gởi cho anh.
Ce cheval est pour le cabriolet.   Con ngựa nầy để mà đi xe hai bánh.
Cet onguent est pour les brûlures.   Thuốc dán nầy để trị chỗ phỏng, phổng.
Ce remède est pour la fièvre.   Vị thuốc nầy để trị bịnh rét.
Ce juge est pour vous.   Quan án nầy hạp với anh.
Tous les honnêtes gens sont pour lui.   Hết thảy những người tử tế đều hạp với nó.
Je n'y suis pour rien.   Tôi vô can, (không dính vào đó.)
La noce est pour aujourd'hui.   Tiệt đãi hôm nay, bữa nay.

Etre bien avec quelqu'un.   Thuận với người nào đó.
— mal — —   Chẳng — — — — —
— sans fortune.   Không của cải.
— — amis.   — bằng hữu.
— — ressource.   — sự sống, gia tài.
— — connaissance.   Bất tình, (nhơn sự).

Etre sans vie.	Chêt giâc.
— — pitié.	Không thương xót.
— — raison.	Phi lý, (chẳng phải lẽ).

Cela est selon la raison.	Đều đó theo lẽ phải.
— — la loi.	— — luật phép.
— — les convenances.	— — lễ nghi.

Etre devant quelqu'un.	Trước người nào đó.
— derrière —	Sau — — —
— près de —	Gần — — —
— loin de —	Xa — — —
— hors de la maison.	Thâu ngoài nhà.
Ce village est après An-diêm.	Làng nầy ở sau An-diêm.
— — avant —	— — trước —
— — auprès de —	— — gần —
Votre maison est contre la pagode de Mả-châu.	Nhà anh ở kề chùa bà Mả-châu.
Sa maison est entre deux collines.	Nhà nó ở giữa hai gò nổng.
Leur maison est vis-à-vis de la mienne.	Nhà chúng nó ở ngang nhà tôi.

EXERCICE.

1. Où est monsieur votre père ? — 2. Il est dans sa chambre, Monsieur. — 3. Cet homme est dans la misère. — 4. Cette jeune femme est dans la douleur. — 5. Nous sommes dans le chagrin. — 6. Nous ne sommes pas de Saigon, mais de Cholon. — 7. Cette statue est de bois; mais cette autre de marbre. — 8. Ces beaux vers sont de Nguyễn-Du. — 9. Votre voisin est d'un caractère difficile. — 10. Je suis de garde le dimanche. — 11. Il est heureux d'être riche, mais fort peu de riches sont heureux. — 12. Cela est de justice. — 13. Mit est en prison. — 14. Nous sommes en été. — 15.

— 52 —

Mon cousin est encore en vie. — 16. Il est en bonne santé. — 17. Nous sommes en paix. — 18. La lettre qui est sur votre table est à monsieur votre oncle. — 19. Ce méchant homme est sans fortune et sans amis. — 20. Le garçon qui est derrière moi est mon cousin, et celui qui est près de lui est son camarade. — 21. Ma maison est entre deux jolis jardins.

BÀI TẬP.

1. Ông già cậu ở đâu? — 2. Thưa, ở trong phòng. — 3. Người nầy đương cực khổ. — 4. Người đàn bà trẻ nầy đương rầu rĩ. — 5. Ta đương buồn bực. — 6. Ta không phải người Sàigòn, mà người Chợlớn. — 7. Cái hình nầy bằng cây, mà cái kia bằng cẩm thạch. — 8. Mấy câu thơ hay nầy là của ông Nguyễn-Du làm. — 9. Người ở gần anh có tánh khó. — 10. Tôi mắc coi việc ngày chủ nhựt. — 11. Có phước được giàu, mà ít người giàu được có phước. — 12. Đều đó theo lẽ công bình. — 13. Thằng Mít đang ở tù. — 14. Đang lúc mùa hạ. — 15. Người anh em cô cậu với tôi còn sống. — 16. Nó mạnh giỏi. — 17. Đương lúc bình yên. — 18. Cái thơ ở trên bàn anh đó là của cậu anh. — 19. Người dử nầy không sự sảng và không bằng hữu. — 20. Thằng ở đằng sau tôi đó là em cô cậu tôi, còn thằng ở gần nó đó là bậu bạn với nó. — 21. Nhà tôi ở giữa hai đám vườn xinh tốt.

VINGT ET UNIÈME LEÇON
BÀI THỨ HAI MƯƠI MỐT.

Mode Indicatif.

Présent.	Parfait indéfini.
J' *ai* (un livre).	J' *ai eu* (un livre).
Tu *as*.	Tu *as eu*.

Il a.	Il a eu.
Nous *avons*.	Nous *avons* *eu*.
Vous *avez*.	Vous *avez* *eu*.
Ils *ont*.	Ils *ont* *eu*.

Présent.	Parfait indéfini.
Je *suis* (riche).	J' *ai* *été* (riche).
Tu *es*.	Tu *as* *été*.
Il *est*.	Il *a* *été*.
Nous *sommes*.	Nous *avons* *été*.
Vous *êtes*.	Vous *avez* *été*.
Ils *sont*.	Ils *ont* *été*.

Việc hoặc dương làm, hoặc làm rồi, hoặc sẽ làm; đó nên tiếng Phansa có ba thì chánh; gọi là présent, passé và futur;

1º Thì *hiện tại* (présent) chỉ việc có bây giờ hay là thường có. Như: je lis, tôi đọc. Je prends le thé tous les matins, tôi uống nước trà mỗi buổi sớm mai.

2º Thì *qua rồi* (passé) chia ra làm năm: *thì qua chưa trọn* (indéfini) chỉ việc đã có chưa trọn năm, trọn tháng, trọn ngày v. v. hay là không chắc đã qua rồi khi nào.

Vous **avez eu** beaucoup de prix.	Bay *đã được* nhiều phần thưởng.
Avez-vous été au marché?	Anh *có đi* chợ không?
J'y **ai** été.	Tôi *có đi*.
Je n'y **ai** pas été.	Tôi không *có đi*.
Avez-vous jamais été au bal?	Anh *có hề đi* đến đám múa không?
Je n'y **ai** jamais été.	Tôi chẳng hề *đi* đó.
Avez-vous déjà été au cirque?	Anh đã *đi* coi cuộc quần ngựa không?
Au théâtre.	(Chỗ rạp) hát.
Au concert.	(Chỗ) nhạc âm, đánh đờn.
A la musique.	(Chỗ) thổi kèn.
J'y **ai** déjà été.	Tôi đã *đi* đó.
Je n'y **ai** pas encore été.	Tôi chưa *có đi* đó.
Où **avez**-vous **été** ce matin?	Sớm mai nầy anh ở đâu?

J'ai été au jardin. | Tôi ở trong vườn.
Où votre cuisinier a-t-il été cet après midi? | Người đầu bếp anh *đi* đâu hồi xế nầy?
Il a été au marché. | Nó *đi* chợ.

Avoir été, *có đi, đã đi*, nghĩa là *có đi đến ở, đã ở* chỗ nào đó rồi mà về.

Y a-t-il été d'aussi bonne heure que le mien? | Nó *đi* đó sớm bằng người đầu bếp tôi không?
Il y a été de meilleure heure que le vôtre. | Nó đi đó sớm hơn người đầu bếp anh.
Avez-vous eu des livres? | Anh có sách chăng?
J'en ai eu. | Có.
Je n'en ai pas eu. | Không có.
Les livres que j'ai eus ce matin ne sont pas à moi. | Những sách tôi có hồi sớm mai nầy không phải là của tôi.
Les plumes que vous avez eues n'étaient pas bonnes. | Những ngòi viết anh đã có đó không có tốt.

Thì *hiệp lại mà đã qua* (participe passé), có tiếng làm trọn nghĩa cách xuôi (complément direct) ở trước nó, thì nó phải theo một giòng một số, mà ở sau nó thì thôi.

Je n'ai pas eu l'armoire de mon père; c'est mon frère qui l'a eue. | Tôi không có cái tủ của ông già tôi; mà anh tôi có cái ấy.

Avez-vous été quelque part ce matin? | Anh có đi *đâu* sớm mai nầy không?
Oui, j'ai été quelque part. | Có, có đi *đằng* kia, (một chỗ).
Où avez-vous été? | Anh đi *đâu*?
J'ai été chez mon frère. | Tôi đi đến nhà anh tôi.

Le bal a-t-il lieu aujourd'hui? | Hôm nay có múa không?
Il n'a pas lieu aujourd'hui. | Hôm nay *không có* múa.
Quand a-t-il eu lieu? | Đã có khi nào?
Il a eu lieu hier. | Đã có *hôm qua*.
Avant-hier. | *Hôm kia*.

EXERCICE.

1. Avez-vous été au théâtre? — 2. Non, je n'y ai pas été. — 3. Votre frère a-t-il été à la musique? — 4. Oui, il y a été avec son ami, Monsieur Phải. — 5. Avez-vous jamais été au bal? — 6. Je n'y ai jamais été. — 7. Où votre oncle a-t-il été ce matin? — 8. Il a été au jardin avec mon frère. — 9. Monsieur votre père a-t-il été quelque part hier? — 10. Non, il n'a été nulle part. — 11. Le concert a-t-il eu lieu hier soir? — 12. Oui, il a eu lieu hier et avant-hier. — 13. Votre neveu a-t-il déjà été au cirque? — 14. Il n'y a pas encore été.

BÀI TẬP.

1. Cậu có đi coi hát không? — 2. Không, tôi không có đi. — 3. Anh cậu có đi nghe nhạc không? — 4. Có, ảnh đi với bằng hữu ảnh, là thầy Phải. — 5. Anh có hề đi đến đám múa chăng? — 6. Tôi chẳng hề đi đến đó. — 7. Cậu anh ở đâu sớm mai nầy? — 8. Ở ngoài vườn với anh tôi. — 9. Ông già anh hôm qua có đi đâu không? — 10. Không có đi đâu hết. — 11. Chiều hôm qua có nhạc âm không? — 12. Có hôm qua và hôm kia. — 13. Thằng cháu anh đã có đi coi cuộc quần ngựa không? — 14. Nó chưa có đi đó.

VINGT-DEUXIÈME LEÇON

BÀI THỨ HAI MƯƠI HAI.

Imparfait.		Plus-que-parfait.	
J'	avais.	J'	avais eu.
Tu	avais.	Tu	avais eu.
Il	avait.	Il	avait eu.
Nous	avions.	Nous	avions eu.
Vous	aviez.	Vous	aviez eu.
Ils	avaient.	Ils	avaient eu.

Imparfait.		Plus-que-parfait.		
J'	*ét*ais.	J'	*avais*	*été.*
Tu	*ét*ais.	Tu	*avais*	*été.*
Il	*ét*ait.	Il	*avait*	*été.*
Nous	*ét*ions.	Nous	*avions*	*été.*
Vous	*ét*iez.	Vous	*aviez*	*été.*
Ils	*ét*aient.	Ils	*avaient*	*été.*

Thì khi ấy (imparfait) chỉ việc đương có khi trước, hay là trong lúc việc khác cũng đương có như vậy.

César **était** un grand homme.	Ông César *là* một người đại nhơn.
Cicéron **était** un grand orateur.	Ông Cicéron *là* một người giảng hay.
Cette rivière **était** sans quai; mais elle a maintenant un quai et un pont.	Sông nầy khi trước không có bờ xây đá, mà bây giờ có một cái bờ xây đá với một cái cầu.

Thì qua rồi đã lâu (plus-que-parfait) chỉ việc có rồi đã lâu trước một việc khác cũng đã có rồi.

J'**étais** déjà **parti**, quand il est arrivé.	Khi nó đến thì tôi đã đi rồi.
Etiez-vous à Paris lorsque l'ambassade annamite y était?	Khi đạo sứ Annam ở Paris, anh có ở đó không?
J'y étais.	Tôi có ở đó.
L'été passé, pendant que j'étais à la campagne, il y avait beaucoup de fruits.	Mùa hạ trước, trong lúc tôi ở ngoài rẫy, thì có nhiều trái cây.
A qui sont ces livres?	Những sách nầy của ai?
Ce sont les nôtres.	Những cuốn của ta đó.
J'ai **ce dont** j'ai besoin.	Tôi có *cái* tôi cần đó rồi.
Avez-vous le livre **dont** vous avez besoin?	Anh có cuốn sách anh cần dùng đó không?
J'ai **celui dont** j'ai besoin.	Tôi có *cuốn* tôi cần dùng đó.

Mon frère **n**'a **que** des amis.	Anh tôi có *tinh những* bằng hữu.
Où étiez-vous lorsque j'étais au théâtre avec votre frère ?	Khi tôi dương coi hát với anh anh, thì anh ở đâu ?
J'étais seul à la maison.	Tôi ở nhà có một mình.

Combien de **fois** ?	Mấy *lần* ?
Une fois.	Một lần.
Deux fois.	Hai lần.
Plusieurs fois.	*Nhiều* lần.
Autrefois.	*Khi trước, lúc trước.*
Quelquefois.	*Một đôi khi, có khi.*

Madame, êtes-vous **la mère** de cet enfant ?	Thiềm phải là *bà già* thằng nầy không ?
Oui, Monsieur, je **la** suis.	Phải, tôi là mẹ nó.

Tiếng le thế cho tiếng phụ nghĩa thì không đổi, mà thế cho tên nhơn vật thì phải theo một giống một số với nó.

Quel âge a votre cousin ?	Người anh em cô cậu với anh đó mấy tuổi ?
Il a **environ** seize ans.	Nó *ước chừng* mười sáu tuổi.
Vous avez **à peine** dix sept ans.	Anh mới *vừa được* mười bảy tuổi.
Je n'ai pas **tout à fait** dix sept ans.	Tôi chưa đúng mười bảy tuổi.
Êtes-vous plus **âgé** que mon frère ?	Anh lớn *tuổi* hơn anh tôi phải không ?
Oui.	Ừ.
La veille de ce jour-là était un samedi.	*Bữa trước* ngày đó là ngày thứ bảy.
La veille du dimanche est le samedi.	*Bữa trước* chủ nhựt là bữa thứ bảy.

EXERCICE.

1. Où était votre frère, lorsque vous étiez avec moi à Sa-

dec? — 2. Il était à Vinh-long. — 3. Y avait-il beaucoup de fruits pendant que vous étiez à Thủ-dầu-một? — 3. Il y en avait beaucoup. — 5. A qui sont ces couteaux? — 6. Ils sont à mon ami Hóa. — 7. A-t-il ce dont il a besoin? — 8. Oui, Monsieur, il a ce dont il a besoin. — 9. A-t-il quelques amis à Sóc-trăng? — 10. Non, Monsieur, il n'y a que des ennemis. — 11. Combien de fois avez-vous déjà été au théâtre chinois de Chợ-lớn? — 12. J'y ai été plusieurs fois. — 13. Avez-vous été quelquefois au bal du Gouvernement? — 14. Oui, Monsieur, j'y ai été deux fois. — 15. Mademoiselle, êtes-vous la sœur de la petite Đào? — 16. Oui, Madame, je la suis. — 17. Quel âge avez-vous? — 18. Je n'ai pas tout à fait douze ans. — 19. Êtes-vous plus âgée que mademoiselle Hương. — 20. Je suis moins âgée qu'elle. Elle a environ quatorze ans.

BÀI TẬP.

1. Anh cậu ở đâu, khi cậu với tôi ở tại Sadec? — 2. Ảnh ở tại Vĩnh-long. — 3. Trong lúc cậu ở Thủ-dầu-một, thì có trái cây nhiều không? — 4. Có nhiều. — 5. Mấy con dao nầy của ai? — 6. Của thầy Hóa, bạn hữu với tôi đó. — 7. Nó có cái nó cần dùng không? — 8. Thưa cậu, có. — 9. Nó có vài người bằng hữu tại Sóc-trăng không? — 10. Thưa không, nó có tinh những là kẻ nghịch không. — 11. Chú đi coi hát chệc ở Chợ-lớn đã mấy lần? — 12. Tôi đi đó đã nhiều lần. — 13. Chú có khi nào đi đến đám múa của nhà nước không? — 14. Thưa, có đi đó đã hai lần. — 15. Cô phải là chị con Đào không? — 16. Thưa thiêm, phải. — 17. Cô được mấy tuổi? — 18. Tôi chưa đầy mười hai tuổi? — 19. Cô lớn tuổi hơn cô Hương phải chăng? — 20. Tôi nhỏ tuổi hơn chỉ. Chỉ ước chừng mười bốn tuổi.

VINGT-TROISIÈME LEÇON
BÀI THỨ HAI MƯƠI BA.

Parfait défini.	Parfait antérieur.
J' eus.	J' eus eu.
Tu eus.	Tu eus eu.
Il eut.	Il eut eu.
Nous eûmes.	Nous eûmes. eu.
Vous eûtes.	Vous eûtes. eu.
Ils eurent.	Ils eurent. eu.

Parfait défini.	Parfait antérieur.
Je fus.	J' eus été.
Tu fus.	Tu eus été.
Il fut.	Il eut été.
Nous fûmes.	Nous eûmes été.
Vous fûtes.	Vous eûtes été.
Ils furent.	Ils eurent été.

Thì qua rồi (défini) chỉ việc đã rồi trọn năm, trọn tháng, trọn ngày.

| Cela *eut* lieu hier. | Sự đó *đã có rồi* hôm qua. |

Thì qua rồi trước (antérieur) chỉ việc đã rồi trước một việc khác cũng đã rồi.

| Aussitôt que j'*eus contemplé* ce spectacle, je m'éloignai. | Tôi xem cảnh ấy *rồi* thì tôi đi liền. |

Quelle distance y a-t-il de Saigon à Cholon ?	Từ Sàigòn vô Chợ-lớn là *bao xa*?
Il y a **environ** six kilomètres.	*Ước chừng* sáu ngàn thước.
Y a-t-il loin d'ici à Bình-hòa ?	Từ đây tới Bình-hòa *xa không* ?
Il y a loin.	Xa.
Il n'y a pas loin.	Không xa.
C'est loin.	Xa.
C'est bien loin.	Xa lắm.

C'est égal.	Cũng vậy.
C'est la même chose.	Cũng một thứ.

La pagode de Cầm-đệm est hors de la ville de Cholon.	Chùa Cầm-đệm ở ngoài thành phố Chợ-lớn.
Dehors, au dehors.	Thân ngoài.
Dedans, en dedans.	Thân trong.

Ce sont de bonnes gens.	Những người tử tế đó.
Ce sont de méchantes gens.	Những người dữ dằn đó.

J'ai froid aux pieds.	Tôi lạnh (nơi) chơn.
— — — mains.	— — — tay.
— — — corps.	— — — mình.
J'ai mal au côté.	Tôi đau (nơi) hông.
— — — doigt.	— — — ngón tay.
— — — coude.	— — — cánh chỏ.

C'est clair.	(Là) rõ ràng, minh bạch.
C'est mal.	(Là) xấu, hư.
Ce n'est pas bien.	Không nên, không tốt.
C'est selon.	Không chừng, theo thể.

Qu'est-ce que c'est?	Giống chi vậy?
Qu'est-ce que c'est que cela?	Giống chi đó vậy?

Je suis sûr de cela.	Tôi lấy đều đó làm chắc.
J'en suis sûr.	Tôi lấy làm chắc.
Je n'en suis pas sûr.	Tôi không lấy làm chắc.

EXERCICE.

1. Quelle distance y a-t-il de Saigon à Biên-hòa? — 2. Il y a plus de vingt-cinq kilomètres. — 3. De Saigon à Tây-ninh

il y a cent kilomètres ; à Tânan, quarante-huit ; à Mỹtho, soixante-douze. — 4. Y a-t-il loin d'ici à Thủ-dầu-một ? — 5. Il y a loin. De Saigon à Thủ-dầu-một, il y a vingt-neuf kilomètres. — 6. Est-ce loin d'ici à Bắc-liêu ? — 7. C'est bien loin. — 8. La pagode de Phước-kiến est-elle dans la ville de Cholon ? — 9. Oui, elle est en dedans. — 10. Quelles sont ces gens-là ? — 11. Ce sont des gens honnêtes. — 12. Ce sont de pauvres gens. — 13. Avez-vous froid aux pieds ? — 14. J'ai froid aux pieds et aux mains. — 15. Qui a mal au doigt ? — 16. Mon frère a mal au doigt, mon cousin au côté, et moi au coude. — 17. Est-ce clair ? — 18. Ce n'est pas bien clair. — 19. Quyển ! Qu'est-ce que c'est que cela ? — 20. Ce n'est rien, Monsieur. — 21. Es-tu sûr de cela ? — 22. Oui, Monsieur, j'en suis sûr.

BÀI TẬP.

1. Từ Sàigòn qua Biên-hòa bao xa ? — 2. Hơn hai muôn năm ngàn thước. — 3. Từ Sàigòn tới Tây-ninh, có mười muôn thước ; tới Tân-an bốn muôn tám ngàn ; tới Mỹ-tho bảy muôn hai ngàn. — 4. Từ đây tới Thủ-dầu-một xa không ? — 5. Xa. Từ Sàigòn tới Thủ-dầu-một, có hai muôn chín ngàn thước. — 6. Từ đây tới Bắc-liêu xa không ? — 7. Xa lắm. — 8. Chùa Phước-kiến ở trong thành phố Chợ-lớn sao ? — 9. Phải, nó ở thân trong. — 10. Những người nào đó vậy ? — 11. Những người tử tế đó. — 12. Những người khốn khó. — 13. Anh có lạnh nơi chơn không ? — 14. Tôi lạnh nơi chưng và nơi tay. — 15. Ai đau nơi ngón tay ? — 16. Anh tôi đau nơi ngón tay ; thằng em chú bác với tôi thì đau nơi hông, còn tôi thì đau nơi cánh chỏ. 17. — Rõ không ? — 18. Không được rõ cho lắm. — 19. Quyển ! Giống gì đó vậy ? — 20. Thưa ông, không có chi hết ? — 20. Mầy chắc đều đó không ? — 21. Thưa ông, tôi lấy làm chắc.

VINGT-QUATRIÈME LEÇON

BÀI THỨ HAI MƯƠI BỒN.

Futur.		Futur antérieur.		
J'	aurai (de l'argent).	J'	aurai	eu.
Tu	auras.	Tu	auras	eu.
Il	aura.	Il	aura	eu.
Nous	aurons.	Nous	aurons	eu.
Vous	aurez.	Vous	aurez	eu.
Ils	auront.	Ils	auront	eu.

Futur.		Futur antérieur.		
Je	serai (riche).	J'	aurai	été.
Tu	seras.	Tu	auras	été.
Il	sera.	Il	aura.	été.
Nous	serons.	Nous	aurons.	été.
Vous	serez.	Vous	aurez.	été.
Ils	seront.	Ils	auront	été.

3º *Thì sẽ có* (futur) chia làm hai thì :

1. *Thì sẽ có* (futur). Như : Je partirai demain, đến mai tôi đi.

2. *Thì sẽ có trước* (futur antérieur) chỉ việc sẽ có ; mà đều trước việc khác cũng sẽ có. Như : je serai parti, quand il arrivera, chừng nó tới, thì tôi đi rồi.

Si vous êtes heureux, je le **serai** aussi.	Như anh có phước, thì tôi cũng vậy.
Quand votre frère sera-t-il ici ?	Chừng nào anh anh có ở đây ?
Il sera ici dans quelques jours.	Chừng vài bữa ảnh có ở đây.
Votre cousin sera-t-il chez lui demain?	Đến mai người anh em cô cậu với anh có ở nhà không?
Il y sera.	Có, (ở nhà).

A mon tour.	Tới phiên tôi.
Au retour de mon frère.	Tới khi anh tôi trở về.
Chacun à son tour.	Mỗi người mỗi phiên.
Nous aurons notre tour.	Sẽ tới phiên ta.

Cet homme est **au fait de** cette affaire.	Người nầy *từng* (thạo) việc ấy.
C'est une femme **au fait de** bien des choses.	Người đàn bà đó *từng* nhiều việc.

Depuis le matin jusqu'au soir.	Từ sớm mai cho tới chiều.
Depuis le commencement jusqu'à la fin.	Từ đầu chí cuối.
Depuis ici jusque là.	Từ đây tới đó.
J'ai ce livre depuis deux ans.	Tôi có cuốn sách nầy đã hai năm nay.

Quelle espèce de fruit est-ce là ?	Trái gì vậy ?
C'est un fruit à noyau.	Trái một hột.
C'est un fruit à pépin.	Trái nhiều hột.

Cette lettre est du six courant.	Cái thơ nầy định ngày mồng sáu tháng nầy.

Cet homme a les yeux bleus.	Người nầy con mắc xanh.
— — — le front large.	— — (tráng) sân đình rộng.
— — —la bouche petite.	Người nầy miệng nhỏ.
Il a les yeux à fleur de tête.	Con mắt nó lộ (bằng mặt.)

EXERCICE.

1. Quand votre oncle sera-t-il chez lui ? — 2. Demain matin. — 3. Est-ce mon tour ? — 4. Non, c'est le tour de votre cousin. Chacun à son tour. — 5. Votre frère est-il au

fait de cette affaire. — 6. Oui, il est au fait de beaucoup de choses. — 7. Où étiez-vous hier, quand j'étais chez votre voisin, M. Trường? — 8. J'étais tout seul chez moi toute la journée. — 9. Depuis quand avez-vous ces livres anglais? — 10. Je les ai depuis vingt ans. — 11. Quelle espèce de fruit est-ce là? — 12. Ce sont les oranges et les pamplemousses. — 13. Cette lettre est pour monsieur votre père; elle est du neuf août. — 14. Mon ami a les yeux bleus, le front large et la bouche grande. — 15. Au retour de mon père, j'aurai beaucoup de fruits.

BÀI TẬP.

1. Chừng nào cậu anh có ở nhà? — 2. Đến mai sớm. — 3. Phải phiên tôi không? — 4. Không, tới phiên người anh em cô cậu với anh. Mỗi người mỗi phiên. — 5. Anh anh có thạo việc nầy chăng? — 6. Thạo, ảnh thạo nhiều việc. — 7. Khi tôi ở tại nhà người lân cận với anh, là thầy Trường, thì anh ở đâu? — 8. Tôi ở nhà một mình cả ngày. — 9. Anh có những sách Hồng-mao nầy đã bao giờ? — 10. Tôi có những cuốn ấy đã hai mươi năm nay. — 11. Trái cây gì đó vậy? — 12. Những là cam những là buổi đó. — 13. Cái thơ nầy gởi cho ông già anh, để ngày mồng chín tháng tám. — 14. Người bạn hữu tôi thì con mắt xanh, tráng rộng, miệng lớn. — 15. Khi ông già tôi về, thì tôi có nhiều trái cây.

VINGT-CINQUIÈME LEÇON
BÀI THỨ HAI MƯƠI LĂM.

Mode conditionnel.

Présent.		Parfait.		
J'	aurais.	J'	aurais	eu.
Tu	aurais.	Tu	aurais	eu.
Il	aurait.	Il	aurait	eu.

Nous	aur**ions**.		Nous	aur**ions**.	eu.
Vous	aur**iez**.		Vous	aur**iez**.	eu.
Ils	aur**aient**.		Ils	aur**aient**.	eu.

	Présent.			Parfait.	
Je	ser**ais**.		J'	aur**ais**	été:
Tu	ser**ais**.		Tu	aur**ais**	été.
Il	ser**ait**.		Il	aur**ait**	été.
Nous	ser**ions**.		Nous	aur**ions**	été.
Vous	ser**iez**.		Vous	aur**iez**	été.
Ils	ser**aient**.		Ils	aur**aient**	été.

Có sáu *cách nói* (modes) :
1º *Cách nói thiệt* (indicatif). Như : Je lis, tôi đọc.
2º *Cách nói tí* (conditionnel), có cớ kia mới ra tích nọ.

Si j'avais de l'argent, j'aurais un habit neuf.	Phải tôi có bạc, thì tôi có một cái áo mới.

Il a **bien** des amis.	Nó có bằng hữu *nhiều*.
— **beaucoup** d'ennemis.	— *nhiều* kẻ nghịch.
— **bien** de la patience.	— lòng nhịn nhục *lắm*.
— **beaucoup** d'argent.	— bạc *nhiều*.

Il est partout le bienvenu.	Nó tới đâu cũng được tiếp rước tử tế.
Ce n'est pas ma faute.	Không phải tôi lỗi đâu.
Être en pension.	*Ngụ, ở đậu*.

Je suis bien à mon aise sur cette chaise.	Ngồi trên cái ghế nầy, tôi lấy làm êm.
Vous êtes mal à votre aise sur votre chaise.	Anh ngồi trên cái ghế anh ngồi đó thì chẳng được êm.
Nous sommes mal à notre aise dans cette pension.	Ta ở trong trường nầy không được sung sướng.
Cet homme est à son aise, car il a beaucoup d'argent.	Người nầy được toại chí, vì nó có bạc nhiều.

Le père Giáp est mal à son aise, parce qu'il est très pauvre.	Lão Giáp không được toại chí, vì lão nghèo lắm.
Ces choses ne sont pas à la portée de tout le monde.	Những việc nầy không vừa sức mọi người.
Hors de ma portée.	*Quá sức tôi.*
A la portée du fusil.	*Vừa lòng* súng nhỏ, (điều thương).
Une **portée** de fusil.	*Một phát* —, —.
Être à jeun.	*Chưa ăn, bụng không.*
Je suis à jeun.	Tôi chưa ăn, còn bụng không.
Être debout.	*Đứng.*
S'il était un peu plus aimable, il aurait beaucoup d'amis. Il aurait beaucoup d'amis, s'il était un peu plus aimable.	Phải nó được dễ thương hơn một chút, thì nó có nhiều bằng hữu.
Un professeur siam**ois**.	Người thầy Xiêm.
— — de siam**ois** (1).	— — dạy tiếng Xiêm.

EXERCICE.

1. Qui êtes-vous, Monsieur? — 2. Je suis secrétaire à Cholon. — 3. Qui est-il? — 4. Il est le fils de mon professeur de siamois? — 5. Etes-vous mal à votre aise sur cette chaise? — 6. Non. — 7. Vos enfants sont-ils bien à leur aise dans ce collège? — 8. Oui, ils n'y sont pas mal à leur aise. — 9. Cette femme est-elle à son aise? — 10. Non, elle n'est pas à son aise, car elle n'a pas d'argent. — 11. Ce livre est-il à la portée des enfants annamites? — 12. Oui, Monsieur, il est à la portée de tout le monde. — 13. Cet homme est-il riche? — 14. Non, car il serait à son aise, s'il était riche.

BÀI TẬP.

1. Cậu là ai? — 2. Tôi là ký lục tại Chợ-lớn. — 3. Nó là

---

(1) *Siam* làm *Siamois*, *Annam* làm *Annamois* mới phải; mà thường dùng Annamite.

ai? — 4. Con trai người thầy dạy tôi tiếng Xiêm. — 5. Anh ngồi trên cái ghế nầy lấy làm khó chịu sao? — 6. Không. — 7. Con cái chú ở trong trường nầy được sung sướng không? — 8. Phải, chúng nó không cực khổ chi. — 9. Người đàn bà nầy đủ ăn xài chăng? — 10. Không, nó không có đủ xài, vì nó không có bạc. — 11. Cuốn sách nầy vừa sức con nít annam không? — 12. Thưa, vừa sức mọi người. — 13. Người đàn ông nầy giàu không? — 14. Không, vì phải nó giàu có, thì nó là sung sướng.

VINGT-SIXIÈME LEÇON
BÀI THỨ HAI MƯƠI SÁU.

Mode impératif.

Présent.	Futur antérieur.
Aie.	Aie eu.
Ayons.	Ayons eu.
Ayez.	Ayez eu.

Présent.	Futur antérieur.
Sois.	Aie été.
Soyons.	Ayons été.
Soyez.	Ayez été.

3° *Cách chỉ bảo* (impératif) chỉ phải làm hay là đừng có làm. Như:

Ayez de la patience.	Hãy đem lòng nhịn nhục.
Soyez attentifs.	Hãy cho có ý tứ.

Est-ce que ce sont vos frères qui ont eu mes livres?	Anh em anh có những sách của tôi phải không?
Ce sont eux qui les ont eus.	Phải đó.

Être bien portant.	*Mạnh giỏi, mạnh khoẻ.*
Mon frère est bien portant.	Anh tôi mạnh khoẻ.
Il a l'air bien portant.	Coi bộ nó mạnh giỏi.
— — d'un médecin.	Bộ nó in là thầy thuốc.
Cet homme a l'air content.	Coi bộ người nầy bằng lòng.
Il a l'air bien.	— nó tử tế.
— — fâché.	— nó giận.

Combien y a-t-il de sapèques dans une pièce de dix cents ?	Một cắt đổi được mấy đồng tiền đồng ?
Il y en a cinquante.	Được năm mươi đồng.
Deux cents, (sous).	Hai chiêm.

Depuis quand est-il ici ?	Nó ở đây đã bao giờ ?
Depuis trois jours.	Đã ba ngày rày.

A quoi cela est-il bon ?	Cái nầy có ích về việc gì ?
Cela n'est bon à rien.	Chẳng ích gì hết.

De quel pays êtes-vous ?	Anh là người xứ nào ?
Je suis de Cholon.	Tôi là người Chợ-lớn.
Cet homme est-il de Vĩnh-long ?	Người nầy phải người Vĩnh-long không ?
Il en est.	Phải đó.

Theo phép lịch sự, ta nói cùng kẻ nhỏ hơn, thì dùng những tiếng đáng cho trẻ con trẻ em ta nó xưng hô cùng kẻ ấy. Như : *cô, chú, thiềm, cậu, dì, dượng* v v. Có khi nói luôn như vậy : *Cậu bấy trẻ, cô bấy trẻ, chú em, cô em, cậu em* v v. Phansa lại dùng **Monsieur** mà kêu đờn ông con trai ; **Madame**, kêu đờn bà ; **Mademoiselle**, kêu con gái. Nói cùng quan chức, thì thêm tước phẩm. Như : **Monsieur l'Administrateur**, *quan Tham biện (quan bò)* ; **Monsieur le Juge**, *quan án*, v. v.

Un vieillard.	Ông già, ông lão.
Une vieille femme.	Bà già, bà lão, lão bà.
Un vieux.	Lão già, người già.
Une vieille.	Mụ —, bà —.
Ce vieux est bien méchant.	Lão (già) nầy dữ quá.

Ce vieux est mauvais.	Thằng cha già nầy xấu quá.
Ayez pitié de ce vieux mendiant, donnez-lui quelques sous.	Tội nghiệp ông già ăn mày nầy, lấy cho ông vài đồng.
On doit respecter les vieillards.	Phải kính kẻ già cả tuổi tác.

EXERCICE.

1. Combien de leçons avez-vous eues? — 2. Nous en avons eu vingt-cinq. — 3. Gia-long était-il aussi grand que Lê-lợi? — 4. Oui, Monsieur, il était aussi grand. — 5. Y a-t-il des oiseaux sur les arbres de votre jardin? — 6. Oui, il y en a beaucoup. — 7. Soyez bons et aimables. — 8. Ayons de la patience. — 9. Étiez-vous bien portant, quand vous étiez à la campagne avec monsieur votre père? — 10. J'étais toujours bien portant. — 11. Ce vieux a l'air d'un médecin. — 12. Il n'a pas l'air content. — 13. Qu'est-ce qu'il a? — 14. Il a l'air malade. — 15. Combien de cents y a-t-il dans une piastre? — 16. Il y en a cent. — 17. Depuis quand votre frère est-il de retour de Sadec? — 18. Depuis une semaine.

BÀI TẬP.

1. Bây học được mấy bài rồi? — 2. Được hai mươi lăm bài. — 3. Đức Gia-long được cao cả bằng vua Lê-lợi không? — 4. Cũng bằng. — 5. Cây trong vườn anh có chim không? — 6. Có nhiều. — 7. Phải ăn ở tử tế và cho dễ thương. — 8. Phải có lòng nhịn nhục. — 9. Khi cậu ở ngoài rẩy với ông già cậu, thì cậu được mạnh mẽ không? — 10. Tôi được mạnh mẽ luôn. — 11. Lão đó coi giòng hình là thầy thuốc. — 12. Lão coi bộ không bằng lòng. — 13. Lão làm sao? — 14. Lão coi bộ đau. — 15. Một đồng bạc đổi được mấy chiêm? — 16. Một trăm. — 17. Anh anh ở Sa-déc về bao giờ? — 18. Đã một tuần nay.

VINGT-SEPTIÈME LEÇON

BÀI THỨ HAI MƯƠI BẢY.

Mode subjonctif.

Présent.		Parfait.		
Que j'	*aie.*	Que j'	*aie*	*eu.*
Que tu	*aies.*	Que tu	*aies*	*eu.*
Qu'il	*ait.*	Qu'il	*ait*	*eu.*
Que nous	*ayons.*	Que nous	*ayons*	*eu.*
Que vous	*ayez.*	Que vous	*ayez*	*eu.*
Qu'ils	*aient.*	Qu'ils	*aient*	*eu.*

Présent.		Parfait:		
Que je	*sois.*	Que j'	*aie*	*été.*
Que tu	*sois.*	Que tu	*aies*	*été.*
Qu'il	*soit.*	Qu'il	*ait*	*été.*
Que nous	*soyons.*	Que nous	*ayons*	*été.*
Que vous	*soyez.*	Que vous	*ayez*	*été.*
Qu'ils	*soient.*	Qu'ils	*aient*	*été.*

4º *Cách ước ao, nghi ngại* (subjonctif), nói về việc kia vưóng theo với việc nọ. Như:

Il est nécessaire qu'on **ait** de l'argent.	Người ta cần phải cho có (tiền) bạc.
Il n'est pas certain que vous **ayez** raison.	Chưa chắc anh *là* phải.
Je suis fâché qu'il **soit** malade.	Tôi phiền vì nó đau.
Je suis charmé que vous **soyez** ici.	Tôi lấy làm vui vì anh có ở đây.
Je suis bien aise qu'il **ait eu** son argent.	Tôi lấy làm khoái vì nó *đã được* bạc của nó.

Que vous êtes bon !	Anh tử tế *quá chừng* !
Que de bonté vous avez pour moi !	Anh có lòng tốt với tôi *là chừng nào* !
Qu'il est sot !	Nó dại dột là *chừng nào* !
— — fou !	Nó điên khùng *là dường nào* !
Que cette femme est belle !	Người đàn bà nầy xinh tốt là *chừng nào* !
Que d'obligations je vous ai !	Tôi mang ơn anh *biết là bao nhiêu* !
Que de monde !	Thiên hạ đông *hung* !
Que vous êtes heureux !	Anh có phước *hung* !

Qu'y a-t-il de plus grand ?	Có chi lớn hơn nữa *đâu* ?
Est-il rien de plus beau ?	Chẳng chi xinh hơn nữa ?
Y a-t-il rien de plus cruel ?	Chẳng chi dữ tợn hơn nữa ?

Combien sa maison a-t-elle **de haut** ?	Nhà nó *bao cao* ?
Elle a six mètres **de haut**, douze mètres **de large**.	Sáu thước *cao*, mười hai thước *rộng*.
Cette table a un mètre cinquante **de long**.	Cái tợ nầy được một thước năm (tất) *dài*.
Ce puits a vingt mètres **de profondeur**.	Cái giếng nầy có hai mươi thước *sâu*.
La hauteur.	Bề cao.
— largeur.	— rộng, ngang.
— longueur.	— dài, trường, dọc.
L'épaisseur.	— dày.
De quelle taille ce Tonkinois est-il ?	Người Đông kinh nầy vóc dạc thể nào ?
Il a un mètre cinquante.	Cao một thước năm.
Un kilo**mètre**.	Một ngàn *thước*.

EXERCICE.

1. Que tu es méchant, mon enfant ! — 2. Que cette femme est sotte ! — 3. Qu'elle est folle ! — 4. Que d'obligations je vous ai, Monsieur ! — 5. Combien votre maison a-t-elle

de haut? — 6. Sept mètres cinquante. — 7. Combien cette route a-t-elle de longueur? — 8. Trois kilomètres. — 9. De quelle taille votre frère est-il? — 10. Il a un mètre quarante.

BÀI TẬP.

1. Con hung quá chừng! — 2. Người đàn bà nầy dại dột là chừng nào! — 3. Nó điên khùng là dường nào! — 4. Thưa ông, tôi mang ơn ông lắm! — 5. Nhà anh bao cao? — 6. Bảy thước năm. — 7. Cái đường nầy bao dai? — 8. Ba ngàn thước. — 9. Anh anh bao cao? — 10. Một thước tư.

VINGT-HUITIÈME LEÇON
BÀI THỨ HAI MƯƠI TÁM.

Imparfait.		Plus-que-parfait.		
Que j'	eusse.	Que j'	eusse	eu.
Que tu	eusses.	Que tu	eusses	eu.
Qu'il	eût.	Qu'il	eût	eu.
Que nous	eussions.	Que nous	eussions	eu.
Que vous	eussiez.	Que vous	eussiez	eu.
Qu'ils	eussent.	Qu'ils	eussent	eu.

Imparfait.		Plus-que-parfait.		
Que je	fusse.	Que j'	eusse	été.
Que tu	fusses.	Que tu	eusses	été.
Qu'il	fût.	Qu'il	eût	été.
Que nous	fussions.	Que nous	eussions	été.
Que vous	fussiez.	Que vous	eussiez	été.
Qu'ils	fussent.	Qu'ils	eussent	été.

Tiếng ta khi muốn phân biệt lúc nào làm việc ta nói đó, thì thêm những tiếng : *đương, hầu, sẽ, đã, rồi, khi ấy, lúc đó* v. v. Tiếng Phansa thì tại nơi vắn sau cái lời nói.

Đen đen, trắng trắng, nhỏ nhỏ, to to, thì là *vừa vừa; vô ích, vô tình, bất nhơn, bất ngãi,* thì là *không có; ra tay, ra sức, ra công, ra chuyện,* thì là *bày việc.* Thêm một tiếng thì làm nên một nghĩa khác. Tiếng Phansa cũng thể ấy, nên có rõ vậy, thì mới học ít biết nhiều được. Thí dụ :

— 73 —

Verbes, Participes,				Noms, Adjectifs, Adverbes.
	pose			poseur, posage, position, posément.
	pos	er,	ant,	é, positif, positivement.
ap	pos	er,	ant,	é, apposition.
ré ap	pos	er,	ant,	é, réapposition.
com	pos	er,	ant,	é, composition, compositeur, composite, composteur, compote, compotier, compost.
dé com	pos	er,	ant,	é, décomposition, décomposable, indécomposable.
re com	pos	er,	ant,	é, recomposition.
dé	pos	er,	ant,	é, dépôt, déposant, dépositaire, déposition.
dis	pos	er,	ant,	é, disposition, dispositif, dispos.
in dis	pos	er,	ant,	é, indisposition.
pré dis	pos	er,	ant,.	é, prédisposition.
entre	pos	er,	ant,	é, entrepôt, entreposeur.
ex	pos	er,	ant,	é, exposition, exposant.
im	pos	er,	ant,	é, impôt, imposition, imposable.
ré im	pos	er,	ant,	é, réimposition.
inter	pos	er,	ant,	é, interposition.
juxta	pos	er,	ant,	é, juxtaposition.
pré	pos	er,	ant,	é, préposé, préposition, prépositit.
pro	pos	er,	ant,	é, proposition, proposable, propos.
re	pos	er,	ant,	é, repos, reposoir.
sup	pos	er,	ant,	é, supposition, supposable, suppôt.
pré sup	pos	er,	ant,	é, présupposition.
super	pos	er,	ant,	é, superposition.
trans	pos	er,	ant,	é, transposition, transpositeur.
dé trans	pos	er,	ant,	·é, détransposition.

Juste,	công bình.		Injuste,	không công bình.
Utile,	có ích.		Inutile,	vô ích.
Fini,	cùng.		Infini,	vô cùng.

Parler,	nói.		.Parleur,	kẻ hay nói.
Voler,	ăn trộm.		Voleur,	thằng ăn trộm.
Professer,	dạy.		Professeur,	thầy dạy.

École,	trường học.		Écolier;	học trò.
Poisson,	cá.		Poissonnier,	người bán cá.
Porte,	cửa.		Portier,	người coi cửa.

Noir,	đen.	Noirâtre,	đen đen.
Rouge,	đỏ.	Rougeâtre,	đỏ đỏ.
Doux, douce,	ngọt, dịu.	Douceâtre,	ngọt ngọt.
Maison,	nhà.	Maisonnette,	nhà nhỏ.
Fille,	con gái.	Fillette,	con gái nhỏ.
Planche,	ván.	Planchette,	ván nhỏ.
Bon,	tốt.	Bonté,	lòng tốt.
Humain,	có nhơn.	Humanité,	lòng có nhơn.
Cruel,	dữ.	Cruauté,	lòng dữ.

EXERCICE.

1. Cet homme est-il juste? — 2. Non, il est injuste. — 3. C'est un voleur. — 4. Votre professeur est-il bon? — 5. Oui, Monsieur, il est bien bon. — 6. A-t-il beaucoup d'élèves? — 7. Non, Monsieur, il n'a que quelques écoliers. — 8. Ce portier et ce poissonnier sont-ils méchants? — 9. Ils sont très pauvres et très méchants. — 10. Votre sœur a-t-elle des robes noires? — 11. Elle n'en a pas de noires, mais de rougeâtres et de bleuâtres. — 12. Cette fillette, qu'est-ce qu'elle a? — 13. Elle a une tablette en bois jaunâtre. — 14. Que de bonté vous avez pour moi, Monsieur!

BÀI TẬP.

1. Người nầy công bình không? — 2. Không, nó không công bình. — 3. Nó là ăn trộm. — 4. Người thầy dạy bây đó tử tế không? — 5. Thưa, ông tử tế lắm. — 6. Ông có nhiều học trò không? — 7. Ông có vài đứa học trò nhỏ mà thôi. — 8. Người coi cửa nầy với người bán cá nầy dữ không? — 9. Hai người đó nghèo lắm và dữ lắm. — 10. Em gái mầy có áo đen không? — 11. Nó không có thứ đen, mà có thứ đỏ đỏ và thứ xanh xanh. — 12. Con nhỏ nầy có giống gì? — 13. Nó có một cái tợ nhỏ bằng cây vàng vàng. — 14. Ông ở tử tế với tôi quá chừng!

VINGT-NEUVIÈME LEÇON

BÀI THỨ HAI MƯƠI CHÍN.

Mode infinitif.

Présent.	Parfait.
Avoir.	Avoir eu.

Présent.	Parfait.
Être.	Avoir été.

5º *Cách chỉ trồng* (infinitif), không chỉ việc ai làm theo lời nói đó.

Avoir peur.	Sợ, e.
— honte.	Mắt cỡ, hổ ngươi.
— tort.	Có lỗi, quấy.
— raison.	Phải, có lý.
— envie.	Muốn, có ý muốn.
Avez-vous peur **de** parler ?	Anh sợ không dám nói sao ?
J'ai honte **de** parler.	Tôi mắc cỡ không dám nói.
J'ai envie **de** dormir.	Tôi buồn ngủ.
Mon cher ami, ai-je raison d'acheter encore un cheval ?	Bậu ơi, qua nên mua một con ngựa nữa chăng ?
Tu n'as pas tort **d'**en acheter encore un.	Bậu mua một con nữa chẳng quấy gì.

Avez-vous **les moyens d'**acheter ce cheval ?	Anh có *của mà* mua con ngựa nấy không ?
J'en ai les moyens.	Có. (Tôi có của mà mua).
Je n'en ai pas les moyens.	Không có.
Le courage.	Gan, gan dạ.
— cœur.	Lòng, dạ, tim, tâm.
— temps.	Thì, thời, giờ.

Avez-vous envie d'envoyer ce livre à mon frère ?	Anh có ý muốn gởi cuốn sách nầy cho anh tôi chăng ?
J'ai envie de **le lui** envoyer.	Tôi có ý muốn gởi.

Singulier, (số một).			Pluriel, (số nhiều).		
Me	moi	à moi.	Nous	nous	à nous.
Te	toi	à toi.	Vous	vous	à vous.
Le	lui.		Les	{ eux.	
La	elle.			{ elles.	
Lui	{ à lui.		Leur	{ à eux.	
	{ à elle.			{ à elles.	

Me, te, nous, vous, đặt trước cái lời nói, hoặc thế cho *moi, toi, nous, vous,* hoặc thế cho *à moi, à toi, à nous, à vous* tại theo nghĩa nó.

Singulier.			Pluriel.
Me le	*m'en*		*me les.*
Te le	*t'en*		*te les.*
Le lui	*lui en*		**les lui.**
Nous le	*nous en*		*nous les.*
Vous le	*vous en*		*vous les.*
Le leur	*leur en*		**les leur.**

Ce Cholon**ais** a-t-il envie de **me** donner de l'argent ?	Người Chợ-lớn nầy có ý muốn *cho tôi* bạc không ?
Il a envie de **vous en** donner.	Nó có ý muốn *cho anh.*

EXERCICE.

1. Votre frère a-t-il peur de parler ? — 2. Il n'a pas peur, mais il a honte. — 3. Ai-je tort d'acheter cette maison ? — 4. Non, vous n'avez pas tort de l'acheter. — 5. Votre cousin a-t-il envie d'apprendre le français ? — 6. Oui, il a envie d'apprendre le français et le chinois. — 7. A-t-il le temps d'aller à l'école ? — 8. Oui, mais il n'a pas le courage d'y aller. — 9. A-t-il envie d'envoyer ses livres chinois à mon frère ? — 10. Oui, il a envie de les lui envoyer.

BÀI TẬP.

1. Em anh nói ra thì sợ sao ? — 2. Nó không sợ, mà nó

mắc cở. — 3. Tôi mua cái nhà nầy thì quấy hay là phải ? — 4. Không, anh mua đó không quấy chi. — 5. Người anh em cô cậu với anh đó có muốn học tiếng Phansa không ? — 6. Nó muốn học tiếng Phansa và tiếng Tàu. — 7. Nó có giờ mà đi nhà trường không ? — 8. Có, mà nó không có gan mà đi đó. — 9. Nó có ý muốn gởi những sách chữ tàu của nó cho anh tôi không ? — 10. Nó có ý muốn gởi.

TRENTIÈME LEÇON
BÀI THỨ BA MƯƠI.

Mode participe.

Présent.	Parfait.
Ayant.	Ayant eu.

Présent.	Parfait.
Étant.	Ayant été.

6° *Cách hiệp lại* (participe) chỉ đương có việc kia với việc nọ, hay là chịu lấy việc ấy.

Étant riche, il a beaucoup d'amis.	*Đương* giàu, nó có bạn hữu nhiều.
N'ayant pas le sou, j'ai autant d'amis que lui.	Không *có* một đồng, tôi cũng có bạn hữu nhiều bằng nó vậy.
Cette femme est-elle **prête** à sortir ?	Người đàn bà nầy (mặc đồ) *sẵn rồi mà* đi ra chưa ?
Elle est prête.	Sẵn rồi.
Elle a un sujet de tristesse.	Nó có một chuyện buồn rầu.
Y a-t-il longtemps que vous êtes en Cochinchine ?	Cậu ở Nam-kỳ đã lâu chăng ?
Il y a trois ans que je suis à Saigon.	Tôi ở Sàigòn đã ba năm nay.

Avoir la fièvre. | *Rét, nóng lạnh*
Quelquefois on a **peine à** supporter la honte. | Một đôi khi cũng khó chịu nhục được.
J'ai un grand tort **à vos yeux**. | Theo ý anh tưởng thì tôi lỗi hung.
L'homme entièrement seul est celui qui n'a point d'ami. | Người độc một là kẻ chẳng có bạn hữu.
J'ai du plaisir à vous voir. | Tôi gặp anh, tôi lấy làm mừng.

J'ai de la peine à partir. | Tôi đi tôi lấy làm phiền (1).
J'ai des lettres à écrire. | Tôi mắc viết ít cái thơ.
Avoir à parler à quelqu'un. | Mắc nói chuyện với ai đó.
Avoir à faire une visite. | Mắc đi thăm một người.

Elle a pour elle sa beauté. | Nó được phần lịch sự.
Ils ont pour eux la justice. | Chúng nó được phần công bình.

Avez-vous peur de **tomber**? | Anh sợ *té* hay sao?
Ce Saigon**ais** est certain de **réussir**. | Người Sàigòn nầy chắc được.
Il a les jambes trop courtes pour **pouvoir** bien **courir**. | Nó chơn văn quá nên chẳng *chạy được* giỏi.

Vivre libre et peu **tenir** aux choses humaines est le meilleur moyen d'**apprendre** à mourir. | *Ăn ở* thong thả và ít *câu cố* việc người đời thì là thế hay hơn hết được *biết rõ* mà chết.
Être juste ou **être** vertueux ne sont qu'une même chose. | *Ăn ở* công bình hay là *có* lòng nhơn đức thì cũng là một.
Bien **dire** et bien **penser** ne sont rien sans bien **faire**. | *Nói* hay và *suy* hay mà *làm* không hay thì chẳng ra chi.

---

(1). Cực chẳng đã tôi phải đi. Bất đắc dĩ, tôi mới đi.

Hết thảy lời nói (verbes) tiếng Phansa đều sắp làm bốn *vận* (conjugaisons).

1º	er	như	*aim*er,	*parl*er.
2º	ir	—	*fin*ir,	*part*ir.
3º	oir	—	*recev*oir,	*apercev*oir.
4º	re	—	*rend*re,	*ri*re.

J'ai envie d'*apporter* ce livre | Tôi có ý muốn đem cuốn sách
à mon frère à la campagne. | nầy cho anh tôi ở ngoài rẫy.

Có ba cách làm trọn ý cái lời nói tiếng Phansa :
1º *Tiếng làm trọn ý xuôi liền* (complément direct). Như: *apporter* ce livre.
2º *Tiếng làm trọn ý cách trở* (complément indirect). Như: *apporter* à mon frère.
3º *Tiếng làm trọn ý theo thì thể* (complément circonstanciel). Như: *apporter* à la campagne.

EXERCICE.

1. Votre sœur est-elle prête à sortir ? — 2. Oui, Mademoiselle, elle est prête. — 3. Y a-t-il longtemps que M. votre père est à Saigon ? — 4. Il n'y a que quelques mois qu'il y est. — 5. Vous avez l'air malade. Qu'est-ce que vous avez ? — 6. J'ai la fièvre. — 7. M. votre frère est-il chez lui ? — 8. Oui, Monsieur, il y est. Seulement il a à parler à un Monsieur. — 9. Qu'est-ce que vous aurez à faire ce soir ? — 10. J'aurai à faire une visite.

BÀI TẬP.

1. Chị cậu đã mặc đồ sẵn mà đi ra chưa ? — 2. Thưa cô, đã mặc rồi. — 3. Ông già cậu ở Sàigòn đã lâu chăng ? — 4. Ở đó mới được vài tháng. — 5. Coi bộ cậu đau. Đau chi vậy ? — 6. Tôi rét. — 7. Cậu anh cậu có ở nhà không ? — 8. Có ở nhà. Mà đều mắc nói chuyện với một ông kia. — 9. Chiều nay cậu mắc làm giồng gì ? — 10. Tôi phải đi thăm một người.

Revision

Conjugaison du verbe auxiliaire **avoir**.

Mode indicatif.

Présent	*Parfait indéfini*
J' ai.	J' ai eu.
Tu as.	Tu as eu.
Il a.	Il a eu.
Nous avons.	Nous avons eu.
Vous avez.	Vous avez eu.
Ils ont.	Ils ont eu.

Imparfait	*Plus-que-parfait*
J' avais.	J' avais eu.
Tu avais.	Tu avais eu.
Il avait.	Il avait eu.
Nous avions.	Nous avions eu.
Vous aviez.	Vous aviez eu.
Ils avaient.	Ils avaient eu.

Parfait défini	*Parfait antérieur*
J' eus.	J' eus eu.
Tu eus.	Tu eus eu.
Il eut.	Il eut eu.
Nous eûmes.	Nous eûmes eu.
Vous eûtes.	Vous eûtes eu.
Ils eurent.	Ils eurent eu.

Futur	*Futur antérieur*
J' aurai.	J' aurai eu.
Tu auras.	Tu auras eu.
Il aura.	Il aura eu.
Nous aurons.	Nous aurons eu.
Vous aurez.	Vous aurez eu.
Ils auront.	Ils auront eu.

Mode conditionnel.

Présent	*Parfait*
J' aurais.	J' aurais eu.
Tu aurais.	Tu aurais eu.
Il aurait.	Il aurait eu.
Nous aurions.	Nous aurions eu.
Vous auriez.	Vous auriez eu.
Ils auraient.	Ils auraient eu(1).

Mode subjonctif.

Présent	*Parfait*
Que j' aie.	Que j' aie eu.
Que tu aies.	Que tu aies eu.
Qu'il ait.	Qu'il ait eu.
Que nous ayons.	Que nous ayons eu.
Que vous ayez.	Que vous ayez eu.
Qu'ils aient.	Qu'ils aient eu.

Imparfait	*Plus-que-parfait*
Que j' eusse.	Que j' eusse eu.
Que tu eusses.	Que tu eusses eu.
Qu'il eût.	Qu'il eût eu.
Que nous cussions.	Que nous cussions eu.
Que vous eussiez.	Que vous eussiez eu.
Qu'ils eussent.	Qu'ils eussent eu.

Mode impératif.

Présent	*Futur antérieur*
Aie.	Aie eu.
Ayons.	Ayons eu.
Ayez.	Ayez eu.

Mode infinitif.

Présent, avoir.   *Parfait*, avoir eu.

Mode participe.

Présent, ayant.   *Parfait*, ayant eu.

(1). Cũng nói : J'eusse eu, tu eusses eu, il eût eu, nous eussions eu, vous eussiez eu, ils eussent eu.

Conjugaison du verbe auxiliaire être.

Mode indicatif.

Présent	*Parfait indéfini*
Je suis.	J' ai été.
Tu es.	Tu as été.
Il est.	Il a été.
Nous sommes.	Nous avons été.
Vous êtes.	Vous avez été.
Ils sont.	Ils ont été.

Imparfait	*Plus-que-parfait*
J' étais.	J' avais été.
Tu étais.	Tu avais été.
Il était.	Il avait été.
Nous étions.	Nous avions été.
Vous étiez.	Vous aviez été.
Ils étaient.	Ils avaient été.

Parfait défini	*Parfait antérieur*
Je fus.	J' eus été.
Tu fus.	Tu eus été.
Il fut.	Il eut été.
Nous fûmes.	Nous eûmes été.
Vous fûtes.	Vous eûtes été.
Ils furent.	Ils eurent été.

Futur	*Futur antérieur*
Je serai.	J' aurai été.
Tu seras.	Tu auras été.
Il sera.	Il aura été.
Nous serons.	Nous aurons été.
Vous serez.	Vous aurez été.
Ils seront.	Ils auront été.

Mode conditionnel.

Présent	*Parfait*
Je serais.	J' aurais été.
Tu serais.	Tu aurais été.
Il serait.	Il aurait été.
Nous serions.	Nous aurions été.
Vous seriez.	Vous auriez été.
Ils seraient.	Ils auraient été(1).

Mode subjonctif.

Présent	*Parfait*
Que je sois.	Que j' aie été.
Que tu sois.	Que tu aies été.
Qu'il soit.	Qu'il ait été.
Que nous soyons.	Que nous ayons été.
Que vous soyez.	Que vous ayez été.
Qu'ils soient.	Qu'ils aient été.

Imparfait	*Plus-que-parfait*
Que je fusse.	Que j' eusse été.
Que tu fusses.	Que tu eusses été.
Qu'il fût.	Qu'il eût été.
Que nous fussions.	Que nous eussions été.
Que vous fussiez.	Que vous eussiez été.
Qu'ils fussent.	Qu'ils eussent été.

Mode impératif.

Présent.	*Futur antérieur*
Sois.	Aie été.
Soyons.	Ayons été.
Soyez.	Ayez été.

Mode infinitif.

Présent, être. *Parfait*, avoir été.

Mode participe.

Présent, ayant. *Parfait*, ayant été.

---

(1). Cũng nói : J'eusse été, tu eusses été, il eût été, nous eussions été, vous eussiez été, ils eussent été.

Forme interrogative.

Ai-je ?	Ai-je eu ?
As-tu ?	As-tu eu ?
A-t-il ?	A-t-il eu ?
Avons-nous ?	Avons-nous eu ?
Avez-vous ?	Avez-vous eu ?
Ont-ils ?	Ont-ils eu ?

Forme négative

Je n'ai pas.	Je n'ai pas eu.
Tu n'as pas.	Tu n'as pas eu.
Il n'a pas.	Il n'a pas eu.
Nous n'avons pas.	Nous n'avons pas eu.
Vous n'avez pas.	Vous n'avez pas eu.
Ils n'ont pas.	Ils n'ont pas eu.

Forme interrogative et négative.

N'ai-je pas ?	N'ai-je pas eu ?
N'as-tu pas ?	N'as-tu pas eu ?
N'a-t-il pas ?	N'a-t-il pas eu ?
N'avons-nous pas ?	N'avons-nous pas eu ?
N'avez-vous pas ?	N'avez-vous pas eu ?
N'ont-ils pas ?	N'ont-ils pas eu ?

Tới đây phải dặn một chút : Thầy dạy nhiều học trò, phải đặt thêm câu tập nữa. Vậy phải cứ theo những câu ta ra kiểu trong bài đó, rồi đổi tên người tên vật mà làm ra chẳng biết bao nhiêu câu nữa mà kể, tại theo lúc mình cần dùng ậy thôi.

Artistes, savants.
thợ thầy, người thông thái.

Un acteur,	bạn hát.	Un géomètre,	kẻ giỏi phép đo.
— chanteur,	người hát.	— grammairien,	kẻ đặt văn pháp.
— chirurgien,	thầy ngoại khoa.	— graveur,	thợ chạm.
— dentiste,	thầy thuốc răng.	— historien,	kẻ làm sử.
— dessinateur,	thợ vẽ.	— imprimeur,	thợ in.
— docteur,	tấn sĩ, danh sư.	— littérateur,	người văn vật.
— écolier,	học trò.	— maître d'é-criture,	thầy dạy viết.
— élève,	học trò, học sanh.	— maître d'école,	giáo tập.
— étudiant,	nhiêu học, —	— mécanicien,	người coi máy.
— géographe.	kẻ thông địa dư.	—médecin,	thầy thuốc.

Un musicien,	nhạc công.	Un philosophe,	quân tử, cách vật.
— navigateur,	người đi biển.	— poète,	thi nhơn.
— orateur,	kẻ khoa ngôn ngữ.	— professeur,	ông thầy.
— peintre,	thợ vẽ, sơn thếp.	— sculpteur,	thợ chạm trổ.
— pharmacien,	người chế thuốc.	— traducteur,	người dịch chữ.

Artisans, commerçants.
người làm thợ, kẻ bán buôn.

Un armurier,	thợ rèn binh trượng.	Une couturière,	thợ may.
		Un couvreur,	thợ lợp nhà.
— aubergiste,	người bán quán.	— distillateur,	người đặt rượu.
— banquier,	chủ hàng bạc.	— doreur,	thợ thếp vàng.
— barbier,	thợ cạo râu.	— droguiste,	kẻ bán vị thuốc.
— batelier,	bạn đi ghe.	— entrepreneur,	kẻ lãnh việc.
— bijoutier,	thợ làm đồ đeo.	— faïencier,	thợ lò gốm.
— joaillier,	kẻ làm đồ đeo.	— ferblantier,	thợ thiếc.
— blanchisseur,	thợ giặt đồ trắng.	— fileur,	người kéo chỉ.
— bonnetier,	thợ làm mão, mũ.	— fondeur,	thợ đúc.
— boucher,	người lò thịt.	— forgeron,	thợ rèn.
— boulanger,	thợ làm bánh mì.	— fourreur,	kẻ bán áo cầu.
— briquetier,	thợ hầm gạch.	— fruitier,	kẻ bán trái cây.
— brodeur,	thợ thêu.	— gantier,	thợ làm bao tay.
— carrossier,	thợ đóng xe lớn.	— grainier,	kẻ bán lẻ hột giống.
— chandelier,	thợ dội đèn mỡ.	— horloger,	thợ đồng hồ.
— changeur,	người đổi bạc.	— hôte,	chủ quán.
— chapelier,	thợ làm nón.	— jardinier,	người làm vườn.
— charbonnier,	thợ hầm than.	— libraire,	người bán sách vở.
— charcutier,	người lò heo.	— maçon,	thợ vôi.
— charpentier,	thợ làm rường nhà, làm giao nguyên.	— manufacturier,	người có sở lò.
		— maquignon,	kẻ buôn bán ngựa.
— charretier,	người đánh xe.	— marchand,	người buôn bán.
— charron,	thợ đóng xe nặng.	— marchand en détail,	người buôn bán lẻ.
— chaudronnier,	thợ đúc nồi.		
— ciseleur,	thợ chạm đồ đồng.	— marchand en gros,	người buôn bán sỉ.
— coiffeur,	thợ cài đầu.		
— colporteur,	người hàng gói.	— marchand de tabac,	người bán thuốc hút.
— compositeur,	người đặt bài nhạc, người sắp chữ in.		
		— marchand de vin,	người bán rượu.
— confiseur,	thợ làm mứt.		
— cordier,	thợ đánh dây.	— maréchal ferrant,	thợ đóng móng ngựa.
— cordonnier,	thợ đóng giày.		
— corroyeur,	thợ thuộc da.	— menuisier,	thợ nội tàm.
— coutelier,	thợ làm dao rựa.	— meunier,	người làm lò lột.

Un miroitier,	kẻ làm kiến soi.	Un sellier,	thợ đóng yên.
— orfèvre,	thợ làm đồ vàng.	— serrurier,	thợ làm khóa.
— ouvrier,	người làm công.	— tailleur,	thợ cắt áo.
— parfumeur,	kẻ bán dầu thơm.	— tailleur de pierre,	thợ đục đá.
— papetier,	người làm lò giấy.		
— paveur,	thợ lót gạch.	— tanneur,	thợ thuộc da.
— pêcheur.	người đánh cá.	— tapissier,	kẻ bán đồ trần thiết.
— poissonnier,	người bán cá.	— teinturier,	thợ nhuộm.
— portefaix,	người gánh mướn.	— tisserand,	thợ dệt.
— quincaillier,	người bán đồ đồng.	— tonnelier,	thợ đóng thùng.
— relieur,	thợ đóng sách.	— tourneur,	thợ tiện.
— restaurateur,	chủ quán dọn ăn.	— vannier,	thợ dương dát.
— savetier,	thợ vá giày.	— vernisseur,	thợ làm sơn.
— scieur,	thợ cưa.	— vitrier,	thợ làm kiến cửa.

ANIMAUX
cầm thú.
Quadrupèdes sauvages
thú rừng.

Un buffle,	con trâu.	Un loup,	con chó sói.
Un cerf,	con nai.	Une louve,	con chó sói cái.
Une biche,	— — cái.	Un louveteau,	còn chó sói con.
Un faon,	— — con.	Une loutre,	con rái.
Une chauve-souris,	con dơi.	Un ours,	con gấu.
		Une ourse,	con gấu cái.
Un chevreuil,	con hươu.	Un ourson,	con gấu con.
Une chevrette,	— — cái.	Une panthère,	con hùm gầm.
Un crocodile,	con sấu.	Un porc-épic,	con nhiếm to.
Un daim,	con mang.	Un rat,	con chuột cống.
Une daine,	— — cái.	Un renard,	con chồn cáo.
Un écureuil,	con sóc.	Un renardeau,	con chồn cáo con.
Une fouine,	con chồn.	Un rhinocéros,	con tây.
Un hérisson,	con nhiếm.	Un sanglier,	con heo rừng.
Un hippopotame,	con trâu nước.	Une laie,	con heo rừng cái.
Un lapin,	con thỏ nhà.	Un marcassin,	con heo rừng con.
Un lapereau,	— — con.	Un singe,	con khỉ.
Un léopard,	con beo.	Une guenon,	con khỉ cái.
Un lièvre,	con thỏ rừng.	Une souris,	con chuột lắc.
Une hase,	con thỏ cái.	Une taupe,	con chuột nhủi.
Un levraut,	con thỏ con.	Un tigre,	con cọp.
Un lion,	con sư tử.	Une tigresse,	con cọp cái.
Une lionne,	con sư tử cái.	Une tortue,	con rùa, qui.
Un lionceau,	con sư tử con.		

Quadrupèdes domestiques.
Thú nhà.

Un âne,	con lừa.	*Une cavale,*	con ngựa cái.
Une ânesse,	con lừa cái.	*Un poulin,*	con ngựa dực con.
Un ânon,	con lừa con.	*Une pouliche,*	con ngựa cái con.
Un bélier,	con chiên dực.	Un mulet,	con la dực.
Une brebis,	con chiên cái.	*Une mule,*	con la cái.
Un agneau,	con chiên con.	Un taureau,	con bò dực.
Un mouton,	con chiên thịt.	*Une vache,*	con bò cái.
Un bouc,	con dê xồm.	*Un veau,*	con bò dực con.
Une chèvre,	con dê cái.	*Une génisse,*	con bò cái con.
Un chevreau,	con dê con.	*Un bœuf,*	con bò thịt.
Un chameau,	con lạt dà.	*Un bouvillon,*	con bò thịt to.
Un chat,	con mèo dực.	Un verrat,	con heo dực.
Une chatte,	con mèo cái.	*Une truie,*	con heo cái.
Un chaton,	con mèo con.	*Une coche,*	con heo cái.
Un chien,	con chó dực.	*Un cochon,*	con heo dực.
Une chienne,	con chó cái.	Un porc,	con heo thịt.
Un cheval,	con ngựa dực.	Un pourceau,	con heo con.
Une jument,	con ngựa cái.	Un cochon de lait,	con heo còn bú.

Oiseaux sauvages.
Chim rừng.

Un aigle,	chim phụng hoàng.	Un faisan,	con trĩ.
Un aiglon,	chim phụng hoàng con.	*Un faisandeau,*	con trĩ con.
		Un geai,	con cưởng.
Une aigrette,	con cò ngà.	Une grive,	chim sẽ sẽ dống.
Une alouette,	chim chà chiện.	Une grue,	con séo.
Un autour,	con ó.	Un héron,	con diệc.
Une bécasse,	chim mỏ nhác lớn.	Un hibou,	chim cú.
Une bécassine,	chim mỏ nhác nhỏ.	Une hirondelle,	con én.
Une caille,	con (chim) cúc.	Un merle,	con sáo.
Un cailleteau,	con chim cúc con.	Un milan,	con diều.
Un chat-huant,	chim mèo.	Un moineau,	chim sẽ sẽ.
Une chouette,	chim ụt.	*Un passereau,*	chim sẽ sẽ.
Une cigogne,	con cò lớn.	Un pélican,	con bò nông.
Un corbeau,	con quạ.	Une perdrix,	con da da.
Un cormoran,	chim chàng bè.	*Un perdreau,*	con da da con.
Une corneille,	chim ác là.	Un péroquet,	con két.
Un coucou,	chim tu hú.	*Une perruche,*	con két mái.
Un cygne,	con hạt.	Une pie,	con ác là.
Un épervier,	con diều.	Un pigeon,	con bồ câu.

— 86 —

Un plongeon,	con cồng cộc.	Un tourtereau,	con bồ câu con.
Une sarcelle,	con le le.	Un vautour,	con kên kên.
Une tourterelle,	con bồ câu đất.		

Poissons.
cá.

Poisson de mer,	cá biển.	Une crevette,	con tép.
Poisson d'eau douce,	cá đồng, sông.	Une écrevisse,	con tôm.
		Un homard,	con tôm biển.
Une anguille,	lương, lịch, cá chạch.	Une huître,	con hàu.
		Un marsouin,	cá nược.
Une baleine,	cá voi.	Une raie,	cá đuối.
Un crabe,	cua, còng.	Un requin,	cá mập.

Insectes.
sâu bọ.

Une abeille,	con ong.	Un hanneton,	con rầy.
Une araignée,	con nhện nhện.	Un lézard,	rắn mối.
Une cigale,	con ve.	Un millepieds,	con rit.
Un cloporte,	con bọ.	Une mouche,	con lằn.
Un cousin,	con mòng.	Un moucheron,	con ruồi.
Un crapaud,	con cóc.	Un papillon,	con bướm bướm.
Un escargot,	ốc hương.	Un pou,	con chí.
Une fourmi,	con kiến.	Une puce,	con bồ chét.
Un frelon,	ong lỗ.	Une punaise,	con rệp.
Une grenouille,	ếch, nhái.	Une sauterelle,	con bồ cào.
Un grillon,	con dế.	Un scorpion,	con bồ cạp,
Une guêpe,	ong vò vẽ.	Un ver luisant,	con đom đóm.

Reptiles.
côn trùng.

Une limace,	con bà chằn.	Un serpenteau,	con rắn con.
Un limaçon,	con ốc.	Un ver,	con sâu, dòi.
Une sangsue,	con đỉa.	Un ver à soie,	con tằm.
Un serpent,	con rắn.	Un vermisseau,	con trùn.

FRUITS.
trái trăng.

Fruit à noyau,	trái một hột.	Une datte,	chà là.
Fruit à pépins,	trái nhiều hột.	Une goyave,	ổi.
Un ananas,	trái thơm.	Une grenade,	lựu.
Une banane,	chuối.	Une mandarine,	quít.
Une carambole,	khế.	Une mangue,	xoài.
Un citron,	chanh.	Un mangoustan,	măn cục.
Un coco,	dừa.	Une orange,	cam.

Une pample-mousse,	bưởi.	Une poire,	lê.
		Un raisin,	nho.
Une papaye,	trái dủ dủ.	Un tamarin,	me.
Une pastèque,	dưa hàu.		

FLEURS.
bông hoa.

La balsamine,	bông móng tay.	Le lis,	hoa lan.
La belle de jour,	bông nở ngày.	La marguerite,	bông cúc.
La belle de nuit,	bông phần.	Le nénuphar,	bông sen, súng.
Le coquelicot,	bông mồng gà.	L'œillet,	cẩm nhung.
L'immortelle,	hoa trường sanh.	La passe-rose,	phù dung.
La jalousie,	bông vạn thọ.	La rose,	hoa hường.
Le jasmin,	bông lài.	Le tournesol,	hoa quì.
Le laurier-rose,	bông trước đào.	La tubéreuse,	bông huệ.

LE MÉNAGE
đồ vật trong nhà.

Meubles d'appartements.
đồ vật trong phòng.

Une armoire,	cái tủ.	Un coffre,	cái rương.
Un balai,	cây chổi.	Un coffret,	— — nhỏ.
Le manche,	cái cán.	Un coffre-fort,	— — sắt.
Les balayures,	rát.	Un coussin,	nệm, gối.
Un banc,	ghế ngựa.	Une cruche,	cái hủ.
Une banquette,	ghế dài.	Une cuvette,	cái chậu.
Un bassin,	cái thau.	Un écran,	tấm bình phong.
Un berceau,	cái nôi.	Un écrin,	hộp đựng đồ quí.
Une boîte,	cái hộp.	Un éteignoir,	cái đồ tắt đèn.
Un bougeoir,	cái chơn đèn.	Un fauteuil,	cái ghế tay dựa.
Une bougie,	đèn bạch lạp.	Une fontaine,	mội nước.
Un briquet,	cái đánh đá lửa.	Un robinet,	cái vòi nước.
De l'amadou,	bùi nhùi.	Le filtre,	cái lọc nước.
Des allumettes,	thẻ diêm, cây quẹt.	Une glace,	tấm kiến.
Un bureau,	cái bàn viết.	Un guéridon,	cái tợ xây.
Un cadre,	cái khuôn biển.	Une lampe,	cái đèn.
Une cage,	cái lồng chim.	La mèche,	tim đèn.
Un canapé,	ghế dựa dài.	Une lanterne,	cái lồng đèn.
Une chaise,	cái ghế dựa.	Un lit,	cái giường.
Un chandelier,	cái chơn đèn.	Une paillasse,	tấm nệm rơm.
Une chandelle,	đèn mỡ.	Un matelas,	tấm nệm lông.
Un bout de chandelle,	một đốc đèn.	Un traversin,	cái gối luông.
		Un oreiller,	cái gối dấu.

Les draps,	tấm trải giường.	Le tuyau,	cái ống.
Les couvertures,	mền.	La clef,	cái khoá.
Les rideaux,	màn.	Un portrait,	tấm tượng.
Un lustre,	cái đèn muồng.	Un pot,	cái vò.
Une malle,	cái rương.	Une anse,	cái quai.
Un miroir,	cái kiền nhỏ.	Un rideau,	tấm màn.
Une mousti-	cái mùng.	Un seau,	cái gàu.
quaire,		Un secrétaire,	cái tợ viết.
Un panier,	cái thúng, rổ.	Un soufflet,	cái ống thổi lửa.
Un paravent,	tấm che gió.	Une souricière,	cái bẫy chuột.
Une pelle,	cái vá.	Une table,	cái bàn.
Une pendule,	cái đồng hồ.	Un tableau,	tấm biển.
Le balancier,	trái đồng hồ.	Une tablette,	cái kệ.
Le cadran,	mặt đồng hồ.	Un tabouret,	cái ghế một.
Les aiguilles,	kim đồng hồ.	Un tapis,	tấm khảm.
Des pincettes,	cái kềm.	Une valise,	cái rương xách.
Un poêle,	cái chảo, cái lò.	Un vase,	cái bình.

Ustensiles de table
đồ đạt nơi bàn ăn.

Une assiette,	cái dĩa.	Un plat,	cái dĩa bàng than.
Un bol,	cái tô.	Un plateau,	cái khay, mâm.
Une bouteille,	cái ve.	Une poivrière,	cái đựng tiêu.
Un buffet,	cái tủ để đồ ăn.	Une salière,	cái đựng muối.
Un cabaret,	cái kỷ.	Une serviette,	cái khăn bàn.
Une carafe,	cái bầu.	Une soucoupe,	cái dĩa nhỏ.
Une coupe,	cái chén.	Un sucrier,	cái đựng đường.
Un couteau,	con dao.	Une tasse,	cái chén.
Une écuelle,	cái chén.	Une théière,	cái bình trà.
Un flacon,	cái ve nhỏ.	Un tire-bouchon,	cái rút nút ve.
Une nappe,	tấm trải bàn.	Un verre,	cái ly.

Ustensiles de cuisine.
đồ đạt nơi nhà bếp.

Un billot,	tấm thớt.	Une écumoire,	cái vá hớt bọt.
Un bluteau,	cái rây.	Un égrugeoir,	cái cối đâm muối.
Une bouilloire,	cái ấm.	Un essuie-main,	cái khăn lau tay.
Une broche,	cái quay.	Un garde-manger,	cái tủ cất đồ ăn.
Une brochette,	cái quay nhỏ.	Une marmite,	cái nồi ba chưng.
Une chaudière,	cái bung.	Une passoire,	cái lọc.
Un chaudron,	cái nồi.	Un pilon,	cái chày.
Un couperet,	con dao phay.	Un réchaud,	cái lò.
Un couteau,	con dao.	Un tamis,	cái sàn.
Un couvercle,	cái nắp vung.	Une terrine,	cái chậu.
Un crible,	cái dần.	Un torchon,	cái khăn, tấm dẽ.

(Đổi ngôi thứ nhứt làm ngôi thứ hai.)

Quand *j*'étais petit, *j*'allais à l'école. *J*'avais de bons parents qui tâchaient de *me* faire donner une instruction solide. *Je* n'appréciais pas le bonheur dont *je* jouissais. Il est vrai que parfois *j*'écoutais attentivement les leçons de *mon* maître, *j*'étudiais avec soin *mes* leçons, *je* remplissais exactement *mes* devoirs, *j*'évitais toute distraction. Alors *je* méritais d'être aimé, et *je* rendais *mes* parents heureux. Mais souvent *je* manquais de docilité et de zèle, *j*'accomplissais *mes* devoirs avec négligence. Alors *je* ne méritais pas les bons soins que *je* recevais.

(Kiểu).

Quand *tu* étais petit, *tu* allais à l'école. *Tu* avais de bons parents qui tâchaient de *te* faire donner une instruction solide. *Tu* n'appréciais pas le bonheur dont *tu* jouissais. Il est vrai que parfois *tu* écoutais attentivement les leçons de *ton* maître, *tu* étudiais avec soin *tes* leçons, *tu* remplissais exactement *tes* devoirs, *tu* évitais toute distraction. Alors *tu* méritais d'être aimé, et *tu* rendais *tes* parents heureux, Mais souvent *tu* manquais de docilité et de zèle, *tu* accomplissais *tes* devoirs avec négligence. Alors *tu* ne méritais pas les bons soins que *tu* recevais.

Khi tao còn nhỏ, tao đi học. Có cha lành mẹ tốt lo biểu dạy tao cho hẳn hòi. Tao không rõ là tao có phước. Thiệt có khi tao cũng chăm chỉ nghe lời thầy tao giản dạy, tao học kỹ lưỡng bài vở tao, tao làm hẳn hữu việc bổn phận tao, tao lánh đều lơ lẳng, thì là đáng cho người ta thương tao, lại làm cho cha mẹ tao được vui lòng. Mà nhiều khi tao không được dễ dạy, không được siêng năng, tao làm việc bổn phận tao một cách bơ thờ. Thì là chẳng đáng công tỉnh lo lắn cho tao đó.

TRENTE ET UNIÈME LEÇON
BÀI THỨ BA MƯƠI MỐT.

Première conjugaison en **ER**.

Parler. | Nói, nói chuyện.

Mode indicatif.

Présent.		Parfait indéfini.	
Je	parle.	J'	ai parlé.
Tu	parles.	Tu	as parlé.
Il	parle.	Il	a parlé.
Nous	parlons.	Nous	avons parlé.
Vous	parlez.	Vous	avez parlé.
Ils	parlent.	Ils	ont parlé.

Imparfait.		Plus-que-parfait.	
Je	parlais.	J'	avais parlé.
Tu	parlais.	Tu	avais parlé.
Il	parlait.	Il	avait parlé.
Nous	parlions.	Nous	avions parlé.
Vous	parliez.	Vous	aviez parlé.
Ils	parlaient.	Ils	avaient parlé.

Parfait défini.		Parfait antérieur.	
Je	parlai.	J'	eus parlé.
Tu	parlas.	Tu	eus parlé.
Il	parla.	Il	eut parlé.
Nous	parlâmes.	Nous	eûmes parlé.
Vous	parlâtes.	Vous	eûtes parlé.
Ils	parlèrent.	Ils	eurent parlé.

Futur.		Futur antérieur.	
Je	parlerai.	J'	aurai parlé.
Tu	parleras.	Tu	auras parlé.
Il	parlera.	Il	aura parlé.
Nous	parlerons.	Nous	aurons parlé.
Vous	parlerez.	Vous	aurez parlé.
Ils	parleront.	Ils	auront parlé.

Mode conditionnel.

Présent.		Parfait.		
Je	*parlerais.*	J'	**aurais**	*parlé.*
Tu	*parlerais.*	Tu	**aurais**	*parlé.*
Il	*parlerait.*	Il	**aurait**	*parlé.*
Nous	*parlerions.*	Nous	**aurions**	*parlé.*
Vous	*parleriez.*	Vous	**auriez**	*parlé.*
Ils	*parleraient.*	Ils	**auraient**	*parlé.* (1).

Mode subjonctif.

Présent.		Parfait.		
Que je	*parle.*	Que j'	**aie**	*parlé.*
Que tu	*parles.*	Que tu	**aies**	*parlé.*
Qu'il	*parle.*	Qu'il	**ait**	*parlé.*
Que nous	*parlions.*	Que nous	**ayons**	*parlé.*
Que vous	*parliez.*	Que vous	**ayez.**	*parlé.*
Qu'ils	*parlent.*	Qu'ils	**aient**	*parlé.*

Imparfait.		Plus-que-parfait.		
Que je	*parlasse.*	Que j'	**eusse.**	*parlé.*
Que tu	*parlasses.*	Que tu	**eusses**	*parlé.*
Qu'il	*parlât.*	Qu'il	**eût**	*parlé.*
Que nous	*parlassions.*	Que nous	**eussions**	*parlé.*
Que vous	*parlassiez.*	Que vous	**eussiez**	*parlé.*
Qu'ils	*parlassent.*	Qu'ils	**eussent**	*parlé.*

Mode impératif.

Présent.	Parfait.	
Parle.	**Aie**	*parlé.*
Parlons.	**Ayons**	*parlé.*
Parlez.	**Ayez**	*parlé.*

Mode infinitif.

Présent.	Parfait.	
Parler.	**Avoir**	*parlé.*

Mode participe.

Présent.	Parfait.	
Parlant.	**Ayant**	*parlé.*

---

(1) **On dit aussi :** J'eusse parlé, tu eusses parlé, il eût parlé, nous eussions parlé, vous eussiez parlé, ils eussent parlé.

(Verbes en cer). Những *verbes* mà vần sau có cer, thì trước chữ a, chữ o, phải đổi c viết ç *(cédille)*. Như : P*lacer*, để, il *plaça*, nous *plaçons*.

(Verbes en ger.) Những *verbes* mà vần sau có ger, thì phải thêm chữ e trước chữ a chữ o. Như : *Manger*, ăn, nous *mangeâmes*, nous *mangeons*.

Những *verbes* mà vần kề trước vần sau rốt có chữ é *(fermé)*, thì đổi làm è *(ouvert)*, khi vần sau rốt đó có chữ e *(muet)*, Như : *Espérer*, trông cậy, j'*espère*.

Ở *futur* và *conditionnel présent*, thì để dấu sắt *(accent aigu)*, không đổi. Như : J'*espérerai*, j'*espérerais*.

Những *verbes* mà vần kề trước vần sau rốt có chữ e câm, thì đổi làm è *(ouvert)*, khi vần sau rốt đó có chữ e câm *(muet)*, Như : *Achever*, làm cho rồi, j'*achève*, j'*achèverai*.

Có nhiều tiếng *verbes* mà sau có vần eler, vần eter, thì, trước vần rốt sau có chữ e câm, phải viết chữ l, chữ t ra hai chữ. Như ; *Appeler*, kêu, gọi, j'*appelle*. j'*appellerai* ; jeter, quăn, ném, je jette, je jetterai.

Có tiếng lại theo luật nói trên đó. Như : *Acheter*, mua, j'*achète* ; celer, giâu, je *cèle*. Ay là những tiếng nầy :

Becqueter,	mổ, rỉa.	Geler,	làm đặc, làm đông lại.
Crocheter,	mở khoá.	Harceler,	dẫn, ghẹo, chọc.
Déceler,	chỉ ra.	Modeler,	ra kiểu, làm gương.
Etiqueter,	dán nhãn, in.	Racheter,	chuộc (mua lại).

(Verbes en oyer, uyer.) Những *verbes* mà vần sau là oyer, là uyer, thì trước chữ e câm, phải đổi y làm i. Như : *Employer*, dùng, j'*emploie*, j'*emploierai* ; *essuyer*, lau, chùi, chịu, j'*essuie*.

Le chien **lèche** la main de son maître.	Con chó *liếm* cái tay chủ nó.
Qui casse les verres les **paye**.	Ai làm bể ly thì *thường* (trả tiền những cái ấy.)
Que la France **protège** le Đại-nam !	Cầu cho nước Đại-pháp *bảo hộ* nước Đại-nam !
Si nous ne **mangions** pas, nous mourrions bientôt.	Nếu ta không *ăn*, thì chẳng lâu ta phải chết.
On dit que Charlemagne **nageait** mieux que tous ses officiers.	Họ nói vua Charlemagne *lội* giỏi hơn hết thảy các quan.
Si vous apprenez bien votre leçon, vous vous la **rappellerez.**	Nếu bây học kỹ cái bài của bây, thì bây *nhớ*.

Parler à M. Mạnh.	Nói với ông Mạnh.
Parler à Madame Khoẻ.	Nói với bà Khoẻ.
Je lui parle.	Tôi nói với nó.
Il me parle.	Nó nói với tôi.

Aimez-vous ce garçon ?	Chú *thương* thằng nầy không ?
Je ne l'aime pas.	Tôi không thương nó.
Aimez-vous votre sœur ?	Chú thương em gái chú không ?
Je l'aime.	(Tôi) thương (nó).
Vous aime-t-elle ?	Nó thương chú không ?
Elle m'aime.	(Nó) thương (tôi).
Aimez-vous vos enfants ?	Chú thương con cái chú không ?
Je les aime.	Tôi thương (chúng nó).
Aimez-vous du vin ?	Chú *ưa* rượu nho không ?
Je l'aime.	Ưa.
Qui aime le thé ?	Ai ưa nước trà ?
Les Chinois l'aiment.	Người Tàu ưa.
Qu'arrangez-vous ?	Anh *sắp* chi đó ?
J'arrange mes livres.	Tôi sắp những sách của tôi.
Ôtez-vous votre chapeau ?	Anh *đở* cái nón anh không?
Je l'ôte.	Tôi đở.
Votre garçon a-t-il **ramassé** votre pièce d'argent ?	Thằng nhỏ anh nó có *lượm* đồng bạc của anh không ?
Oui, il l'a ramassée.	Có, nó có lượm.

Au lieu de.	(*Thay, thế*), *không*.
Au lieu de jouer.	(Thế cho chơi,) không chơi.
J'étudie au lieu de jouer.	Tôi không chơi, tôi học.
Ce garçon balaie la cour au lieu de balayer la chambre.	Thằng nầy không quét phòng, lại đi quét ngoài sân.
Au lieu de m'apporter du thé, il m'apporte de la bière.	Không đem nước trà cho tôi, nó lại đem rượu mạch nha.

Votre père corrige-t-il vos thèmes ? | Ông già anh có sửa những bài anh dịch không ?
Il les corrige. | Có sửa.
Je vous souhaite le bonjour. | Tôi cầu cho anh cả ngày đặng bình yên.
Bonjour, Monsieur ! | Chào ông.
Bonsoir, Madame ! | Chào bà (cầu cho được bình yên nội buổi chiều).
Bonne nuit. | Cho được bình yên cả đêm.

Bonjour, bonsoir, bonne nuit, lời chúc cho nhau theo thói phương tây, ta không nói như vậy. Ta gặp nhau thì hỏi: *Đi đâu?* Còn vô nhà thì người trong nhà nói: *Lại dàng nầy, mời lên? Xuống hồi nào?* v. v., tùy theo khi, theo người quen kẻ lạ, mà chào mà hỏi.

Le bonheur,	phước.	La négligence,	trễ nải.
Un défaut,	tật, chứng.	Une place,	chỗ, nơi.
Le devoir,	bài, bổn phận.	Un propos,	lời nói.
La distraction,	lơ lần.	Le rapporteur,	theo lẻo.
La docilité,	dễ dạy.	Une troupe,	bầy, lủ.
L'instruction,	dạy dỗ.	Le zèle,	tận tình.

Discret,	dè dặt.	Réservé,	ý tứ.
Insignifiant,	không nghĩa gì.	Vilain,	hèn, xấu hình.

Accomplir,	làm trọn,	Se joindre,	hiệp, nhập.
Aller,	đi.	Jouir,	hưởng.
Apercevoir,	thấy, ngó thấy.	Manquer,	thiếu, hụt.
Apprécier,	rỏ biết.	Mériter,	đáng.
Arriver,	đến, tới.	Paraître,	hiện ra, ló ra.
Attendre,	dợi, chờ.	Partir,	đi, trảy.
Craindre,	sợ, e sợ.	Pleurer,	khóc.
Délaisser,	bỏ, không ngó tới.	Raconter,	thuật, kể.
Dénaturer,	gia dằm.	Rapporter,	nói lại, học.
Ecouter,	nghe, nghe lời.	Remplir,	làm cho đầy.
S'écrier,	la lên.	Rendre,	trả, làm cho.
Entendre,	nghe.	Répéter,	lặp lại, nói lại.
Etudier,	xét, học.	Réunir,	nhóm, dụm.
Eviter,	tránh, lánh.	Savoir,	biết, hay.
Exagérer,	nói thêm.	Tâcher,	rán.
Faire,	làm.	Voir,	thấy, thăm, viếng.
Fuir,	trốn, tránh.	Vouloir,	muốn.

A rendre par le masculin:

La petite rapporteuse.

Julie a un vilain défaut ; *elle* rapporte tout ce qu'on dit devant *elle, elle* exagère même ce qu'*elle* a entendu. On le sait et on *la* fuit. Quand *elle* est dans une maison, chacun se tait, et attend pour parler qu'*elle* soit *partie*. On craint qu'*elle* ne dénature les propos les plus insignifiants. Un jour, une troupe de *petites filles* étaient *réunies* sur la place de l'école. *Julie* voulut se joindre à *elles*. Mais à peine eurent-*elles* aperçu notre jeune *fille*, qu'*elles* s'écrièrent : Voici la rapporteuse qui vient ; fuyons-*la*.

Julie, toute honteuse, vint en pleurant raconter à sa mère ce qui lui était arrivé.

Si tu veux être *aimée* de tout le monde, *ma fille*, lui dit la mère, sois *discrète* et *réservée,* ne répète jamais rien de ce que tu entends dire, et ne parle pas de ce que tu vois faire à chacun. On fuit la *petite fille* qui rapporte les choses qu'*elle* a entendues, et l'on se tait aussitôt qu'on *la* voit paraître ; ses parents même s'en défient ; et *elle* est *délaissée* par tous.

Modèle:

Le petit rapporteur.

Jules a un vilain défaut ; *il* rapporte tout ce qu'on dit devant *lui* ; *il* exagère même ce qu'*il* a entendu. On le sait, et on *le* fuit. Quand *il* est dans une maison, chacun se tait et attend pour parler qu'*il* soit *parti*. On craint qu'*il* ne dénature les propos les plus insignifiants. Un jour, une troupe de *petits garçons* étaient *réunis* sur la place de l'école. *Jules* voulut se joindre à eux. Mais à peine eurent-*ils* aperçu notre jeune *garçon*, qu'*ils* s'écrièrent : Voici *le rapporteur* qui vient ; fuyons-*le*.

Jules, *tout honteux*, vint en pleurant raconter à sa mère ce qui lui était arrivé.

Si tu veux être *aimé* de tout le monde, *mon fils*, lui dit la mère, sois *discret* et *réservé*, ne répète jamais rien de ce que tu entends dire, et ne parle pas de ce que tu vois faire à chacun. On fuit *le petit garçon* qui rapporte les choses qu'*il a* entendues et l'on se tait aussitôt qu'on *le* voit paraître; ses parents même s'en défient, et *il* est *délaissé* par tous.

Thằng nhỏ thèo lẻo.

Thằng Jules có một tật xấu xa: là nó hay học lại những đều người ta nói trước mặt nó; nó lại thêm quá cái đều nó nghe đó nữa. Họ biết vậy, họ bèn tránh nó. Khi nó có tại nhà nào, thì mỗi người đều làm thinh và đợi cho nó đi rồi mới nói. Họ sợ nó có gia dặm cho tới những lời nói thầm. Bữa kia, một bầy con trai tụ hội tại chỗ sân nhà trường. Thằng Jules muốn hiệp cùng chúng nó. Mà chúng nó vừa ngó thấy chàng va thì la lên rằng: Kìa thằng thèo lẻo nó lại đó; phải tránh nó.

Thằng Jules, mắc cở sượng trân, và khóc và đi thuật cho mẹ nó nghe cái đều xảy đến cho nó đó.

Mẹ nó nói cùng nó rằng: Nếu con muốn cho mọi người thương con, thì phải dè lời dặt nết (cẩn ngôn thận hạnh), chớ hề học tốt đều gì con nghe nói hết, cũng đừng nói tới việc con thấy họ làm. Họ thường tránh thằng nhỏ nó hay học lại những sự nó nghe, khi họ thấy nó đến thì họ nính liễu; tới cha mẹ nó cũng không tin nó, ấy mọi người đều ghét bỏ nó ráo.

Sửa lại: Trương 8, hàng 16, qeul làm quel. — T. 9, h. 27, *chu* = *chủ*. — T. 13, h. 18, *ch* = *chī*. — T. 48, h. 19, *cỏ* = *cỏ*. — T. 58, h. 17, *Sadec* = *Sadéc*. — T. 61, h. 6, quelles = quels. — T. 63, h. 19, pépin = pépins. — T. 68, h. 27, *quau* = *quan*. — T. 74, h. 25, *ong* = *ông*. — T. 77, h. 22, *săn* = *săn*.

TRENTE-DEUXIÈME LEÇON

BÀI THỨ BA MƯƠI HAI.

Deuxième conjugaison en **ir**.

Finir. | Cùng, hết, rồi, làm rồi.

Mode indicatif.

Présent.
Je finis.
Tu finis.
Il finit.
Nous finissons.
Vous finissez.
Ils finissent.

Parfait indéfini.
J' ai fini.
Tu as fini.
Il a fini.
Nous avons fini.
Vous avez fini.
Ils ont fini.

Imparfait.
Je finissais.
Tu finissais.
Il finissait.
Nous finissions.
Vous finissiez.
Ils finissaient.

Plus-que-parfait.
J' avais fini.
Tu avais fini.
Il avait fini.
Nous avions fini.
Vous aviez fini.
Ils avaient fini.

Parfait défini.
Je finis.
Tu finis.
Il finit.
Nous finîmes.
Vous finîtes.
Ils finirent.

Parfait antérieur.
J' eus fini.
Tu eus fini.
Il eut fini.
Nous eûmes fini.
Vous eûtes fini.
Ils eurent fini.

Futur.
Je finirai.
Tu finiras.
Il finira.
Nous finirons.
Vous finirez.
Ils finiront.

Futur antérieur.
J' aurai fini.
Tu auras fini.
Il aura fini.
Nous aurons fini.
Vous aurez fini.
Ils auront fini.

Mode conditionnel.

Présent.		Parfait.		
Je	*finirais*.	J'	*aurais*	fini.
Tu	*finirais*.	Tu	*aurais*	fini.
Il	*finirait*.	Il	*aurait*	fini.
Nous	*finirions*.	Nous	*aurions*	fini.
Vous	*finiriez*.	Vous	*auriez*	fini.
Ils	*finiraient*.	Ils	*auraient*	fini. (1).

Mode subjonctif.

Présent.		Parfait.		
Que je	*finisse*.	Que j'	*aie*	fini.
Que tu	*finisses*.	Que tu	*aies*	fini.
Qu'il	*finisse*.	Qu'il	*ait*	fini.
Que nous	*finissions*.	Que nous	*ayons*	fini.
Que vous	*finissiez*.	Que vous	*ayez*	fini.
Qu'ils	*finissent*.	Qu'ils	*aient*	fini.

Imparfait.		Plus-que-parfait.		
Que je	*finisse*.	Que j'	*eusse*	fini.
Que tu	*finisses*.	Que tu	*eusses*	fini.
Qu'il	*finît*.	Qu'il	*eût*	fini.
Que nous	*finissions*.	Que nous	*eussions*	fini.
Que vous	*finissiez*.	Que vous	*eussiez*	fini.
Qu'ils	*finissent*.	Qu'ils	*eussent*	fini.

Mode impératif.

Présent.	Futur antérieur.
Finis.	*Aie* fini.
Finissons.	*Ayons* fini.
Finissez.	*Ayez* fini.

Mode infinitif.

Présent.	Parfait.
Finir.	*Avoir* fini.

Mode participe.

Présent.	Parfait.
Finissant.	*Ayant* fini.

(1) On dit aussi : J'eusse fini, tu eusses fini, il eut fini, nous eussions fini, vous eussiez fini, ils eussent fini.

Haïr, *ghét*, nơi indicatif présent, sồ một không viết hai chàm trên chữ i (ï tréma). Như : Je hais, tu hais, il hait, và nơi sồ một chồ **impératif présent** : Hais.

Il faut que vous **accomplissiez** toutes les promesses que vous avez faites.	Anh phải *làm cho trọn* hết thảy những đều anh đã hứa đó.
Les médecins **guérissent** les malades.	Thầy thuốc *chữa* người bịnh *lành mạnh*.
Il est juste que nous **obéissions** toujours à nos parents.	Ta *vưng lời* cha mẹ ta luôn thì là phải.
On **hait** les curieux et les indiscrets.	Họ *ghét* đứa lục tặc với kẻ không dè dặt.
Caïn **haïssait** son frère Abel.	Caïn *ghét* em là Abel.

~~~~~~~~

Où demeurez-vous ?	Cậu ở đâu ?
Je demeure rue d'Adran, numéro quatre-vingt-dix-sept.	Tôi ở đường d'Adran, sồ chín mươi bảy.
Où votre frère a-t-il demeuré ?	Hồi kia em cậu ở đâu ?
Il a demeuré numéro vingt-cinq, rue Catinat.	Nó ở chỗ sồ hai mươi lăm, đường Catinat.
Mich, demeurez-vous chez votre oncle ?	Mich, bậu ở nơi nhà cậu bậu phải không ?
Je ne demeure pas chez **lui**, mais chez mon frère.	Tôi không ở nơi nhà *cậu tôi*, mà nơi nhà anh tôi.

Ta nói đến người trưởng thượng, thì phải lặp những chức tước lại. Không nên nói: *ông, bà, cậu, nó*; mà Phansa thì lại dùng tiếng **pronom**. Như : *Cậu anh có ở nhà không?* Votre oncle est-il chez lui ? — *Cậu tôi có ở nhà*, hay là nói trống : *có ở nhà*. Il est chez lui.

Avez-vous dîné tard ?	Anh đã ăn bữa tồi khuya không ?
J'ai dîné de meilleure heure que vous.	Tôi ăn sớm hơn anh.
Déjeuner.	*Ăn bữa sớm.*
Dîner.	*Ăn bữa trưa, bữa tồi.*
Souper.	*Ăn bữa chiều, bữa tồi.*

Payer quelque chose à quelqu'un.	Trả tiền vật gì cho ai đó.
Payez-vous la viande au boucher ?	Anh trả tiền thịt cho người bán thịt không ?
Je la lui paye.	Tôi trả (tiền ấy) cho nó.
Vous paye-t-il le fusil ?	Nó trả tiền cây súng cho anh không ?
Il me le paye.	Nó trả (tiền ấy) cho tôi.

Tiếng *verbe*, vần sau là **ayer**, **eyer**, thì chữ y không đổi. Như: Balayer, quét; je balaye, je balayerai; grasseyer, ngọng; je grasseye, je grasseyerai.

Demander.	*Xin, hỏi, đòi.*
Demander quelque chose à quelqu'un.	Hỏi vật gì nơi ai đó, hỏi ai đó vật gì.
Me demandez-vous votre plume ?	Anh hỏi tôi ngòi viết của anh phải không ?
Je vous la demande.	Phải.
Chercher quelqu'un.	*Kiếm ai đó.*
Qui cherchez-vous ?	Anh kiếm ai ?
Je cherche un de mes frères.	Tôi kiếm một thẳng em tôi.
Une de vos sœurs.	Một người em (gái) anh.
Un de nos amis.	Một người bạn hữu ta.
Un de ses parents.	Một người bà con với nó.
Mon parent.	Người bà con với tôi.
Mes parents (père et mère).	Cha mẹ tôi.
On cherche à vous voir.	Họ kiếm mà thăm cậu.
Qui demandez-vous ?	Cậu hỏi ai ?
Je demande un de mes amis.	Tôi hỏi một người bạn hữu với tôi.
Me demande-t-on ?	Họ hỏi tôi không ?
On vous demande.	Họ hỏi cậu.

Parlez-vous français, Monsieur ?	Cậu biết nói tiếng Phansa không ?
Oui, Monsieur, je le parle.	Biết. (Thưa, tôi biết.)
Goûter.	*Nếm thử.*

Avez-vous goûté ce vin ?	Chú có nếm thử rượu nho nầy không ?
Je l'ai goûté.	Tôi có nếm.
Comment le trouvez-vous ?	Chú lấy làm ngon không ?
Je le trouve bon.	Tôi lấy làm ngon.
Je ne le trouve pas bon.	Tôi không lấy làm ngon.
Aimez-vous le poisson ?	Anh ưa cá không ?
Non, j'aime le poulet.	Không, tôi ưa thịt gà dò.
Aimez-vous à voir ce Japonais ?	Anh ưa thăm người Nhựt bổn nầy chăng ?
J'aime à le voir.	Tôi ưa thăm nó.
Il aime à étudier.	Nó ưa học hành.

Parler de quelqu'un. — *Nói về ai đó.*
Parler de quelque chose. — *Nói về việc gì đó.*

De qui parlez-vous ?	Nói ai, các cậu nói chuyện ai ?
Nous parlons du Saigonnais que nous avons vu.	Ta nói chuyện người Sài gòn mà ta thấy đó.
On parle du Cantonnais qui nous a vus. (1)	Họ nói chuyện người Quảng đông nó thăm ta đó.

Enlever. — *Dỡ lên, cất lên, lấy đi, bắt đi, đem đi, rinh đi.*

Enlever le couvercle d'une marmite.	Dỡ nắp cái nồi.
Le vent enlève la poussière.	Gió hốt buội lên.
Enlever un malade de son lit.	Đem người bịnh ra khỏi giường.
Le choléra a enlevé des milliers de victimes.	Dịch khí hại hết mấy ngàn mạng, (người bị chết).

L'affection,	ân ái, lòng thương.	Le danger,	sự hiểm nghèo.
L'amitié,	tình nghĩa, ơn ngãi.	La délicatesse,	mịn màn, mảnh mai.
L'amour,	lòng thương.	La faiblesse,	lòng yếu ớt.
L'ardeur,	nóng, tận tâm.	La mort,	chết, thất, mất.

(1) Theo tiếng Lyonnais, thì viết Cantonnais, Saigonnais; mà theo tiếng Japonais, thì thêm ais mà thôi.

La résolution,	định, quyết.	La tendresse,	lòng yêu dấu.
Le tempéra- ment,	tánh khí.	La vie, Le zèle,	đời người, lúc sống. nóng nả, chí tình.

Capable,	chừa, hay, giỏi.	Naturel,	tự nhiên.
Contagieux,	truyền nhiễm, lây.	Plein,	đầy, đủ.
Evident,	rõ ràng, chắc chắn.	Vertueux,	có đức.

Acquitter,	xong, trả.	Mourir,	chết, thát, mất.
Atteindre,	trúng, nhằm.	Pouvoir,	được, đặng.
Chérir,	yêu dấu.	Sauver,	cứu, chữa.
Consentir,	chịu ưng, đành.	Sentir,	biết, hay.
Dévouer,	phú cho, hết lòng.	Servir,	dùng, làm việc.
Empêcher,	cản, ngăn.	Soigner,	lo, nuôi.
Exposer,	bày, biểu.	Vouloir,	muốn.

A rendre par le masculin.

(Phải đổi ra giống dực).

Une sœur dévouée.

La jeune Clémence avait *une sœur* qui fut *atteinte* d'une maladie contagieuse; *pleine* de tendresse et d'amitié pour *cette sœur* qu'*elle* chérissait, *elle* voulut *la* servir *elle*-même. La délicatesse de sa santé, la faiblesse de son tempérament, l'amour de la vie, si naturel aux jeunes *personnes*, rien ne put l'empêcher de s'exposer à un danger évident de mourir pour sauver, si *elle* le pouvait, la vie de *celle* qu'*elle* affectionnait. *Elle* fit consentir sa mère à sa résolution et la prie de ne pas se fatiguer. *Elle* soigna *sa sœur* toujours avec le même zèle et la même ardeur; cependant *elle* ne fut pas assez *heureuse* de lui sauver la vie, la mort lui enleva l'objet de ses affections; mais, du moins, *cette vertueuse* enfant pouvait se dire qu'*elle* avait fait pour *sa sœur* tout ce qu'*elle* avait pu, et qu'*elle* s'était *acquittée* des soins dont bien d'autres *petites sœurs* ne se seraient pas *senties* capables.

Modèle (kiểu):

Un frère dévoué.

Le jeune Clément avait *un frère* qui fut atteint d'une maladie contagieuse; *plein* de tendresse et d'amitié pour *ce frère* qu'*il* chérissait, *il* voulut *le* servir *lui*-même. La délicatesse de sa santé, la faiblesse de son tempérament, l'amour de la vie, si naturel aux jeunes *gens*, rien ne put l'empêcher de s'exposer à un danger évident de mourir pour sauver, s'*il* le pouvait, la vie de *celui* qu'*il* affectionnait. *Il* fit consentir sa mère à sa résolution et la pria de ne pas se fatiguer. *Il* soigna *son frère* toujours avec le même zèle et la même ardeur; cependant *il* ne fut pas assez *heureux* de lui sauver la vie, la mort lui enleva l'objet de ses affections; mais, du moins, *ce vertueux* enfant pouvait se dire qu'*il* avait fait pour *son frère* tout ce qu'*il* avait pu et qu'*il* s'était *acquitté* des soins dont bien d'autres *petits frères* ne se seraient pas *sentis* capables.

Một thằng em ở hết lòng.

Thằng nhỏ tên Clément có một thằng anh bị bịnh truyền nhiễm; hết lòng thương, hết lòng mến thằng anh nó yêu dấu đó, nó muốn bổn thân lo nuôi anh. Mình nó thì mảnh mai, sức nó thì yếu ớt, lại lòng muốn sống là tự nhiên cho bầy trẻ, đứa nào cũng vậy, song chẳng chi cản được cho nó khỏi liều chết trước con mắt mà cứu mạng đứa nó ái mộ, nếu được như vậy. Nó làm cho mẹ nó ưng bụng theo như nó tính đó, lại xin mẹ nó đừng có lao thân. Nó săn sóc anh nó tận tâm kiệt lực như vậy luôn; nhưng mà nó không được may mắn mà cứu mạng anh nó, là cục yêu của nó, lâm bịnh phải chết; mà dầu, thằng nhỏ có đức nầy được nói trong bụng rằng đã làm chi được cho anh, thì nó làm rồi cả, lại nó đã ra công lo lắn có khi nhiều đứa em út khác không tưởng là làm được như vậy.

TRENTE-TROISIÈME LEÇON
BÀI THỨ BA MƯƠI BA.

Troisième conjugaison en **OIR**.

Recev**oir**. | Thọ, chịu, thâu, dược.

Mode indicatif.

Présent.			Parfait indéfini.	
Je	reç**ois**.	J'	ai	reçu.
Tu	reç**ois**.	Tu	as	reçu.
Il	reç**oit**.	Il	a	reçu.
Nous	rece**v**ons.	Nous	avons	reçu.
Vous	rece**v**ez.	Vous	avez	reçu.
Ils	reç**oiv**ent.	Ils	ont	reçu.
Imparfait.			Plus-que-parfait.	
Je	rece**v**ais.	J'	avais	reçu.
Tu	rece**v**ais.	Tu	avais	reçu.
Il	rece**v**ait.	Il	avait	reçu.
Nous	rece**v**ions.	Nous	avions	reçu.
Vous	rece**v**iez.	Vous	aviez	reçu.
Ils	rece**v**aient.	Ils	avaient	reçu.
Parfait défini.			Parfait antérieur.	
Je	reç**us**.	J'	eus	reçu.
Tu	reç**us**.	Tu	eus	reçu.
Il	reç**ut**.	Il	eut	reçu.
Nous	reç**ûmes**.	Nous	eûmes	reçu.
Vous	reç**ûtes**.	Vous	eûtes	reçu.
Ils	reç**urent**.	Ils	eurent	reçu.
Futur.			Futur antérieur.	
Je	rece**v**rai.	J'	aurai	reçu.
Tu	rece**v**ras.	Tu	auras	reçu
Il	rece**v**ra.	Il	aura	reçu.
Nous	rece**v**rons.	Nous	aurons	reçu.
Vous	rece**v**rez.	Vous	aurez	reçu.
Ils	rece**v**ront.	Ils	auront	reçu.

Mode conditionnel.

Présent.		Parfait.		
Je	*recevrais*.	J'	*aurais*	reçu.
Tu	*recevrais*.	Tu	*aurais*	reçu.
Il	*recevrait*.	Il	*aurait*	reçu.
Nous	*recevrions*.	Nous	*aurions*	reçu.
Vous	*recevriez*.	Vous	*auriez*	reçu.
Ils	*recevraient*.	Ils	*auraient*	reçu (1).

Mode subjonctif.

Présent.		Parfait.		
Que je	*reçoive*.	Que j'	*aie*	reçu.
Que tu	*reçoives*.	Que tu	*aies*	reçu.
Qu'il	*reçoive*.	Qu'il	*ait*	reçu.
Que nous	*recevions*.	Que nous	*ayons*	reçu.
Que vous	*receviez*.	Que vous	*ayez*	reçu.
Qu'ils	*reçoivent*.	Qu'ils	*aient*	reçu.

Imparfait.		Plus-que-parfait.		
Que je	*reçusse*.	Que j'	*eusse*	reçu.
Que tu	*reçusses*.	Que tu	*eusses*	reçu.
Qu'il	*reçût*.	Qu'il	*eût*	reçu.
Que nous	*reçussions*.	Que nous	*eussions*	reçu.
Que vous	*reçussiez*.	Que vous	*eussiez*	reçu.
Qu'ils	*reçussent*.	Qu'ils	*eussent*	reçu.

Mode impératif.

Présent.	Futur antérieur.	
Reçois.	*Aie*	reçu.
Recevons.	*Ayons*	reçu.
Recevez.	*Ayez*	reçu.

Mode infinitif.

Présent.	Parfait.
Recevoir.	*Avoir* reçu.

Mode participe.

Présent.	Parfait.
Recevant.	*Ayant* reçu.

---

(1) **On dit aussi**: J'eusse reçu, tu eusses reçu, il eût reçu, nous eussions reçu, vous eussiez reçu, ils eussent reçu.

Những *verbes*, vần sau rốt, có **evoir**, thì mới thiệt theo cách chia như trên nầy.

Những *verbes*, vần sau rốt có **cevoir**, thì trước chữ o, chữ u, phải làm dầu *cédille* dưới chữ ç. Như : *recevoir*, je *reçois.*, je *reçus*.

Devoir, thíu, với *redevoir*, còn thiu lại, sổ một giồng dực, chỗ *participe passé*, viết có dầu mũ (*accent circonflexe*). Như : dû, redû.

Quand nous **apercevons** nos défauts, nous **devons** aussitôt chercher à nous en corriger.	Khi ta *ngó thấy* lỗi ta, thì ta *phải* kiếm thế mà sửa mình cho khỏi lỗi ấy đi liền.
Je **dois** une grande reconnaissance à mes parents et à mes maîtres.	Tôi *mang* ơn cha mẹ tôi với mấy thầy tôi trọng lắm.
Les enfants paresseux **déçoivent** les espérances de leurs parents.	Con nít làm biếng ấy *dối lòng* cha mẹ trông cậy.
Si vous travailliez avec ardeur, vous **recevriez** des éloges.	Nếu bây học hành tận lực, thì bây sẽ *được* tiếng khen.
Il faut que les percepteurs **perçoivent** les contributions.	Mấy người chủ thủ phải thâu lấy thuế vụ.
Nous **apercevrions** les étoiles en plein midi, si le soleil venait à s'éclipser.	Nếu mặt trời bị án khuất, thì ta ngó thấy sao đương khi tròn bóng.

Aimez-vous à aller à cheval ?	Anh ưa đi ngựa không ?
J'aime à aller en voiture.	Tôi ưa đi xe.
Quand votre tante dînera-t-elle avec nous ?	Chừng nào cô anh ăn bữa chiều với mấy tôi ?
Elle dînera avec vous demain.	Cô tôi đến mai ăn bữa chiều với các cô.
Rester.	*Còn lại, ở lại*.
Combien d'argent vous reste-t-il ?	Anh còn bao nhiêu bạc? (Còn lại cho anh bao nhiêu bạc?)
Il me reste une piastre.	Tôi còn một đồng bạc lớn.
Quand j'aurai payé le cheval, il ne me restera que deux piastres.	Chừng tôi trả tiền con ngựa rồi, thì còn có hai đồng bạc mà thôi.

Un coup.	Một cái, một hơi, một vít.
Un coup de bâton.	Một gậy.
Un coup de pied.	Một đạp.
Un coup de poing.	Một thoi, một đấm.
Un coup de couteau.	Một dao.
Un coup de fusil.	Một mũi súng.
Avez-vous jeté un coup d'œil sur ce livre ?	Anh có coi qua cuốn sách nầy không ?
Jeter un coup d'œil.	*Coi qua, ngó qua, đọc sơ.*
Tirer.	*Kéo, bán.*
J'ai tiré un coup de fusil à cet oiseau, (sur cet oiseau).	Tôi bắn con chim nầy một mũi súng.
Combien de fois avez-vous tiré sur lui ?	Anh bắn nó mấy lần, (mấy phát) ?
J'ai tiré plusieurs fois sur lui.	Tôi bắn nó nhiều lần, (bận).

L'abandon,	từ, bỏ.	Le mépris,	chê bai.
La complaisance.	phải thè, tử tế.	Un nid,	một ổ.
Le droit,	quyền, phép.	Un pas,	một bước.
Le désir,	ước, muốn.	Un pied,	một chơn.
L'égard,	vì, nghĩ, trọng.	Le reproche,	quở, trách.
L'expérience,	từng trải.	Le respect,	lòng kính.
Le jeu,	đồ chơi.	La sagesse,	khôn, hiền.
La joie,	vui mừng.	La terre,	đất.

Alerte,	lẹ làn, mau mắn.	Joyeux,	vui mừng.
Bouillant,	sôi, nóng.	Lent,	chậm chạp.

Aller,	đi.	Marcher,	bước.
Appuyer,	dựa, nương.	Maudir,	rủa, trù.
Attrister,	làm sanh buồn.	Posséder,	có, được.
Bénir,	xuống phước.	Railler,	nhạo cười.
Chanter,	hát xướng.	Réjouir,	làm cho vui.
Courber,	uốn cong.	Reprocher,	la, trách.
Courir,	chạy.	Sembler,	giồng, coi in.
Donner,	cho.	Toucher,	đụng, động.
Ecouter,	nghe lời.	Travailler,	làm việc.
Entourer,	bao, vây quanh.	Trouver,	gặp, được.
Folâtrer,	trửng, giỡn.	Vénérer,	tôn, trọng.
Honorer,	cung kính.	Voler,	bay, trộm, cướp.

A traduire au singulier.
Honorez les vieillards.

Vous êtes jeunes, mes enfants, *vous êtes pleins* de vie; *vous chantez*, *vous folâtrez* comme l'oiseau qui vole près de son nid; lorsque *vous courez*, dans *vos* jeux, *vos* pieds semblent ne pas toucher la terre. *Vous ne serez* pas toujours ainsi.

Ces vieillards qui *marchent* d'un pas si lent, et *appuyés* sur un bâton, *ont été jeunes, alertes, bouillants, joyeux* comme *vous*. Maintenant *ils* n'*ont* d'autre joie que celle que donnent une vie sans reproches et les témoignages d'affection de ceux qui *les* entourent.

Ces vieillards, mes amis, *ont* droit à tous *vos* respects, et si *vous voulez* n'être point *repoussés* un jour, lorsque *vous serez* vieux comme *eux*, *vénérez-les*. Ces *hommes, courbés* sous le poids des ans, *ont* beaucoup travaillé, beaucoup souffert; *ils sont pleins* d'expérience et *possèdent* la sagesse, *ils sont* près de Dieu, car *ils iront* bientôt à lui.

Ayez donc toutes sortes d'égards pour *leur* vieillesse, *écoutez-les* avec une douce complaisance, que *leurs* moindres désirs *vous* soient des ordres, et *vous réjouirez leurs* derniers jours, et Dieu *vous* bénira.

N'*oubliez* jamais que *ceux* qui *attristent les vieillards,* que *ceux* qui *les raillent seront maudits;* à *leur* tour, *ils* ne *trouveront* que mépris et abandon.

Modèle.
Honore le vieillard.

Tu es jeune, mon enfant, *tu* es plein de vie, *tu chantes, tu folâtres* comme l'oiseau qui vole près de son nid; lorsque *tu cours*, dans *tes* jeux, *tes* pieds semblent ne pas toucher la terre. *Tu ne seras* pas toujours ainsi.

Ce vieillard qui *marche* d'un pas si lent, et *appuyé* sur un bâton, *a été jeune, alerte, bouillant, joyeux* comme *toi*. Maintenant *il* n'a d'autre joie que celle que donnent une vie sans reproches et les témoignages d'affection de ceux qui *l'*entourent.

Ce vieillard, mon ami, a droit à tous *tes* respects, et si *tu veux* n'être point *repoussé* un jour, lorsque *tu seras* vieux comme *lui, vénère-le. Cet homme, courbé* sous le poids des ans a beaucoup travaillé, beaucoup souffert; *il est plein* d'expérience et *possède* la sagesse; *il est* près de Dieu, car *il ira* bientôt à *lui*.

Aie donc toutes sortes d'égards pour *sa vieillesse, écoute-le* avec une douce complaisance, que *ses* moindres désirs *te* soient des ordres, et *tu réjouiras ses* derniers jours, et Dieu te bénira.

N'*oublie* jamais que *celui* qui *attriste le vieillard*, que *celui* qui *le raille sera maudit*; à *son* tour, *il* ne *trouvera* que mépris et abandon.

Kính người già cả.

Nhỏ ôi, mấy còn trẻ, mấy đang sức mạnh, mấy hát xướng, mấy trửng giỡn như con chim nó bay gần ổ nó vậy; khi mấy chạy, trong lúc mấy chơi bời, thì chơn mấy coi như hình không đụng đất. Mấy không được như vậy mãi đâu.

Người già nầy đi bước rất chậm, chống nương lấy gậy, hồi kia cũng trẻ thơ, lẹ làn, hăm hở, vui vẻ như mấy vậy. Bây giờ vui có một đều là bình nhựt được khỏi chỗ trách mình, được những kẻ ở chung quanh triều mến ấy thôi.

Bậu ôi, người già nầy đáng cho bậu cung kính lắm, và nếu bậu muốn cho ngày kia khỏi bị búng rẩy, khi bậu trở về già như vậy, thì phải kính trọng người ấy. Người ấy, còm lưng vì tuổi cao đó, là đã làm việc nhiều, đã chịu khó nhọc lắm, nên được từng trải, được khôn ngoan; đang gần ông Trời (là gần đất xa trời), vì chẳng bao lâu đây sẽ đi tới đó (là sẽ về quê).

Vậy nên phải hết lòng cung kính tuổi cao tác lớn, vui lòng mà nghe theo lời khuyên bảo, người có muốn chút chi, thì phải vưng nghe như là lịnh khiến vậy, mà làm cho người vui vẻ trong những ngày rốt đó, ắt được ông Trời xuống phước cho bậu.

Chớ hề quên rằng kẻ làm cho người già cả buồn bực, rằng kẻ nhạo cười người tuổi tác, thì sẽ bị khốn nạn; tới phiên nó, nó sẽ gặp chúng chê bai ghét bỏ mà thôi.

TRENTE-QUATRIÈME LEÇON

BÀI THỨ BA MƯƠI BỐN.

Quatrième conjugaison en **RE**.

Rendre. | Trả, làm cho.

Mode indicatif.

Présent.		Parfait indéfini.		
Je	rends.	J'	ai	rendu.
Tu	rends.	Tu	as	rendu.
Il	rend.	Il	a	rendu.
Nous	rendons.	Nous	avons	rendu.
Vous	rendez.	Vous	avez	rendu.
Ils	rendent.	Ils	ont	rendu.

Imparfait.		Plus-que-parfait.		
Je	rendais.	J'	avais	rendu.
Tu	rendais.	Tu	avais	rendu.
Il	rendait.	Il	avait	rendu.
Nous	rendions.	Nous	avions	rendu.
Vous	rendiez.	Vous	aviez	rendu.
Ils	rendaient.	Ils	avaient	rendu.

Parfait défini.		Parfait antérieur.		
Je	rendis.	J'	eus	rendu.
Tu	rendis.	Tu	eus	rendu.
Il	rendit.	Il	eut	rendu.
Nous	rendîmes.	Nous	eûmes	rendu.
Vous	rendîtes.	Vous	eûtes	rendu.
Ils	rendirent.	Ils	eurent	rendu.

Futur.		Futur antérieur.		
Je	rendrai.	J'	aurai	rendu.
Tu	rendras.	Tu	auras	rendu.
Il	rendra.	Il	aura	rendu.
Nous	rendrons.	Nous	aurons	rendu.
Vous	rendrez.	Vous	aurez	rendu.
Ils	rendront.	Ils	auront	rendu.

Mode conditionnel.

	Présent.		Parfait.	
Je	*rendrais.*	J'	*aurais*	rendu.
Tu	*rendrais.*	Tu	*aurais*	rendu.
Il	*rendrait.*	Il	*aurait*	rendu.
Nous	*rendrions.*	Nous	*aurions*	rendu.
Vous	*rendriez.*	Vous	*auriez*	rendu.
Ils	*rendraient.*	Ils	*auraient*	rendu (1).

Mode subjonctif.

Que je	*rende.*	Que j'	*aie*	rendu.
Que tu	*rendes.*	Que tu	*aies*	rendu.
Qu'il	*rende.*	Qu'il	*ait*	rendu.
Que nous	*rendions.*	Que nous	*ayons*	rendu.
Que vous	*rendiez.*	Que vous	*ayez*	rendu.
Qu'ils	*rendent.*	Qu'ils	*aient*	rendu.

	Imparfait.		Plus-que-parfait.	
Que je	*rendisse.*	Que j'	*eusse*	rendu.
Que tu	*rendisses.*	Que tu	*eusses*	rendu.
Qu'il	*rendît.*	Qu'il	*eût*	rendu.
Que nous	*rendissions.*	Que nous	*eussions*	rendu.
Que vous	*rendissiez.*	Que vous	*eussiez*	rendu.
Qu'ils	*rendissent.*	Qu'ils	*eussent*	rendu.

Mode impératif.

Présent.	Futur antérieur.	
Rends.	*Aie*	rendu.
Rendons.	*Ayons*	rendu.
Rendez.	*Ayez*	rendu.

Mode infinitif.

Présent.	Parfait.	
Rendre.	*Avoir*	rendu.

Mode participe.

Présent.	Parfait.	
Rendant.	*Ayant*	rendu.

---

(1) **On dit aussi :** J'eusse rendu, tu eusses rendu, il eût rendu, nous eussions rendu, vous eussiez rendu, ils eussent rendu.

Những *verbes* mà vần sau rốt là eindre hay là aindre, oindre, oudre thì ở *indicatif présent*, phải bỏ chữ d trước chữ (s) chót, nơi ngôi thứ nhứt, nơi ngôi thứ hai, và trước chữ (t) chót, nơi ngôi thứ ba về số một. Như: Peindre, vẽ, je *peins*, tu *peins*, il *peint*; craindre, sợ, je *crains*, tu *crains*, il *craint*; joindre, nối, je *joins*, tu *joins*, il *joint*; résoudre, làm tiêu, định quyết, je *résous*, tu *résous*, il *résout*.

Còn những *verbes*, mà vần sau rốt là endre, ondre, thì lại không dụng chữ t, nơi ngôi thứ ba về số một. Như: il rend, nó trả, il répond, nó đòi, đáp.

Những *verbes*, mà vần sau rốt là indre, khi ở đầu vần ấy có chữ âm, thì phải đổi hai chữ sau nơi vần chánh mà làm gn. Như: *craindre*, sợ, nous *craignons*, je *craignais*.

Những *verbes*, mà vần sau rốt là aitre, oitre, như *paraitre*, hiện ra; *croitre*, mọc lên, khi vần sau hết có chữ t, thì phải thêm dấu mũ trên chữ i. Như: Il connait, il *croit*.

LaFrance **vend** beaucoup de vin à l'Angleterre.	Nước Phansa *bán* nhiều rượu nho cho nước Hồng-mao.
Je **plains** l'écolier paresseux.	Tôi thảm cho tên học trò làm biếng.
L'enfant bien élevé **répond** poliment.	Đứa con nhà gia giáo *đối đáp* có phép tắc.
L'eau **dissout** le sucre.	Nước làm tan đường.
Le soldat ne **craindra** pas de sacrifier sa vie pour son pays.	Người lính trắng không sợ phải liều mạng vì xứ sở mình.
Si vous avez une mauvaise habitude, il faut que vous la **perdiez** le plus tôt possible.	Nếu bây có thói xấu, thì bây phải *bỏ* cho mau chừng nào càng hay chừng ấy.
Comprendre.	Hiểu, rõ.
Me comprenez-vous?	Tôi nói, anh hiểu không?
Entendre.	Nghe.
Je vous entends, mais je ne vous comprends pas.	Anh nói, tôi nghe, mà tôi không hiểu.
Avez-vous entendu l'aboiement des chiens.	Anh có nghe tiếng chó sủa không?
Je l'ai entendu.	Nghe.

Sửa lại: Trương 6, hàng 17, *đây?* = *đây*. — T. 30, h. 17, hay = Hay. — T. 37, h. 11, pain = pain? — h. 20, *lecture* = *lecture*? — h. 29, paddy = paddy? — T. 43, h. 23, nay = nay? — T. 65, h. 25, êm = thơ thới; h. 30, toại chí = thung dung. — T. 67, h. 5, đủ xài = thung dung. — T. 68, h. 14, nầy = ấy. — T. 91, h. 25, Parfait = Futur antérieur — T. 93, h. 16, du vin. = le vin.

Perdre.	*Mất, thua.*
Combien votre ami a-t-il perdu ?	Người bạn hữu anh đó thua hết bao nhiêu ?
Il a perdu **environ** une piastre.	Nó thua *đâu chừng* một đồng bạc lớn.
Attendre.	*Đợi, chờ.*
Qui attendez-vous ?	Anh đợi ai ?
J'attends mon père.	Tôi đợi ông già tôi.

Un libraire.	Người bán sách.
Monsieur, avez-vous un catalogue de vos livres ?	Chú có một bổn khai những sách của chú bán đó không ?
En voici un qui vient de paraître.	Đây nầy một bổn mới in rồi đó.
Trouvez-vous quelque chose qui vous convienne ?	Chú coi có thấy cuốn chi chú ưng bụng không ?
Je ne vois pas d'ouvrages d'annamite.	Tôi không thấy sách tiếng Annam.
Pardon, Monsieur, ces ouvrages sont à la fin de mon catalogue.	Miễng chấp, những sách ấy ở sau rốt cuốn khai hiệu sách tiệm tôi đó.
Ayez la complaisance de me faire voir un Kim-vân-kiều et un Lục-vân-tiên.	Xin chú cho tôi coi một bổn Kiềm-vân-kiều với một bổn Lục-vân-tiên.
Avez-vous encore besoin de quelque chose ?	Chú còn muốn chi nữa thôi ?
Je voudrais avoir un Hiếu-kinh et un Minh-tâm.	Tôi muốn một cuốn Hiếu-kinh với một cuốn Minh-tâm.
Combien en voulez-vous ?	Chú muốn đòi bao nhiêu ?
Quatre-vingts cents.	Tám cắt bạc.

A mettre au singulier.
La propreté.

Je connais deux petits garçons gentils, studieux ; et je les aime beaucoup. Pourtant les pauvres enfants ont un vilain défaut, un défaut si répugnant qu'il m'empêche de les embrasser : ils sont malpropres.

Ils ont toujours les mains noires; ils tachent leurs vêtements; ils déchirent leurs cahiers et leurs livres; leur figure, leur cou et leurs oreilles sont très souvent sales, leurs cheveux sont en désordre, ce qui les rend laids et même dégoûtants!...

Je crois pourtant qu'ils se corrigeront, car ils se sont aperçus que leur malpropreté fait de la peine à leur mère, et qu'ils sont devenus un objet de dégoût pour leurs camarades.

Modèle.

Je connais un petit garçon gentil, studieux; et je l'aime beaucoup. Pourtant le pauvre enfant a un vilain défaut, un défaut si répugnant qu'il m'empêche de l'embrasser : il est malpropre.

Il a toujours les mains noires; il tache ses vêtements; il déchire ses cahiers et ses livres; sa figure, son cou et ses oreilles sont très souvent sales, ses cheveux sont en désordre, ce qui le rend laid et même dégoûtant!...

Je crois pourtant qu'il se corrigera, car il s'est aperçu que sa malpropreté fait de la peine à sa mère, et qu'il est devenu un objet de dégoût pour ses camarades.

Cách sạch sẽ.

Tôi biết một thằng nhỏ ngộ, ham học; và tôi thương nó lắm. Nhưng mà thằng ấy có một tật xấu xa, một tật rất khó chịu đến đỗi tôi không thèm bồng ẳm nó : là nó ở dơ.

Tay nó thường dơ; nó hay làm lấm quần áo của nó; nó hay xé vở xé sách của nó; mặt nó, cổ nó và tai nó thường dơ dáy lắm, tóc nó để rối rắm, ấy làm cho nó ra xấu xa và bắt gớm!...

Nhưng mà tôi tưởng nó sẽ sửa mình lại, vì nó đã biết rằng cách nó ở dơ đó thì làm cho mẹ nó cực lòng, và đã nên bia gớm ghiếc cho bạn tác nó.

Revision.
Coi lược lại.
Du nom.
Về tên nhơn vật.

Tên người tên vật ở giòng cái thường phải thêm một chữ E.

Un *cousin*.	Une *cousin**e***.
Un *ours*.	Une *ours**e***.

Có một ít tiếng không theo lệ nầy, như:

Un *chat*.	Une *chat**te***.
Un *chien*.	Une *chien**ne***.
Un *lion*.	Une *lion**ne***.
Un *loup*.	Une *lou**ve***.
Un *tigre*.	Une *tig**resse***.
Un *voyageur*.	Une *voyage**use***.
Un *bienfaiteur*.	Une *bienfai**trice***.
Un *roi*.	Une **reine**.
Un **père**.	Une **mère**. v. v.

Tên người tên vật ở số nhiều thường phải thêm một chữ S.

L'*homme*.	Les *homme**s***.
Le *livre*.	Les *livre**s***.

Có một ít tiếng không theo lệ nầy, như:

Le *fils*.	Les *fils*.
La *perdrix*.	Les *perdrix*.
Le *nez*.	Les *nez*.
Le *bateau*.	Les *batea**ux***.
Le *feu*.	Les *feu**x***.
Le *chev**al***.	Les *chev**aux***.

De l'article.
Về tiếng định nghĩa.

Số một.		Số nhiều.
giòng dực,	giòng cái,	Cả hai giòng.
Le (père). (1)	*La* (mère).	*Les* (maisons).

---

(1) Tiếng **le** thì nghĩa cũng như chữ *giả* trong mấy câu nầy: Đức *giả* bổn dã; tài *giả* mạt dã. — Hiếu *giả* đức chi bổn dã, — Nguơn *giả* thiện chi trưởng dã.

De l'adjectif.
Về tiếng phụ nghĩa.

Tiếng phụ nghĩa ở giống cái thường phải thêm một chữ **E**.

Un homme *prudent*.	Une femme *prudente*.
Un fils *poli*.	Une fille *polie*.

Có một ít tiếng không theo lệ nầy như :

Un homme *juste*.	Une femme *juste*.
Un homme *cruel*.	Une femme *cruelle* v. v.

Tiếng phụ nghĩa ở số nhiều thường phải thêm một chữ **S**.

Un enfant *aimable*.	Des enfants *aimables*.

Có một ít tiếng không theo lệ nầy, như :

Un homme *ambitieux*.	Des hommes *ambitieux*.

Tiếng phụ nghĩa cho người nào, cho vật nào, cũng phải ở theo một giống, một số với người với vật ấy.

Le *bon* père.	La *bonne* mère.

Tiếng phụ nghĩa cho nhiều tiếng ở số một, thì phải viết nó ở số nhiều. Le roi et le berger sont égaux après la mort. La tante et la nièce sont intelligentes.

Tiếng phụ nghĩa cho nhiều tiếng khác giống, thì phải viết ở giống đực. Le neveu et la nièce sont intelligents. Le père, la mère et les enfants sont bons.

Des déterminatifs.
Về tiếng định chắc nghĩa.

Un homme.	*Une* femme.
Deux hommes.	*Deux* femmes.
Le *premier* homme.	La *première* femme.
Le *deuxième* rang.	La *deuxième* classe.
Les *deux premiers* rangs.	Les *deux premières* classes.

Số một.		Số nhiều.
Giồng đực.	Giồng cái.	Cả hai giồng.
mon (père),	ma (mère),	mes (sœurs).
ton (frère),	ta (maison),	tes (parents).
son (enfant),	sa (femme),	ses (livres).
	Notre,	nos.
	Votre,	vos.
	Leur,	leurs.

Số một.		Số nhiều.
Giồng đực.	Giồng cái.	Cả hai giồng.
Ce, cet (homme).	Cette (femme).	Ces (hommes).

Số một.		Số nhiều.	
Giồng đực.	Giồng cái.	Giồng đực.	Giồng cái.
quel (chemin),	quelle (route).	Quels,	quelles.

Số một.		Số nhiều.	
Giồng đực.	Giồng cái.	Giồng đực.	Giồng cái.
Aucun.	Aucune.	Aucuns.	Aucunes.
Certain.	Certaine.	Certains.	Certaines.
Nul.	Nulle.	Nuls.	Nulles.
Tel.	Telle.	Tels.	Telles.
Tout.	Toute.	Tous.	Toutes.

Chaque, plusieurs, không đổi; giồng nào cũng vậy.

Des pronoms.

Về tiếng thế tên nhơn vật.

Số một.			Số nhiều.		
Giồng đực.	Giồng cái.	Hai giồng.	Giồng đực.	Giồng cái.	Hai giồng.
		Je, me, moi.			nous.
		Tu, te, toi.			vous.
Il	elle		ils	elles.	
		soi.	eux		
		lui.			leur.
Le	la				les.

Hai giồng và hai số.
se, en, y.

Sò một.		Sò nhiều.	
Giòng dực,	giòng cái.	Giòng dực.	giòng cái.
Le *mien*,	la *mien*ne.	Les *miens*,	les *mien*nes.
Le *tien*,	la *tien*ne.	Les *tiens*,	les *tien*nes.
Le *sien*,	la *sien*ne.	Les *siens*,	les *sien*nes.
Le *nôtre*,	la *nôtre*.		les *nôtre*s.
Le *vôtre*,	la *vôtre*.		les *vôtre*s.
Le *leur*,	la *leur*.		les *leur*s.

Qui, que, quoi, dont, où, không đổi; giòng nào sò nào cũng thể được. (1)

Sò một.		Sò nhiều.	
Giòng dực,	giòng cái.	Giòng dực,	giòng cái.
Le*quel*,	la*quel*le.	les*quels*,	les*quelles*.
Du*quel*,	de la*quelle*.	des*quels*,	des*quelles*.
Au*quel*,	à la*quelle*.	aux*quels*,	aux*quelles*.

Sò một,		Sò nhiều.	
Giòng dực,	giòng cái.	Giòng dực,	giòng cái.
*Quelqu'*un,	*quelqu'*une.	*Quelques*-uns,	*quelques*-unes.
L'un,	l'une.	Les *uns*,	les *unes*.
	L'autre.		Les autres.

Autrui, on, personne, quiconque. rien, không đổi; giòng nào sò nào cũng vậy.

Ta muốn nói về giòng cái hay là sò nhiều thì thêm những tiếng: *dực, cái, trống, mái* v. v. *các, những, mấy* v. v. cũng như tàu. Tiếng Phansa thì tại thêm bớt nơi rốt vẫn sau; phải cho có ý.

| **Cet** homme a un chev**al**. | *Người nầy* có một con *ngựa*. |
| **Ces** **hommes** ont des chev**aux**,| *Mấy người nầy* có *ngựa*. |

Dieu est juste.	Ông Trời thì công chinh.
Le feu est rouge.	Lửa thì đỏ.
Mon frère est riche.	Anh tôi giàu có.
Ce garçon est beau.	Thằng *nầy* lịch sự.
Quelle heure est-il ?	*Mấy* giờ ?
Chaque pays a ses coutumes.	Mỗi xứ có thói tục riêng.

(1) Như *chi, nhi, sở* trong mấy câu nầy: Ân, *chi* vị tán sư, khả phòi Thượng-dề. — Nhơn, *chi* ái nhơn, cầu lợi *chi* dã. — Vỏ nhứt nhơn *nhi* bất độc cổ nhơn *chi* thơ. — Dân *chi sở* háo, háo chi; dân *chi sở* ở, ở chi.

Những tiếng định nghĩa (déterminatifs) đều đặt trước tên nhơn vật (noms) in như chữ nho vậy; trừ ra tiếng quelconque. Như: mon frère, *ngã* huynh; cet homme, *thử* nhơn; quelle heure? *hà* thì? chaque chose, *mỗi* vật, *mỗi* sự.

Saigon est **une belle** ville.	Saigòn là *một* thành *tốt*.
L'eau **de mer** n'est pas buvable.	Nước *biển* không uống được.
Pnum-penh est la capitale **du Cambodge**.	Nam-vinh là kinh đô nước *Cao-mên*.
La semence est une graine **qui sert** à reproduire le végétal **sur lequel** elle est **venue**.	Giống là hột *dùng để* sanh lại cái cây *mà* nó *ra trên đó*
Ce **à quoi** l'enfant paresseux **songe** le moins, c'est à la peine **qu'il fait** à ses parents.	Cái *mà* đứa con nít làm biếng *ít tưởng* hơn hết *đó* là sự nó *làm* cho cha mẹ nhọc lòng.
Les faisans sont de très beaux oiseaux **dont** la **chair** est excellente.	Trĩ là chim xinh tốt lắm, *mà thịt* thì là ngon hung.
La famille **dont** Nguyễn-nhạc est **issu** était très obscure.	Nhà *mà sanh* ông Nguyễn-nhạc *đó* thì ít ai biết lắm.
L'armée **dont** Lê-lợi pouvait **disposer** au commencement de son règne ne dépassait pas cinq mille guerriers.	Đạo binh *mà* đức Lê-lợi *dụng* được hồi mới lên ngôi *ấy* chẳng quá năm ngàn người võ sĩ.

Le berger,	kẻ chăn chiên.	La frayeur,	kinh hải.
Le bourreau,	kẻ tả đao.	Le gendre,	chàng rể.
La bru,	nàng dâu,	La géographie,	địa dư chí.
Le cantonnier,	kẻ bối lộ.	L'histoire,	sử, truyện.
Le cavalier,	lính mã kị.	La malpropreté,	dơ, không sạch.
Le chevrier,	kẻ chăn dê.	Le mari,	chồng.
Le conducteur,	kẻ dẫn lộ.	Le minéral,	kim thạch.
La consolation,	giải khuây, vui lòng.	La mousse,	rong rêu.
Le cornac,	thằng nài,	Le muletier,	kẻ chăn la.
Le dégoût,	nhàm, gớm.	Le secours,	cứu, giúp.
Le désordre,	rối rắm.	Le talent,	tài năng.
Le diamant,	thủy xoàn.	Le vacher,	kẻ chăn bò.
Le fantassin,	lính bộ.	Le vêtement,	đồ mặc.

Complaisant,	hay chìu.	Indiscret,	vô ý.
Dégoûtant,	gớm, nhờm.	Léger,	tầm phào.
Discret,	dè dặt.	Malpropre,	không sạch.
Exact,	chắc, hẳn.	Modeste,	có nết.
Faux,	giả, gian.	Patient,	hay nhịn.
Féroce,	dữ, hung.	Prévenant,	phải thể.
Fier,	khoái, kiêu.	Reconnaissant,	biết ơn.
Gentil,	ngộ, có duyên.	Répugnant,	gớm, nhờm.
Grave,	dầm thầm.	Sain,	mạnh mẽ.
Grossier,	thô, kịch.	Sauf,	vô sự.
Impétueux,	hung, ào ào.	Têtu,	ngẳng đầu.

Se corriger,	sửa mình.	Empêcher,	cản, ngăn.
Déchirer,	xé.	Tacher,	làm lắm.
Embrasser,	ôm, hun.	Se tromper,	lộn, lầm.

(Đổi ra số nhiều).

1. Le gendre est le mari de la fille, et la bru, la femme du fils. — 2. Le chien est le gardien de notre maison. — 3. Le berger est le conducteur de la brebis ; le muletier, du mulet; le cornac, de l'éléphant ; le chevrier, de la chèvre, et le vacher, de la vache. — 4. Le charretier est souvent le bourreau de son cheval. — 5. La perdrix est un oiseau.

1. Les gendres sont les maris des filles, et les brus, les femmes des fils. — 2. Les chiens sont les gardiens de nos maisons. — 3. Les bergers sont les conducteurs des brebis ; les muletiers, des mulets ; les cornacs, des éléphants ; les chevriers, des chèvres, et les vachers, des vaches. — 4. Les charretiers sont souvent les bourreaux de leurs chevaux. — 5. Les perdrix sont des oiseaux.

1. Chàng rể là chồng đứa con gái, con dâu là vợ thằng con trai. 2 — Con chó là con giữ nhà ta. — 3. Kẻ chăn chiên là kẻ giữ con chiên ; kẻ chăn la là kẻ giữ con la ; thằng nài là kẻ giữ con voi ; kẻ chăn dê là kẻ giữ con dê, còn kẻ chăn bò là kẻ giữ con bò. — 4. Kẻ đánh xe có nhiều khi là kẻ giết con ngựa của nó. — 5. Con da da là con chim.

(Đỗi ra sỗ một).

1. Les arbres sont des végétaux ainsi que les mousses. — 2. Les roses sont les ornements des jardins ainsi que les œillets. — 3. Les diamants sont des minéraux ainsi que les métaux. — 4. Les bras sont des membres ainsi que les jambes. — 5. Les vins sont des boissons ainsi que les bières. — 6. Les journaliers sont des ouvriers ainsi que les cantonniers. — 7. Les fantassins sont des soldats ainsi que les cavaliers. — 8. Les vieillards ignorants sont de vieux enfants. — 9. Les enfants sont semblables à de jeunes arbrisseaux. — 10. Les perdrix sont plus petites que les poules. — 11. Les ânes sont patients et tranquilles autant que les chevaux sont ardents et impétueux. — 12. Les lions sont les animaux les plus forts ; mais ils ne sont pas aussi féroces que les tigres.

(Kiễu).

1. L'arbre est un végétal ainsi que la mousse. — 2. La rose est l'ornement des jardins ainsi que l'œillet. — 3. Le diamant est un minéral ainsi que le métal. — 4. Le bras est un membre ainsi que la jambe. — 5. Le vin est une boisson ainsi que la bière. — 6. Le journalier est un ouvrier ainsi que le cantonnier. — 7. Le fantassin est un soldat ainsi que le cavalier. — 8. Le vieillard ignorant est un vieil enfant. — 9. L'enfant est semblable à un jeune arbrisseau. — 10. La perdrix est plus petite que la poule. — 11. L'âne est patient et tranquille autant que le cheval est ardent et impétueux. — 12. Le lion est l'animal le plus fort, mais il n'est pas aussi féroce que le tigre.

1. Cây côi là loài thảo mộc cũng như rong rêu vậy. — 2. Hoa tường vi là đồ làm rực rỡ vườn tược cũng như hoa cẩm nhun. — 3. Ngọc xoàn là loài kim thạch cũng như các loài kim vậy. — 4. Cánh tay là thân thể cũng như ỏng chơn vậy. — 5. Các thứ rượu nho thì là đồ uống cũng như các thứ rượu mạch nha vậy. — 6. Những người làm ngày là người

làm công cũng như mấy người bồi lộ vậy. — 7. Lính bộ là quân gia cũng như lính ngựa vậy. — 8. Những người già dốt nát thì là con nít có tuổi. — 9. Con nít giống như cây còn non vậy. — 10. Con da da nhỏ hơn con gà mái. — 11. Lừa hay nhịn nhục và yên ổn cũng như ngựa hay nóng nảy và hung hăng vậy. — 12. Sư tử là thú vật mạnh mẽ hơn hết; mà nó không dữ bằng cọp hùm.

(Đổi ra giồng cái.)

Le frère aîné de Lê s'appelle Lựu. C'est un garçon poli, rempli de talents et exact à tous ses devoirs. Il est gai, mais grave, modeste et discret, il est charitable envers les pauvres, complaisant envers ses camarades et obéissant à ses parents. Il est cher à son maître qui en est très content; car il est le premier élève de la classe. Son cousin Lý ne lui ressemble aucunement; celui-ci est têtu, indiscret, fier et léger.

(Kiểu).

La sœur aînée de Lê s'appelle Lựu. C'est une fille polie, remplie de talents et exacte à tous ses devoirs. Elle est gaie, mais grave, modeste et discrète. Elle est charitable envers les pauvres, complaisante envers ses compagnes et obéissante à ses parents. Elle est chère à sa maîtresse qui en est très contente; car elle est la première élève de la classe. Sa cousine Lý ne lui ressemble aucunement; celle-ci est têtue, indiscrète, fière et légère.

Anh thằng Lê tên là Lựu. Ấy là một đứa biết đều, có tài năng và chính chắn trong phận sự mình. Nó vui, mà dặm thắm, có nết và dè dặt. Nó có nhơn với người nghèo khó, tử tế cùng bạn tác và vưng lời cha mẹ. Nó được thầy dạy nó yêu dấu và lấy làm bằng lòng lắm; vì nó là đứa học trò thứ nhứt trong lớp. Thằng Lý, anh em cô cậu với nó, không giống nó chút nào hết; thằng ấy hay ngẩng đầu, không dè dặt, kiêu cách và tâm phào.

(Đổi ra giồng đực.)
La bonne Cam.

La petite Cam est une fille aimable, fort obéissante, fort douce, fort gentille ; elle est assidue à l'école, attentive pendant les leçons, recueillie à l'église et fort réservée dans son langage et ses manières. Elle se montre reconnaissante envers ses parents et son institutrice, douce et obligeante envers ses camarades, polie et prévenante envers tout le monde. Elle est toujours prête à rendre service ; elle n'est jamais fière ni grossière envers qui que ce soit. Aussi Cam est une fille aimée et estimée de tout le monde ; elle fait le bonheur et la consolation de ses parents ; sa maîtresse la cite avec orgueil comme la première et la plus méritante de ses élèves.

(Kiểu)
Le bon Cam.

Le petit Cam est un garçon aimable, fort obéissant, fort doux, fort gentil ; il est assidu à l'école, attentif pendant les leçons, recueilli à l'église et fort réservé dans son langage et ses manières. Il se montre reconnaissant envers ses parents et son instituteur, doux et obligeant envers ses camarades, poli et prévenant envers tout le monde. Il est toujours prêt à rendre service ; il n'est jamais fier ni grossier envers qui que ce soit. Aussi Cam est un garçon aimé et estimé de tout le monde ; il fait le bonheur et la consolation de ses parents ; son maître le cite avec orgueil comme le premier et le plus méritant de ses élèves.

Con Cam có lòng tốt.

Con Cam là một đứa con gái dễ thương, hay chìu lụy, ăn ở dịu ngọt, và ăn nói có duyên lắm ; ở tại trường thì siêng năng, trong lúc học thì có ý tứ, ở tại nhà thờ thì chăm chỉ, và trong lời ăn tiếng nói và cánh ăn nết ở thì cẩn thận lắm. Nó biết ơn cha mẹ cùng bà thầy dạy nó, ăn ở dịu ngọt và hay giùm giúp cho bạn tác, biết đều và phải thể với mọi người. Nó sẵn lòng mà làm ơn luôn bất kỳ là ai, nó chẳng hề kiêu căn và thô tục. Vậy nên con Cam là một đứa được mỗi người thương và trượng; nó làm cho cha cho mẹ được có phước và vui lòng; bà thấy nó lấy làm khoái chí mà nói nó là một đứa thứ nhứt và có công hơn hết thảy học trò mình.

(Viết ra giống cái.)
Le garçon ignorant.

Huệ n'est plus jeune ; il a une belle figure, et il est bien vêtu. Sa famille est très riche, aussi a-t-il de l'argent dans la poche, mais rien dans la tête. Quand il était petit, il jouait toujours et n'étudiait jamais. Maintenant il est grand ; il ne sait ni lire, ni écrire, ni compter. Il ne connaît pas l'histoire, ni la géographie ; il sait à peine écrire son nom. Quand il parle, il se trompe souvent, car il ne sait pas un mot de la grammaire ; il devient tout rouge quand on se moque de lui à cause des fautes qu'il fait pendant la conversation.

La fille ignorante.

Huệ n'est plus jeune ; elle a une belle figure, et elle est bien vêtue. Sa famille est très riche, aussi a-t-elle de l'argent dans la poche, mais rien dans la tête. Quand elle était petite, elle jouait toujours et n'étudiait jamais. Maintenant elle est grande ; elle ne sait ni lire, ni écrire, ni compter. Elle ne connaît pas l'histoire, ni la géographie ; elle sait à peine écrire son nom. Quand elle parle, elle se trompe souvent, car elle ne sait pas un mot de la grammaire ; elle devient toute rouge quand on se moque d'elle à cause des fautes qu'elle fait pendant la conversation.

Đứa con trai dốt.

Thằng Huệ hết trẻ rồi ; mặt mày lịch sự, và ăn mặc tử tế. Nhà nó giàu có lớn, ấy nên nó có bạc trong túi, mà chẳng có chi trong trí hết. Khi nó còn nhỏ, nó chơi hoài, chẳng hề học tới. Bây giờ nó lớn ; nó không biết đọc, không biết viết, tính toán cũng không. Nó không thông sử, địa dư cũng không, nó biết viết quọt quẹt cái tên nó mà thôi. Khi nó nói, thì lộn hoài, vì nó không biết lấy một chữ trong sách văn pháp ; khi họ nhạo nó về những tiếng nó lầm lộn trong lúc nói chuyện, thì nó bật đỏ mặt tía tai,

(Đổi ra giồng cái.)
Les trois frères.

Un jour le petit Cam, à peine âgé de quatre ans, se promenait le long d'un ruisseau, avec ses trois frères plus âgés que lui. Il fit un faux pas et tomba dans l'eau qui était profonde et rapide. Son frère aîné se mit à crier au secours, et tomba sur ses genoux de frayeur. Le deuxième courut à la maison pour appeler son père. Mais le troisième, Nhẩn, qui n'avait que sept ans, se précipita dans l'eau et en retira son petit frère sain et sauf.

Lequel de ces trois frères a montré du courage et de la présence d'esprit?

(Kiểu).
Les trois sœurs.

Un jour la petite Cam, à peine âgée de quatre ans, se promenait le long d'un ruisseau avec ses trois sœurs plus âgées qu'elle. Elle fit un faux pas et tomba dans l'eau qui était profonde et rapide. Sa sœur aînée se mit à crier au secours, et tomba sur ses genoux de frayeur. La deuxième courut à la maison pour appeler sa mère. Mais la troisième, Nhẩn, qui n'avait que sept ans, se précipita dans l'eau et en retira sa petite sœur saine et sauve.

Laquelle de ces trois sœurs a montré du courage et de la présence d'esprit?

Ba đứa anh.

Bữa kia thằng nhỏ tên Cam, chưa đầy bốn tuổi, đi chơi theo dọc cái rạch kia với ba anh nó. Nó bước trật chơn té xuống rạch ấy thì sâu mà nước chảy mạnh. Anh cả nó vụt la lên, và sợ quính bắt quì xuống đó. Đứa thứ hai chạy về nhà kêu cha nó. Mà đứa thứ ba, tên Nhẩn, nó có bảy tuổi, nhảy nhầu xuống rạch, kéo em nó lên mạnh khoẻ vô sự.

Trong ba đứa anh nầy, đứa nào có gan và lẹ trí?

TRENTE-CINQUIÈME LEÇON

BÀI THỨ BA MƯƠI LĂM.

Aimer.	Thương, mến.
Etre aimé.	Được thương, được mến.
Frapper.	Đánh.
Etre frappé.	Bị đánh, chịu đòn.
Mich **est aimé** de Xoài.	Tên Mich được tên Xoài thương.

Tiếng verbe actif mà chia với auxiliaire être, thì chỉ người hay là vật làm việc nói đó phải chịu lấy. Chữ tàu cũng có cách nói như vậy. Thí dụ: Thông giả thường *chê nhơn*, kẻ thông thường *chê người*; cùng giả thường *chê ư nhơn*, kẻ cùng thường *bị người chê*. Lời nói *được*, *bị*, *chịu* đó gọi là verbe passif. Cũng như: Dụng lực giả *sử ư nhơn*; dụng tâm giả *sử nhơn*. Lao tâm giả *dịch nhơn*; lao lực giả *dịch ư nhơn*.

Modèle de conjugaison passive.
Mode indicatif.

Présent.			Parfait indéfini.		
Je	**suis**	*aimé*.	J'	**ai**	été *aimé*.
Tu	**es**	*aimé*.	Tu	**as**	été *aimé*.
Il	**est**	*aimé*.	Il	**a**	été *aimé*.
Nous	**sommes**	*aimés*.	Nous	**avons**	été *aimés*.
Vous	**êtes**	*aimés*.	Vous	**avez**	été *aimés*.
Ils	**sont**	*aimés*.	Ils	**ont**	été *aimés*.
Imparfait.			Plus-que-parfait.		
J'	**étais**	*aimé*.	J'	**avais**	été *aimé*.
Tu	**étais**	*aimé*.	Tu	**avais**	été *aimé*.
Il	**était**	*aimé*.	Il	**avait**	été *aimé*.
Nous	**étions**	*aimés*.	Nous	**avions**	été *aimés*.
Vous	**étiez**	*aimés*.	Vous	**aviez**	été *aimés*.
Ils	**étaient**	*aimés*.	Ils	**avaient**	été *aimés*.

Parfait défini.			Parfait antérieur.			
Je	**fus**	*aimé.*	J'	**eus**	été	*aimé.*
Tu	**fus**	*aimé.*	Tu	**eus**	été	*aimé.*
Il	**fut**	*aimé.*	Il	**eut**	été	*aimé.*
Nous	**fûmes**	*aimés.*	Nous	**eûmes**	été	*aimés.*
Vous	**fûtes**	*aimés.*	Vous	**eûtes**	été	*aimés.*
Ils	**furent**	*aimés.*	Ils	**eurent**	été	*aimés.*

Futur.			Futur antérieur.			
Je	**serai**	*aimé.*	J'	**aurai**	été	*aimé.*
Tu	**seras**	*aimé.*	Tu	**auras**	été	*aimé.*
Il	**sera**	*aimé.*	Il	**aura**	été	*aimé.*
Nous	**serons**	*aimés.*	Nous	**aurons**	été	*aimés.*
Vous	**serez**	*aimés.*	Vous	**aurez**	été	*aimés.*
Ils	**seront**	*aimés.*	Ils	**auront**	été	*aimés.*

Mode impératif.

Présent.			Futur antérieur.		
Sois	*aimé.*		**Aie**	été	*aimé.*
Soyons	*aimés,*		**Ayons**	été	*aimés.*
Soyez	*aimés.*		**Ayez**	été	*aimés.*

Mode conditionnel.

Présent.			Parfait.			
Je	**serais**	*aimé.*	J'	**aurais**	été	*aimé.*
Tu	**serais**	*aimé.*	Tu	**aurais**	été	*aimé.*
Il	**serait**	*aimé.*	Il	**aurait**	été	*aimé.*
Nous	**serions**	*aimés.*	Nous	**aurions**	été	*aimés.*
Vous	**seriez**	*aimés.*	Vous	**auriez**	été	*aimés.*
Ils	**seraient**	*aimés.*	Ils	**auraient**	été	*aimés.*

Mode subjonctif.

Présent.			Parfait.			
Que je	**sois**	*aimé.*	Que j'	**aie**	été	*aimé.*
Que tu	**sois**	*aimé.*	Que tu	**aies**	été	*aimé.*
Qu'il	**soit**	*aimé.*	Qu'il	**ait**	été	*aimés.*
Que nous	**soyons**	*aimés.*	Que nous	**ayons**	été	*aimés.*
Que vous	**soyez**	*aimés.*	Que vous	**ayez**	été	*aimés.*
Qu'ils	**soient**	*aimés.*	Qu'ils	**aient**	été	*aimés.*

Imparfait.	Plus-que-parfait.
Que je **fusse** *aimé*.	Que j' **eusse** été *aimé*.
Que tu **fusses** *aimé*.	Que tu **eusses** été *aimé*.
Qu'il **fût** *aimé*.	Qu'il **eût** été *aimé*.
Que nous **fussions** *aimés*.	Que nous **eussions** été *aimés*.
Que vous **fussiez** *aimés*.	Que vous **eussiez** été *aimés*.
Qu'ils **fussent** *aimés*.	Qu'ils **eussent** été *aimés*.

Mode infinitif.

Présent.	Parfait.
Être *aimé*.	Avoir été *aimé*.

Mode participe.

Présent.	Parfait.	Passé.
Etant *aimé*.	Ayant été *aimé*.	Aimé.

Verbe nào chia ở passif thì cũng một cách đó : là participe passé hiệp với các thì verbe être ; mà tiếng participe passé ấy phải theo một giòng một số với tiếng cai nó (sujet), Như : elle est aimée, ils sont aimés.

———

Je suis aimé de mon père.	Tôi *được* cha tôi thương.
Je suis appelé **par** mes amis.	*Mầy* người bạn hữu tôi kêu tôi.

Ta ít dùng cách participe, mà hay nói ở actif. Khi nói : Nó *bị* ăn trộm, il a été volé ; thì là : nó bị *ăn trộm lấy đồ* ; nó *bị* đánh, il a été frappé, thì là : nó bị *họ đánh nó*. Đó cũng không phải theo cách passif Phansa.

Abel fut tué par Caïn.	Abel bị Caïn giết.
L'imprimerie fut inventée par Gutenberg dans le quinzième siècle.	Gutenberg bày nghề in chữ trong đời thứ mười lăm.
De qui sommes-vous aimés ?	Mầy tôi được ai thương ?
Vous êtes aimés de vos amis.	Mầy cậu được bạn hữu mầy cậu họ thương.
Par qui sommes-nous blâmés ?	Mầy ta bị ai chê ?
Nous sommes blâmés par nos ennemis.	Mầy ta bị những kẻ nghịch với mầy ta họ chê.
Pourquoi en sommes-nous blâmés ?	Làm sao mầy ta bị họ chê ?

Parce qu'ils ne nous aiment pas.	Bởi vì họ không thương mầy ta.
Êtes-vous puni par votre maître ?	Anh có bị ông thầy dạy anh đó phạt anh không ?
Je n'en suis pas puni, parce que je suis sage et studieux.	Tôi không bị ông ấy phạt, bởi vì tôi hiền lành và ham học.
Sommes-nous entendus ?	Họ nghe ta nói chăng ?
Nous le sommes.	Nghe.
De qui sommes-nous entendus ?	Ai nghe ta ? Ai hiểu ta ?
Nous sommes entendus de nos voisins.	Những người ở gần ta họ nghe ta.
Quels enfants sont loués ?	Những con nít nào được khen ?
Ceux qui sont sages.	Những đứa hiền lành.
Lesquels sont punis ?	Những đứa nào bị phạt ?
Ceux qui sont paresseux et méchants.	Những đứa làm biếng và hung hăng.

Promener. — Đem đi dạo.

Promenez-vous vos enfants ?	Anh có đem con cái anh đi dạo không ?
Je les promène tous les soirs.	Chiều chiều tôi đem chúng nó đi dạo.
J'ai acheté le cheval **dont** vous m'avez parlé.	Tôi đã mua con ngựa *mà* anh nói với tôi *đó* rồi.
Je vois l'homme **dont** le frère a tué mon chien.	Tôi thấy người *mà* anh nó đã giết con chó của tôi *đó*.
Avez-vous vu les enfants **dont** le père m'a prêté un livre ?	Anh có thấy mấy đứa con nít *mà* người cha đã cho tôi mượn một cuốn sách *đó* không ?
Je les ai vus.	Thấy.

Sửa lại: Trương 25, hàng 4, chu = chữ. — T. 68, h. 21, nhỏ = nhỏ. — T. 69, h. 1, quá = dạ. — T. 93 h, 30, balaie = balaye. — T. 108 h. 27, es plein = es plein. — T. 112, h. 1, o = ở. — T. 119, h. 21, dụng = dụng. — T. 128 h. 20, participe = passif.

De quels hommes parlez-vous ?	Anh nói chuyện về những người nào ?
Je parle de ceux **dont** les enfants sont studieux et obéissants.	Tôi nói chuyện về những kẻ *mà* con cái họ nó ham học và hay vưng lời.
Avez-vous entendu parler de votre frère ?	Anh có nghe nói tới em anh không ?
J'**en** ai entendu parler.	Có nghe.
Combien de temps y a-t-il que vous en avez entendu parler ?	Anh nghe nói chuyện nó đã bao lâu nay ?
Il y a un an.	Được một năm rồi.
Y a-t-il longtemps que vous avez déjeuné ?	Anh ăn bữa trưa rồi đã lâu chăng ?
Il n'y a pas longtemps.	Chưa bao lâu.
Dépenser.	*Xài, xài phí, xây xài, tốn, tốn hao.*
Combien avez-vous dépensé aujourd'hui ?	Bữa nay anh xài hết bao nhiêu ?
Deux piastres.	Hai đồng bạc.
J'ai cent piastres par mois à dépenser.	Tôi có một tháng một trăm đồng bạc mà xây dụng.
Nos chevaux ont-ils été trouvés ?	Có kiếm được những ngựa của ta không ?
Oui.	Được.
Quand ?	Bao giờ ?
Hier.	Hôm qua.
Où ?	Ở đâu ?
Au village de Hanh-thông.	Tại làng Hanh-thông.

Tiếng **adjectif** có tiếng đặt trước đặt sau tiếng **nom** thì cũng hiểu một nghĩa ; có tiếng đặt trước thì nghĩa khác, đặt sau thì nghĩa khác. Như ta nói : *người lớn, lớn người; ăn học, học ăn học nói.*

Un **pauvre** homme.	Một người tầm thường.
Un homme **pauvre**.	Một người nghèo khó.
Un **grand** homme.	Một người tài, đại nhơn.
Un homme **grand**.	Một người cao lớn.

L'amour-propre,	ý riêng.	La lumière,	sáng, tỏ.
La crainte,	lòng sợ.	La marche,	dường, lực.
L'emploi,	chức, việc.	La position,	thờ, chỗ.
L'expérience,	sự từng trải.	Le progrès,	tấn ích.
L'idée,	chí, ý.	La recette,	tiền vô.
L'inanité,	không, vô ích.	Le résultat,	việc rồi.
L'innovation,	mới lập.	La routine,	quen dùng.
L'invention.	mới bày.	La tâche,	công việc.
La lenteur,	chậm, lâu.		

Extrême,	chót, mút, quá.	Matériel,	nặng, có hình.
Fructueux,	có ích, có lợi.	Solide,	chắc, cứng.

Abandonner,	từ, bỏ.	Enticher,	cố, nể chấp.
Accepter,	chịu, lãnh.	Etonner,	làm cho kinh.
Affaiblir,	làm cho yếu.	Flatter,	khen, dỗ, dua.
Améliorer,	sửa, làm cho tốt.	Guider,	dẫn, dắc.
Augmenter.	thêm.	Ralentir,	làm cho chậm.
Croître,	mọc, lên.	Retenir,	cầm lại.
Démontrer,	chỉ vẽ.	Tarder,	làm cho trễ.
Déplaire,	không đẹp lòng.		

La routine.

Les vieilles routines *ralentissent* la marche du progrès, mais le progrès des lumières les *affaiblit* chaque jour, et les ignorants eux-mêmes *écoutent* parfois la voix de la raison. La crainte de déplaire à des parents entichés des vieilles idées ne *retient* plus les bons instituteurs ; ils *abandonnent* les anciennes méthodes, dont la lenteur était extrême, et les heureux résultats de ces innovations *étonnent* bientôt les parents eux-mêmes. Non seulement ce succès *flatte* l'amour-propre du maître, mais le nombre toujours croissant des élèves *augmente* sa recette, et l'emploi des bonnes méthodes *améliore* sa position matérielle; en même temps qu'il *facilite* et *rend* plus fructueuse sa tâche journalière. Mais il faut qu'une raison solide *guide* le choix de l'instituteur, car on ne doit pas *accepter* toutes les innovations, et souvent l'expérience ne tarde pas à *démontrer* l'inanité de certaines inventions.

Les élèves mettront au passif tous les verbes en italique.

Học trò phải đổi những chữ xiên ra cách chịu.

Thói quen.

Những thói cũ quen dùng làm chậm việc tân ích, mà trí hóa người ta càng ngày càng thêm lại dầm lần những thói ấy và nhiều khi kẻ dốt nát cũng hay nghe lời phải. Mấy thầy dạy giỏi hết sợ mích bụng những người cha mẹ đã nhiễm theo ý cũ, bèn bỏ cách dạy theo xưa nó lâu hay thói quá, và các phép mới lập dạy được nên việc lắm, sau rồi những người cha mẹ cũng lấy làm lạ. Chẳng phải được việc mà người thầy dạy đắc chí mà lại số học trò tăng luôn thì thêm lương lộc cho mình. Dùng thể dạy hay thì chức phận mình phải làm mỗi ngày cũng dễ cũng có ích. Mà đều thầy giáo tập phải cẩn thận việc lựa ấy, vì chẳng khá chịu cả thảy những phép mới bày, nhiều khi từng trải rồi thì cũng mau rõ việc mới bày nào mà chẳng đáng dùng.

La marche du progrès est ralentie par les vieilles routines, mais elles sont affaiblies chaque jour par le progrès des lumières, et la voix de la raison est parfois écoutée des ignorants eux-mêmes. Les bons instituteurs ne sont plus retenus par la crainte de déplaire à des parents entichés des vieilles idées; les anciennes méthodes, dont la lenteur était extrême, sont abandonnées par eux, et les parents eux-mêmes sont bientôt étonnés des heureux résultats de ces innovations. Non seulement l'amour-propre du maître est flatté de ce succès, mais sa recette est augmentée par le nombre toujours croissant des élèves, et sa position matérielle est améliorée par l'emploi des bonnes méthodes, en même temps que sa tâche journalière est facilitée et rendue plus fructueuse. Mais il faut que le choix de l'instituteur soit guidé par une raison solide; car toutes les innovations ne doivent pas être acceptées et souvent l'inanité de certaines inventions ne tarde pas à être démontrée par l'expérience.

TRENTE-SIXIÈME LEÇON
BÀI THỨ BA MƯƠI SÁU.

Những verbes réfléchis hay là pronominaux đều chia với hai tiếng pronoms, một tiếng làm, một tiếng chịu việc nói đó, phải chia với auxiliaire être.

Se repentir. | *Tự hối, biết lỗi.*

Mode indicatif.

Présent.			Parfait indéfini.		
Je	*me*	repens.	Je	*me*	**suis** repenti.
Tu	*te*	repens.	Tu	*t'*	**es** repenti.
Il	*se*	repent.	Il	*s'*	**est** repenti.
Nous	*nous*	repentons.	Nous	*nous*	**sommes** repentis.
Vous	*vous*	repentez.	Vous	*vous*	**êtes** repentis.
Ils	*se*	repentent.	Ils	*se*	**sont** repentis.

Imparfait.			Plus-que-parfait.		
Je	*me*	repentais.	Je	*m'*	**étais** repenti.
Tu	*te*	repentais.	Tu	*t'*	**étais** repenti.
Il	*se*	repentait.	Il	*s'*	**était** repenti.
Nous	*nous*	repentions.	Nous	*nous*	**étions** repentis.
Vous	*vous*	repentiez.	Vous	*vous*	**étiez** repentis.
Ils	*se*	repentaient.	Ils	*s'*	**étaient** repentis.

Parfait défini.			Parfait antérieur.		
Je	*me*	repentis.	Je	*me*	**fus** repenti.
Tu	*te*	repentis.	Tu	*te*	**fus** repenti.
Il	*se*	repentit.	Il	*se*	**fut** repenti.
Nous	*nous*	repentîmes.	Nous	*nous*	**fûmes** repentis.
Vous	*vous*	repentîtes.	Vous	*vous*	**fûtes** repentis.
Ils	*se*	repentirent.	Ils	*se*	**furent** repentis.

Futur.			Futur antérieur.		
Je	*me*	repentirai.	Je	*me*	**serai** repenti.
Tu	*te*	repentiras.	Tu	*te*	**seras** repenti.
Il	*se*	repentira.	Il	*se*	**sera** repenti.
Nous	*nous*	repentirons.	Nous	*nous*	**serons** repentis.
Vous	*vous*	repentirez.	Vous	*vous*	**serez** repentis.
Ils	*se*	repentiront.	Ils	*se*	**seront** repentis.

Mode conditionnel.

Présent.			Parfait. (1)			
Je	me	repentirais.	Je	me	**serais**	repenti.
Tu	te	repentirais.	Tu	te	**serais**	repenti.
Il	se	repentirait.	Il	se	**serait**	repenti.
Nous	nous	repentirions.	Nous	nous	**serions**	repentis.
Vous	vous	repentiriez.	Vous	vous	**seriez**	repentis.
Ils	se	repentiraient.	Ils	se	**seraient**	repentis.

Mode impératif.
Présent.
Repens-toi.
Repentons-nous.
Repentez-vous.

Mode subjonctif.

Présent.			Parfait.			
Que je	me	repente.	Que je	me	sois	repenti.
Que tu	te	repentes.	Que tu	te	sois	repenti.
Qu'il	se	repente.	Qu'il	se	soit	repenti.
Que nous	nous	repentions.	Que nous	nous	soyons	repentis.
Que vous	vous	repentiez.	Que vous	vous	soyez	repentis.
Qu'ils	se	repentent.	Qu'ils	se	soient	repentis.

Imparfait.			Plus-que-parfait.			
Que je	me	repentisse.	Que je	me	fusse	repenti.
Que tu	te	repentisses.	Que tu	te	fusses	repenti.
Qu'il	se	repentît.	Qu'il	se	fût	repenti.
Que nous	nous	repentissions.	Que nous	nous	fussions	repentis.
Que vous	vous	repentissiez.	Que vous	vous	fussiez	repentis.
Qu'ils	se	repentissent.	Qu'ils	se	fussent	repentis.

Mode infinitif.

Présent.	Parfait.
Se repentir.	S'**être** repenti.

Mode participe.

Présent.	Parfait.
Se repentant.	S'étant repenti.

---

(1) On dit aussi: Je me fusse repenti, tu te fusses repenti, il se fût repenti, nous nous fussions repentis, vous vous fussiez repentis, ils se fussent repentis.

A quoi vous amusez-vous ? — Anh chơi giồng chi cho vui?
Je m'amuse à lire. — Tôi coi sách chơi cho vui.
Chacun s'amuse de son mieux. — Ai chơi cách gì vui hơn thì chơi.
Vous vous coupez le doigt. — Anh làm đứt ngón tay anh.
Je me coupe les ongles. — Tôi cắt móng tay tôi.
Il s'arrache les cheveux. — Nó bứt tóc nó.
Se promener à cheval. — Cỡi ngựa đi chơi.
Se promener en voiture. — Đi xe dạo chơi.
Mon frère se promène à cheval. — Em tôi cỡi ngựa đi chơi.
Se coucher. — Nằm, ngủ.
Se lever. — Dậy, chường dậy.
Vous levez-vous de bonne heure ? — Anh thường dậy sớm chăng?
Je me lève au lever du soleil. — Mặt trời mọc thì tôi dậy.
Je me couche au coucher du soleil. — Mặt trời lặn thì tôi ngủ.
A quelle heure vous êtes-vous couché hier ? — Hôm qua anh ngủ hồi giờ nào?
A trois heures du matin. — Hồi ba giờ sáng.
Vous vous êtes couché tard. — Anh ngủ trễ, (anh thức khuya).
Se réjouir. — Vui, mừng.
Je me réjouis de votre bonheur. — Tôi mừng cho anh có phước.
Tromper. — Lường, gạt.
Se tromper. — Lầm, lộn.
Il m'a trompé de cent *francs*. — Nó gạt tôi một trăm *francs*.
Je me trompe. — Tôi lộn.
Je me suis trompé. — Tôi lộn rồi.
Ne m'abandonnez pas dans l'état où je suis. — Đừng có bỏ tôi trong lúc tôi như vầy đây.
Accordez cette grâce aux larmes d'une mère. — Làm cái ơn ấy cho người mẹ đương khóc ròng đó.
Ah! demeurez, seigneur, et daignez m'écouter. — Ông hãy ở mà nghe tôi bẩm với nào!

Transportez-vous-y.	Cậu phải đi đến đó.
Envoyez-y-moi.	Sai tôi đi đó.
Donnez-m'en.	Cho tôi cái đó.
Transportes-y-toi.	Mầy phải đi đến đó.
Envoyez-nous-y.	Sai mầy tôi đi đó.
Faites-moi le plaisir de me mener là.	Xin đắc giùm tôi đến đó.
Venez me parler.	Lại nói với tôi đây.
Abstenez-vous de boire froid quand vous avez trop chaud.	Khi trong mình anh nóng quá, thì cử đừng có uống đồ lạnh.
Aimez-vous les uns les autres, ne **vous querellez** jamais.	Bây phải thương nhau, đừng có rầy với nhau khi nào hết.

Une bête,	thú vật, người ngu.	Un cri,	tiếng la.
La boue,	bùn lầm.	Un polisson,	đứa hoang đàng.
La brutalité,	thô tục.	La réprimande,	lời quở trách.
La conduite,	cách ăn nết ở.	Le reproche,	lời la dứt.
Se disputer,	cải lẩy.	Pleuvoir,	mưa.
Eclabousser,	hất bùn lên.	Pourchasser,	lùa, rượt.
Eclater,	nổ, rộ, dậy.	Rencontrer,	gặp.
S'enfuir,	trốn.	Ressembler,	giống.
Inquiéter,	làm cho sợ.	Rire,	cười.
Jeter,	ném, phun.	Sortir,	ra, đi ra.
Lancer,	liệng.	Suivre,	theo, đi theo.
Se livrer,	phóng, chuyên.		

A rendre par le pluriel.
L'enfant mal élevé.

Toutes les fois que Giáp sortait de l'école, sans que le maître le suivît, il jetait de grands cris ou se disputait avec les enfants de son âge. Avait-il plu, il marchait où il y avait le plus de boue et prenait plaisir à éclabousser les élèves plus petits que lui. Rencontrait-il une poule, un canard ou tout autre animal, il le pourchassait, lui lançait des pierres et prenait un grand plaisir à inquiéter la pauvre bête. Un jour qu'il se livrait à ces jeux grossiers, un vieillard qui passait lui fit de vifs reproches et lui dit qu'il était honteux, pour un enfant élevé dans une école, de tenir une telle conduite. Mais le petit polisson écouta à peine la réprimande du bon vieillard, et s'enfuit en éclatant de rire. Quel est l'enfant qui voudrait ressembler à cet élève grossier et brutal ?

Đứa con nít trắt nết.

Hễ khi nào thằng Giáp ra khỏi trường, mà không có người thầy đi theo, thì nó hét om sòm hay là nó cải lẫy với con nít một trương với nó. Như trời có mưa, thì nó đi chỗ nào có nhiều bùn hơn hết và cầu vui mà hất bùn cho văng nhằm các trò nhỏ hơn chơi. Có gặp con gà, con vịt hay là con chi khác, thì nó cũng lùa đuổi, lượm đá sỏi mà liệng và làm cho vật ấy hoảng kinh chơi cho khoái chí. Ngày kia, khi nó đang chơi dại dột như vậy, có một ông già vừa đi qua bèn la dứt nó nhiều tiếng xẳn xớm và nói cùng nó rằng lấy làm hổ cho đứa con nít nuôi dạy trong trường mà ăn ở dường ấy. Song le thằng nhỏ hoang dàng đó nghe sơ qua lời ông già tử tế la dứt, rồi và cười ré lên và chạy tuốt đi. Đứa nào muốn bắt chước theo thằng học trò dại dột và hung hăng đó chăng ?

Les enfants mal élevés.

Toutes les fois que Giáp et Ât sortaient de l'école, sans que le maître les suivît, ils jetaient de grands cris ou se disputaient avec les enfants de leur âge. Avait-il plu, ils marchaient où il y avait le plus de boue, et prenaient plaisir à éclabousser les élèves plus petits qu'eux. Rencontraient-ils une poule, un canard ou tout autre animal, ils le pourchassaient, lui lançaient des pierres et prenaient un grand plaisir à inquiéter la pauvre bête. Un jour qu'ils se livraient à ces jeux grossiers, un vieillard qui passait leur fit de vifs reproches et leur dit qu'il était honteux, pour des enfants élevés dans une école, de tenir une telle conduite. Mais les petits polissons écoutèrent à peine la réprimande du bon vieillard, et s'enfuirent en éclatant de rire. Quels sont les enfants qui voudraient ressembler à ces élèves grossiers et brutaux ?

TRENTE-SEPTIÈME LEÇON
BÀI THỨ BA MƯƠI BẢY.

Lời nói dứt nghĩa (**Verbe neutre**) là tiếng chỉ việc người làm đó phải chịu; ấy nên không có tiếng phụ nghĩa xuôi (**complément direct**). Chia theo **verbe actif**; với avoir hoặc với être.

Modèle de verbe neutre : **Tomber**, *té*.

Mode indicatif.

Présent.		Parfait indéfini.		
Je	*tombe*.	Je	suis	*tombé*.
Tu	*tombes*.	Tu	es	*tombé*.
Il	*tombe*.	Il	est	*tombé*.
Nous	*tombons*.	Nous	sommes	*tombés*.
Vous	*tombez*.	Vous	êtes	*tombés*.
Ils	*tombent*.	Ils	sont	*tombés*.
Imparfait.		Plus-que-parfait.		
Je	*tombais*.	J'	étais	*tombé*.
Tu	*tombais*.	Tu	étais	*tombé*.
Il	*tombait*.	Il	était	*tombé*.
Nous	*tombions*.	Nous	étions	*tombés*.
Vous	*tombiez*.	Vous	étiez	*tombés*.
Ils	*tombaient*.	Ils	étaient	*tombés*.
Parfait défini.		Parfait antérieur.		
Je	*tombai*.	Je	fus	*tombé*.
Tu	*tombas*.	Tu	fus	*tombé*.
Il	*tomba*.	Il	fut	*tombé*.
Nous	*tombâmes*.	Nous	fûmes	*tombés*.
Vous	*tombâtes*.	Vous	fûtes	*tombés*.
Ils	*tombèrent*.	Ils	furent	*tombés*.
Futur.		Futur antérieur.		
Je	*tomberai*.	Je	serai	*tombé*.
Tu	*tomberas*.	Tu	seras	*tombé*.
Il	*tombera*.	Il	sera	*tombé*.
Nous	*tomberons*.	Nous	serons	*tombés*.
Vous	*tomberez*.	Vous	serez	*tombés*.
Ils	*tomberont*.	Ils	seront	*tombés*.

Mode conditionnel.

	Présent.		Parfait. (1)	
Je	tomberais.	Je	serais	tombé.
Tu	tomberais.	Tu	serais	tombé.
Il	tomberait.	Il	serait	tombé.
Nous	tomberions.	Nous	serions	tombés.
Vous	tomberiez.	Vous	seriez	tombés.
Ils	tomberaient.	Ils	seraient	tombés.

Mode impératif.

Présent.	Futur antérieur.	
Tombe.	Sois	tombé.
Tombons.	Soyons	tombés.
Tombez.	Soyez	tombés.

Mode subjonctif.

	Présent.		Parfait.	
Que je	tombe.	Que je	sois	tombé.
Que tu	tombes.	Que tu	sois	tombé.
Qu'il	tombe.	Qu'il	soit	tombé.
Que nous	tombions.	Que nous	soyons	tombés.
Que vous	tombiez.	Que vous	soyez	tombés.
Qu'ils	tombent.	Q'ils	soient	tombés.
	Imparfait.		Plus-que-parfait.	
Que je	tombasse.	Que je	fusse	tombé.
Que tu	tombasses.	Que tu	fusses	tombé.
Qu'il	tombât.	Qu'il	fût	tombé.
Que nous	tombassions.	Que nous	fussions	tombés.
Que vous	tombassiez.	Que vous	fussiez	tombés.
Qu'ils	tombassent.	Qu'ils	fussent	tombés.

Mode infinitif.

Présent.	Parfait.	
Tomber.	Être	tombé.

Mode participe.

Tombant.	Etant tombé.

(1) Cũng nói: Je fusse tombé, tu fusses tombé, il fût tombé, w.

Những lời nói dứt (verbes neutres) mà chia với être, thì là : aller, *đi*; arriver, *tới*; choir, *ngã xuồng*; échoir, *mãn kỳ*; décéder, *thất*; éclore, *nở*; entrer. *vào*; mourir. *chết*; naître, *sanh*; partir, *đi*; rester, *ở lại*; sortir, *đi ra*; tomber, *té xuồng*; venir, *đến*.

Những verbes ấy thì participe phải theo một giòng một số với tiếng sujet (tên người tên vật làm việc nói ra đó) ; cũng như verbes passifs.

Elle est tombé**e**.	Con ấy té.
Ils sont tombé**s**.	Chúng nó té.

Voulez-vous répondre **à mon frère** ?	Chú muốn trả lời cho em tôi không?
Je veux **lui** répondre.	Tôi muốn trả lời cho nó.
Veut-il répondre **à ma lettre** ?	Nó muốn trả lời cho cái thơ của tôi không ?
Il veut **y** répondre.	Nó muốn trả lời (cho cái ấy).

Voulez-vous aller au théâtre?	Chú muốn đi coi hát không ? (đến đám hát) ?
Je veux y aller.	Tôi muốn đi (đó).
Voulez-vous envoyer chercher du vin ?	Anh muốn sai đi lấy rượu nho không?
Je veux en envoyer chercher.	Muốn.
Votre garçon ne veut pas aller chercher du pain.	Thằng nhỏ anh đó không thèm đi lấy (mua) bánh mì.
Voulez-vous envoyer chercher le médecin ?	Anh muốn sai đi rước (mời) thầy thuốc không ?
Je veux l'envoyer chercher.	Tôi muốn sai đi rước.
Voulez-vous dire **au** domestique **de** faire le feu ?	Bậu muốn biểu thằng ở nó nhúm lửa không ?
Je veux **lui** dire **de** le faire.	Tôi muốn biểu nó nhúm.
Qui veut **être** domestique ?	Ai chịu *làm* đầy tớ ?
Personne.	Không ai hết.
Chacun veut **être** maître chez soi.	Ai cũng muốn *làm* chủ nhà mình.
Le charbonnier **est** maître dans sa maison.	Thằng đốt than cũng *làm* chủ trong nhà nó.

Quand voulez-vous sortir ?	Chừng nào anh muốn di ra ?
Je veux sortir **à présent**.	Tôi muốn đi ra bây giờ đây.
Votre ami veut-il rester là ?	Người bạn hữu anh nó muốn ở lại đó chăng ?
Il ne veut pas y rester.	Không muốn.
Qu'**allez**-vous faire ?	Đi làm gì (bây giờ) ?
Je **vais** écrire une lettre.	Tôi đi viết một cái thơ.

Aller, đi, đây dùng chỉ nghĩa là sẽ làm, hãy làm việc gì đó, như ta nói: rồi đây, chúc nữa đây, bây giờ đây.

Présent.

Je vais.	Nous **allons**.
Tu **vas**.	Vous **allez**.
Il va.	Ils **vont**.

Apprenez-vous le français ?	Anh học tiếng Phansa không?
Je l'apprends.	Tao học (tiếng ấy.)
J'apprends à lire.	Tao học đọc.
Tu apprends à écrire.	Mầy học viết.
Il apprend à parler.	Nó học nói.

Mich fait-il le lit ?	Thằng Mích có dủ giường không ?
Il fait le feu au lieu de faire le lit.	Nó không dủ giường, nó đi nhúm lửa.

L'alignement,	đàng thẳng.	Le maire,	đốc lý thành phố.
La bienveillance,	lòng tử tế.	La propriété,	của, nhà đất.
L'honneur,	lòng kính.	Le serviteur,	tôi, tớ.
L'intention,	ý, cố ý.	Le sieur,	tên, danh.

Favorable,	xui, êm.	Humble,	nhỏ, thấp.

Accueillir,	chịu, rước.	Ecouter,	nghe lời.
Commencer,	khởi công.	Espérer,	trông cậy.
Construire,	cất, lập.	Solliciter,	xin.

A Monsieur le Maire de la ville de Saigon.
Monsieur le Maire,

Le sieur Phan-văn-Huờn a l'honneur de solliciter de votre bienveillance, l'alignement dont il a besoin pour commencer les travaux d'une maison qu'il est dans l'intention de faire construire dans sa propriété, donnant sur la rue Boresse.

Espérant que vous voudrez bien accueillir favorablement sa demande, il a l'honneur d'être,

Monsieur le Maire,

Votre très humble et très obéissant serviteur.

Phan-văn-Huờn.

Gởi cho ông Đốc lý thành phố Saigòn.
Bẩm ông Đốc lý đặng rõ :

Phan-văn-Huờn kính xin ông sai người do cho ngay dàng đặng có khởi việc làm một tòa nhà trong đất mình, ngó ra phía dàng Boresse.

Trông cậy ông nhậm lời xin ấy, nay kính :

(Có lòng kính mà làm tôi ông Đốc lý cách nhỏ nhoi và chịu lụy.)

Phan-văn-Huờn.

Monsieur l'Administrateur,

Le sieur Nguyễn-văn-Vịnh soussigné, demeurant au village de Tân-trụ, canton d'An-ninh-hạ, arrondissement de Tân-an, a l'honneur de vous exposer qu'il a cessé son commerce de riz et que son magasin a été fermé définitivement le 4 Avril 1893.

En conséquence, il vient vous prier, Monsieur l'Administrateur, de faire prononcer la réduction des douzièmes restant à échoir sur sa patente après le susdit.

Le soussigné a l'honneur d'être,

Monsieur l'Administrateur,

Votre très humble et très obéissant serviteur.

Nguyễn-văn-Vịnh.

Bẩm quan Tham biện dặng rõ :

Nguyễn-văn-Vịnh, ký tên dưới đây, ở làng Tân-trụ, tổng An-ninh-hạ, hạt Tân-an, kính cho ông hay rằng mình đã thôi buôn bán gạo và tiệm ấy đã nhứt định đóng cửa rồi là ngày mồng bốn tháng tư tây năm 1893.

Vậy nên đơn xin quan Tham biện dạy bớt trong mười hai tháng còn lại chưa mãn nơi bản sanh ý sau ngày nói trên nầy.

Nay kính.

(Kẻ đứng tên dưới đây có lòng kính mà làm tôi ông cách nhỏ nhoi và chìu lụy.)

Nguyễn-văn-Vịnh.

B. P. S. 500.

Au dix Novembre prochain, je payerai à l'ordre de monsieur Tô-thanh-Nhàn, négociant de cette ville, la somme de trois cents piastres, valeur reçue en marchandises.

Saigon, ce dix Septembre, mil huit cent quatre-vingt-treize.

Bon pour trois cents piastres.
Lê-văn-Trung.

Tờ thiếu bạc 300 đồng.

Đến mồng mười tháng mười một tới đây, tôi sẽ trả, theo ý cậu Tô-thanh-Nhàn, là người buôn bán lớn tại thành nầy, số bạc ba trăm đồng, bạc mua hàng.

Saigòn, ngày mồng mười tháng chín năm một ngàn tám trăm chín mươi ba.

Tờ thiếu bạc ba trăm đồng.
Lê-văn-Trung.

TRENTE-HUITIÈME LEÇON
BÀI THỨ BA MƯƠI TÁM.

Lời nói trổng (verbes impersonnels) chia nơi ngôi thứ ba số một mà thôi. Có tiếng chia với **avoir**, có tiếng chia với **être**.

Il **a** neigé.	Tuyết sa.
Il **est** arrivé.	Đã xẩy đến.

Falloir.	Phải, cần.

Mode indicatif.

Présent.	Parfait indéfini.
Il faut.	Il a fallu.
Imparfait.	Plus-que-parfait.
Il fallait.	Il avait fallu.
Parfait défini.	Parfait antérieur.
Il fallut.	Il eut fallu.
Futur.	Futur antérieur.
Il faudra.	Il aura fallu.

Mode conditionnel.

Présent.	Parfait.
Il faudrait.	Il aurait fallu.

Mode subjonctif.

Présent.	Parfait.
Qu'il faille.	Qu'il ait fallu.
Imparfait.	Plus-que-parfait.
Qu'il fallût.	Qu'il eût fallu.

Faut-il aller au marché ?	Phải đi chợ không ?
Il ne faut pas y aller.	Đừng có đi.
Que **me** faut-il faire ?	Tôi phải làm giồng gì ?
Il **vous** faut rester tranquille.	Bậu phải ở yên.
Où **lui** faut-il aller ?	Nó phải đi đâu ?

Il **lui** faut aller chercher son livre.	Nó phải đi lầy cuốn sách của nó.
Que **vous** faut-il ?	Bậu phải có chi ?
Il **me** faut de l'argent.	Tôi phải có bạc.
Combien **vous** faut-il ?	Bậu phải có bao nhiêu ?
Il ne **me** faut qu'une piastre.	Tôi phải có một đồng bạc mà thôi.
Combien faut-il **à votre frère** ?	Em bậu phải có bao nhiêu ?
Il **lui** faut deux piastres.	Nó phải có hai đồng bạc.
J'ai ce qu'il **me** faut.	Tôi có cái tôi phải có.
Davantage.	*Hơn nữa, nhiều hơn nữa.*
Ne vous faut-il pas davantage ?	Chú chẳng phải có nhiều hơn nữa sao ?
Il ne me faut pas davantage.	Tôi chẳng phải có hơn nữa làm chi.
Il me faut davantage.	Tôi phải có nhiều hơn nữa.
Quel temps fait-il ?	Trời tốt hay là xâu ?
Il fait beau temps à présent.	Bây giờ trời tốt.
Fait-il chaud ?	Trời nắng không ?
Il fait chaud.	Trời nắng, nóng.
Il ne fait ni chaud ni froid.	Trời không nóng cũng không lạnh.
Obscur.	Tôi, tối tăm, u ám.
Sombre.	Tôi, tối mờ, mù mù.
Clair.	Sáng, sáng sủa, tỏ.
Fait-il sombre dans votre chambre ?	Trong phòng anh có tối không ?
Il y fait sombre.	Tối mờ.
Fait-il humide ?	Có ướt át không ?
Il fait sec.	Khô ráo ?
Il fait clair de lune.	Trời sáng trăng.
Il fait trop de soleil.	Trời nắng quá.
Fait-il bon vivre à Saigon?	Tại Saigòn đồ ăn đồ uống rẻ không ?
Il y fait cher vivre.	Đồ ăn đồ uống mắc.

Il fait du vent.	Trời gió.
Il fait du tonnerre.	Trời sấm.
Il fait de l'orage.	Trời dông.
Il fait du brouillard.	Trời sương mù.
Il pleut.	Trời mưa.
Il pleut à verse.	Trời mưa như xối.
Il fait des éclairs.	Trời chớp, chớp nhán.

Il y a des hommes qui ne veulent pas étudier.	Có người họ không thèm học hành.
Ce livre vous plaît-il ?	Anh chịu cuốn sách nầy không? (đẹp lòng anh không?)
Il me plaît.	Tôi chịu lắm, (đẹp lòng tôi lắm.)
Je ferai ce qu'il vous plaira.	Cái chi đẹp lòng anh thì tôi sẽ làm?
Que vous plaît-il ?	Anh muốn giống chi ? (Có chi làm đẹp lòng anh chăng?)

Có lời nói chia không đủ các thì *(verbes défectifs)*. Như : Frire, chiên; clore, bít.

Có lời nói không chia mỗi thì theo luật thường, theo kiểu đã học đó *(verbes irréguliers)*. Như : aller, đi ; courir, chạy. v. v.

Cả thảy chừng sáu bảy chục tiếng.

Aller bien.	*Vừa, vừa vẹn.*
Cet habit vous va bien.	Anh mặc cái áo nầy vừa vẹn, (vừa cho anh).
Ce chapeau ne va pas bien à votre frère.	Cái nón nầy, em anh đội không vừa, (không vừa cho em anh).
Ces souliers vous vont-ils bien ?	Giày nầy anh đi vừa không?
Ils me vont bien.	Vừa vẹn, vừa triền.

Trong lời nói không, thì tiếng ne đặt trước cái lời nói nơi mầy thì đơn (temps simples), trước tiếng phụ (auxiliaire) nơi mầy thì kép (temps composés); còn pas, point, jamais v. v. thì đặt sau cái lời nói hay là sau tiếng phụ. Như :

Je **ne** mens **pas**.	Tôi không nói láo.
Je **ne** mens **jamais**.	Tôi chẳng hề nói láo.
Je **n'ai pas** menti.	Tôi không có nói láo.
Je **n'ai jamais** menti.	Tôi chẳng hề nói láo.

Trừ ra ở thì hiện tại cách nói trống (infinitif présent). Như :

Ne pas mentir.	Không nói láo.

Trong lời hỏi, mà tiếng verbe, vần sau có chữ e câm nơi ngôi thứ nhứt số một, thì phải thế làm é (fermé).

Aimé-je ?	Tôi thương chăng ?
Eussé-je aimé ?	Tôi có thương không ?

Mà như tiếng verbe vần sau có e hay là a ở ngôi thứ ba số một, thì thêm một chữ t với hai cái ngang nhỏ hiệp lại (deux traits d'union), ở giữa tiếng verbe với tiếng pronom. Như :

Pense-t-il ?. (Pense t'il ?)	Nó tưởng chăng ?
Pensa-t-elle ?	Con ấy tưởng chăng ?
Pensera-t-il ?	Nó sẽ tưởng chăng ?

Khi lời hỏi, có tiếng verbe một vần hay là dàng sau có một vần câm (ou, on, en w.), thì thường phải đổi mà đặt cách khác cho êm tai, cho dễ nghe. Vậy không nói : Que rends-je ? Où cours-je ? Que réponds-je ? Mà phải nói :

Qu'**est-ce que** je rends ?	Tôi trả giống gì ?
Où **est-ce que** je cours ?	Chớ tôi chạy đi đâu ?
Qu'**est-ce que** je réponds ?	Tôi trả lời làm sao ?

Phải dùng **et-ce que** nghĩa là *chớ, chớ phải chăng* ?

Est-ce que je veux ?	Chớ tôi muốn chăng ?
Est-ce que je peux ?	Chớ tôi được chăng ?
Est-ce que je fais ?	Chớ tôi làm chăng ?
Qu'est-ce que je dis ?	Chớ tôi nói giống chi ?
Où est-ce que je vais ?	Chớ tôi đi đâu ?.
A qui est-ce que je parle ?	Chớ tôi nói với ai ?
Parlé-je français ?	Tôi biết nói tiếng Phansa không ?

Monsieur,

J'ai été satisfait de la fourniture que vous m'avez faite l'an passé ; si vous pouvez m'envoyer du même vin, au même prix, veuillez m'en expédier un fût à l'adresse suivante : M. Nguyễn-văn-Tò à Cầu-kho (Saigon).

Agréez, je vous prie, mes salutations empressées.

Kính ông đặng hay :

Đồ ông gởi bán cho tôi năm ngoái đó, tôi lấy làm ưng bụng ; nếu nay ông gởi được cho tôi cũng một thứ rượu nho ấy, lại cũng đồng một giá, thì xin gởi tới cho tôi một thùng để như vậy : Ông Nguyễn-văn-Tò, ở Cầu-kho (Sàigòn).

Nay kính :

(Xin nhậm lời tôi vội vã cung kính ấy.)

Il faut aimer son chien, même quand il est vieux.

Chí s'étonnait en voyant chez son oncle le chien Xù, qui était vieux et aveugle, bien soigné et bien nourri. « Pourquoi, dit-il, gardes-tu dans la maison cette bête qui ne sert à rien ? » L'oncle répondit : « Quand il était jeune, ce pauvre chien, il m'a rendu des services dont je me souviens. Je lui conserve dans la maison la place qu'il a bravement gagnée autrefois. »

Phải thương con chó mình nuôi, tới nó già cũng vậy.

Khi trò Chí thấy, tại nhà người cậu, có con chó Xù nó già và mù, được săn sóc và nuôi giưỡng tử tế, thì lấy làm kỳ mà rằng : « Sao cậu giữ con thú vô dụng đó làm chi trong nhà ? — Người cậu đáp rằng : Khi con chó khốn khó đó còn nhỏ, nó giúp cậu nhiều việc, cậu còn nhớ. Nay cậu gìn trong nhà cho nó cái chỗ nó có công mà được khi xưa ấy. »

TRENTE-NEUVIÈME LEÇON

BÀI THỨ BA MƯƠI CHÍN

Mode indicatif.

	Présent.			Parfait indéfini.	
Je	**vais** ou je **vas.**		Je	*suis*	allé.
Tu	**vas**.		Tu	*es*	allé.
Il	**va**.		Il	*est*	allé.
Nous	**all***ons*.		Nous	*sommes*	allés.
Vous	**all***ez*.		Vous	*êtes*	allés.
Ils	**vont**.		Ils	*sont*	allés.

	Imparfait.			Plus-que-parfait.	
J'	**all***ais*.		J'	*étais*	allé.
Tu	**all***ais*.		Tu	*étais*	allé.
Il	**all***ait*.		Il	*était*	allé.
Nous	**all***ions*.		Nous	*étions*	allés.
Vous	**all***iez*.		Vous	*étiez*	allés.
Ils	**all***aient*.		Ils	*étaient*	allés.

	Parfait défini.			Parfait antérieur.	
J'	**all***ai*,		Je	*fus*	allé.
Tu	**all***as*.		Tu	*fus*	allé.
Il	**all***a*		Il	*fut*	allé.
Nous	**all***âmes*.		Nous	*fûmes*	allés.
Vous	**all***âtes*.		Vous	*fûtes*	allés.
Ils	**all***èrent*.		Ils	*furent*	allés.

	Futur.			Futur antérieur.	
J'	**ir***ai*.		Je	*serai*	allé.
Tu	**ir***as*.		Tu	*seras*	allé.
Il	**ir***a*.		Il	*sera*	allé.
Nous	**ir***ons*.		Nous	*serons*	allés.
Vous	**ir***ez*.		Vous	*serez*	allés,
Ils	**ir***ont*.		Ils	*seront*	allés.

Mode conditionnel.

Présent.		Parfait.		
J'	ir*ais*.	Je	*serais*	allé.
Tu	ir*ais*.	Tu	*serais*	allé.
Il	ir*ait*.	Il	*serait*	allé. etc.
Nous	ir*ions*.	On dit aussi :		
Vous	ir*iez*.	Je	*fusse*	allé.
Ils	ir*aient*.	Tu	*fusses*	allé. etc.

Mode impératif.

Présent.

Va, *all*ons, *all*ez.

Mode subjonctif.

Présent.		Parfait.		
Que j'	*aill*e.	Que je	*sois*	allé.
Que tu	*aill*es.	Que tu	*sois*	allé.
Qu'il	*aill*e.	Qu'il	*soit*	allé.
Que nous	*all*ions.	Que nous	*soyons*	allés.
Que vous	*all*iez.	Que vous	*soyez*	allés.
Qu'ils	*aill*ent.	Qu'ils	*soient*	allés.
Imparfait.		Plus-que-parfait.		
Que j'	*all*asse.	Que je	*fusse*	allé.
Que tu	*all*asses.	Que tu	*fusses*	allé.
Qu'il	*all*ât.	Qu'il	*fût*	allé.
Que nous	*all*assions.	Que nous	*fussions*	allés.
Que vous	*all*assiez.	Que vous	*fussiez*	allés.
Qu'ils	*all*assent.	Qu'ils	*fussent*	allés.

Mode infinitif.

Présent.	Parfait.
Aller.	**Etre** allé.

Mode participe.

Présent.	Parfait.
Allant.	**Etant** allé.

— 151 —

Où demeurez-vous ?	Chú ở tại đâu ?
Je demeure près du Château d'eau.	Tôi ở gần cái tháp chứa nước.
Avez-vous laissé tomber quelque chose ?	Anh có làm rớt vật chi không ?
Je n'ai rien laissé tomber.	Tôi không có làm rớt vật chi hết.
Laisser tomber.	Làm rớt.
Approcher.	Gần tới, đem lại gần.
S'approcher.	Tới gần, lại gần.
C'est un homme qu'on peut approcher.	Ấy là người họ đến gần được.
L'hiver approche.	Mùa đông gần tới.
Vous approchez-vous du feu?	Anh lại gần lửa chăng ?
Je m'en approche.	Tôi lại gần.
Je m'en éloigne.	Tôi dan ra xa.
Eloigner.	Làm cho xa, dan ra xa.
S'éloigner.	Đi xa, dan ra xa.
Pourquoi cet homme s'éloigne-t-il du feu ?	Làm sao người nầy đi xa lửa ?
Il s'en éloigne, parce qu'il n'a pas froid.	Nó đi xa, vì bởi nó không có lạnh.
Rappeler.	Nhắc lại, kêu lại.
Se rappeler.	Nhớ, nhớ lại.
Vous rappelez-vous cela ?	Cậu nhớ đều đó không ?
Je me **le** rappelle.	Tôi nhớ (đều đó).
Votre frère se rappelle-t-il **cela ?**	Em cậu nhớ đều đó chăng ?
Il se **le** rappelle.	Nó nhớ (đều đó).
Se souvenir.	Nhớ.
Se ressouvenir.	Nhớ sực, trực nhớ, chợt nhớ.
Vous souvenez-vous **de** cet homme ?	Cậu nhớ đến người nầy không ?
Je m'**en** souviens.	Tôi nhớ.
Vous souvenez-vous **de** cela?	Cậu nhớ đến đều đó không?
Je ne m'en souviens pas.	Tôi không nhớ đến.
Mieux.	Hơn, khá hơn.

Aimez-vous **mieux** rester ici **que de** sortir ?

Cậu không ra, cậu muốn ở lại đây sao ? (Cậu ưa ở lại đây hơn là đi ra sao ?)

J'aime mieux rester ici que de sortir.

Tôi không ra, tôi ở lại đây. (Tôi ưa ở lại đây hơn là đi ra).

Aimez-vous mieux écrire que de parler ?

Cậu muốn viết, không muốn nói sao ?

J'aime mieux parler que d'écrire.

Tôi muốn nói, không muốn viết. (Tôi ưa nói hơn là viết).

J'aime **mieux** le bœuf **que** le mouton.

Tôi ưa thịt bò *hơn là* thịt trừu.

Je n'aime ni l'un ni l'autre.

Tôi không ưa thứ nào hết.

J'aime **tout autant** le thé **que** le café.

Trà, *café* tôi cũng ưa hết. (Tôi ưa trà cũng như *café* vậy).

Vite, vite**ment**.

Mau, *cách* mau.

Lent, lente**ment**.

Chậm, *cách* chậm.

Il mange plus vite que moi.

Nó ăn mau hơn tôi.

Je ne vous comprends pas, parce que vous parlez trop vite.

Nghe cậu nói, tôi hiểu không được, vì tại cậu nói mau quá.

Haut.

Cao, lớn.

A haute voix.

Lớn tiếng.

Pour apprendre le français, il faut parler haut.

Phải nói cho lớn mới học được tiếng Phansa.

La clameur,	tiếng van, om sòm.	La panetière,	cái túi, bao, dẩy.
La course,	chạy.	La panique,	thất vía.
L'épouvante,	kinh hồn.	La poursuite,	rượt, đuổi.
La fronde,	dây đóng để liệng đá.	Le sommet,	chót, ngọn.
Le front,	cái trán.	Le spectacle,	cảnh, kiến.

Gigantesque,	to, lớn, gình giàng.	Superbe,	kiêu, sang.

Massacrer,	giết, chém giết.	Toucher,	đụng, nhắm.
Mesurer,	đo, độ.	Trancher.	cắt, dứt, trừ.

A rendre par le parfait défini.
Le combat de David.

David *court* à Goliath, puis il s'*arrête*, *met* la main dans sa panetière, y *prend* une pierre et la *lance* rapidement avec sa fronde. La pierre *vole* et *va* frapper au milieu du front le superbe Philistin qui, abattu du coup, touche et mesure la terre de son corps gigantesque. David alors *reprend* sa course, *arrive* sur son ennemi, se *saisit* de son épée, et lui *tranche* la tête.

A ce spectacle, une double clameur s'*élève* du sommet des montagnes. Du côté des Philistins, ce sont (*imparfait*) des cris de l'épouvante, et du côté des Israëlites des cris de victoire.

L'armée d'Israël se *met* à la poursuite de ses ennemis saisis de panique, et en *massacre* un grand nombre.

David chạy lại đàng Goliath, rồi ngừng lại, thò tay vào túi, lấy một cục đá, đễ nơi dây dóng mà vụt cục đá bay, tới trủn nhắm người Philistin kiều căn ấy nơi giữa trán, nó nhào xuống, thấy gình giàng nằm sải dài sát đất. David bèn chạy tới chỗ kẻ nghịch mình, dựt cây gươm, chém lấy đầu nó.

Thấy vậy, trên chót núi hai bên đều ó van. Bên quân Philistins, những tiếng kinh hãi, còn bên quân Israëlites những tiếng thắng trận.

Đạo binh Israël rược duổi quân nghịch mình nó đang kinh hồn và chém giết nhiều lắm.

David *courut* à Goliath, puis il s'*arrêta*, *mit* la main dans sa panetière, y *prit* une pierre et la *lança* rapidement avec sa fronde. La pierre *vola* et *vint* frapper au milieu du front le superble Philistin qui, abattu du coup, *toucha* et *mesura* la terre de son corps gigantesque. David alors *reprit* sa course, *arriva* sur son ennemi, se *saisit* de son épée et lui *trancha* la tête.

A ce spectacle, une double clameur s'*éleva* du sommet des montagnes. Du côté des Philistins, c'*étaient* des cris d'épouvante, et du côté des Isrëlites des cris de victoire.

L'armée d'Israël se *mit* à la poursuite de ses ennemis saisis de panique, et en *massacra* un grand nombre.

QUARANTIÈME LEÇON.

BÀI THỨ BỐN MƯƠI.

Envoyer. | *Gởi, sai,*

Mode Indicatif.

	Présent.			Parfait indéfini.	
J'	*envoie.*		J'	**ai**	*envoyé.*
Tu	*envoies.*		Tu	**as**	—
Il	*envoie.*		Il	**a**	—
Nous	*envoyons.*		Nous	**avons**	—
Vous	*envoyez.*		Vous	**avez**	—
Ils	*envoient.*		Ils	**ont**	—

	Imparfait.			Plus-que-parfait.	
J'	*envoyais.*		J'	**avais**	*envoyé.*
Tu	*envoyais.*		Tu	**avais**	—
Il	*envoyait.*		Il	**avait**	—
Nous	*envoyions.*		Nous	**avions**	—
Vous	*envoyiez.*		Vous	**aviez**	—
Ils	*envoyaient.*		Ils	**avaient**	—

	Parfait défini.			Parfait antérieur.	
J'	*envoyai.*		J'	**eus**	*envoyé.*
Tu	*envoyas.*		Tu	**eus**	—
Il	*envoya.*		Il	**eut**	—
Nous	*envoyâmes.*		Nous	**eûmes**	—
Vous	*envoyâtes.*		Vous	**eûtes**	—
Ils	*envoyèrent.*		Ils	**eurent**	—

	Futur.			Futur antérieur.	
J'	**enverrai.**		J'	**aurai**	*envoyé.*
Tu	**enverras.**		Tu	**auras**	—
Il	**enverra.**		Il	**aura**	—
Nous	**enverrons.**		Nous	**aurons**	—
Vous	**enverrez.**		Vous	**aurez**	—
Ils	**enverront.**		Ils	**auront**	—

Mode conditionnel.

Présent.		Parfait.	
J'	enverrais.	J'	aurais *envoyé.*
Tu	enverrais.	Tu	aurais —
Il	enverrait.	Il	aurait —
Nous	enverrions.	Nous	aurions —
Vous	enverriez.	Vous	auriez —
Ils	enverraient.	Ils	auraient —

Mode impératif.

Présent.	Futur antérieur.
Envoie.	**Aie** *envoyé*
Envoyons.	**Ayons** —
Envoyez.	**Ayez** —

Mode subjonctif.

Présent.		Parfait.	
Que j'	envo*ie.*	Que j'	aie. *envoyé.*
Que tu	envo*ies.*	Que tu	aies. —
Qu'il	envo*ie.*	Qu'il	ait. —
Que nous	envo*yions.*	Que nous	ayons. —
Que vous	envo*yiez.*	Que vous	ayez. —
Qu'ils	envo*ient.*	Qu'ils	aient. —

Imparfait.		Plus-que-parfait.	
Que j'	envo*yasse.*	Que j'	eusse *envoyé*
Que tu	envo*yasses.*	Que tu	eusses —
Qu'il	envo*yât.*	Qu'il	eût —
Que nous	envo*yassions.*	Que nous	eussions —
Que vous	envo*yassiez.*	Que vous	eussiez —
Qu'ils	envo*yassent.*	Qu'ils	eussent —

Mode infinitif.

Présent.	Parfait.
Envoyer.	**Avoir** *envoyé.*

Mode participe.

Envoyant.	**Ayant** *envoyé*

Tiếng **renvoyer**, gởi lại, duổi đi, chia theo **envoyer**. Khác kiểu thường tại thì **Futur** với **Conditionnel** mà thôi.

Allez-vous au théâtre d'aussi bonne heure que moi ?	Anh đi coi hát sớm bằng tôi không ?
De bonne heure.	Sớm.
De meilleure heure.	Sớm hơn.
Plus tôt.	Sớm hơn.
Plus tard.	Khuya hơn, muộn hơn, sau.
Trop tard.	Khuya quá, trễ quá.
J'y vais plus tôt que vous.	Tôi đi đó sớm hơn anh.
Parlez-vous déjà ?	Anh đã nói được chưa ?
Je ne parle pas encore.	Tôi chưa nói được ?

D'où venez-vous ?	Anh ở đâu lại, (đến) ?
Je viens du jardin.	Tôi ở đàng vườn lại.
D'où est-il venu ?	Nó ở đâu lại ?
Il est venu du théâtre.	Nó ở đàng đám hát lại.

J'ai cassé votre couteau après avoir coupé le bœuf.	Cắt thịt bò rồi tôi làm gẩy con dao của anh.
J'ai dîné de meilleure heure que vous.	Tôi ăn bữa trưa sớm hơn anh.
Vous avez soupé tard.	Anh ăn bữa tối trễ.

Le domestique que fait-il de son balai ?	Thằng đày tớ làm gì với cây chổi của nó ? (dùng làm gì ?)
Il balaye le plancher avec.	Nó dùng mà quét ván rầm.
Que veut-il faire de ce bois ?	Nó làm chi với gỗ nầy ?
Il n'en veut rien faire.	Nó không dùng mà làm gì hết.

Il vient d'écrire.	Nó mới viết.
Y a-t-il longtemps que cet homme attend ?	Người nầy đợi lâu chăng ?
Il ne fait que d'arriver.	Nó mới có đến.

J'ai passé devant le théâtre.	Tôi di qua trước dám hát.
Il a passé devant moi.	Nó di qua trước mặt tôi.
A quoi passez-vous le temps?	Anh làm chi cho qua ngày tháng (giờ)?
Je passe le temps à étudier.	Tôi học cho qua ngày tháng.
Avez-vous jeté quelque chose?	Anh có ném vật gì không?
Je n'ai rien jeté.	Tôi không có ném chi hết.
Jeter.	*Ném, liệng, quăng, bỏ.*
Je vous assure qu'il est arrivé.	Tôi chắc với anh rằng nó đã tới.
Il lui est arrivé un grand malheur.	Xảy đến cho nó một cái ọa lớn.
Que vous est-il arrivé?	Đã xảy đến giống chi cho anh?
Il ne m'est rien arrivé.	Chẳng có xảy đến cho tôi giống chi hết.

Confier.	*Gởi, phú, phú thác.*
Garder.	*Giữ, giữ gìn.*
Me confiez-vous votre argent?	Anh gởi bạc của anh cho tôi không?
je vous le confie.	Gởi.
J'ai confié un secret à cet homme.	Tôi phú thác một sự kín cho người nầy.
Garder le secret de quelque chose.	Giữ sự kín về việc chi đó.
J'en ai gardé le secret.	Tôi giữ sự kín về việc ấy.
Dissiper.	*Phá tan, phá hết.*
Empêcher.	*Cản ngăn, không cho.*
Il a dissipé son bien.	Nó phá của nó hết.
Vous m'empêchez de dormir.	Anh không cho tôi ngủ.

Avez-vous fait des emplettes aujourd'hui?	Anh có mua đồ chi hôm nay không?
De quoi avez-vous fait emplette aujourd'hui?	Anh đã mua giống chi hôm nay?

J'ai fait emplette de deux mouchoirs.			Tôi đã mua hai cái khăn vuôn.	
Voici,	đây nầy.		Voilà,	kia kìa.
Une dizaine,	mười.		Une vingtaine,	hai mươi.
Une quinzaine,	mười lăm.		Une centaine,	một trăm.
Craindre,	sợ, e.		Oublier,	quên.
Inspirer,	hít, vô, sanh.		Promettre,	hứa.
Obliger,	ép, làm ơn.		Rassurer,	làm cho vững.
Le délai,	kỳ, hạng.		La promesse,	lời hứa.
L'inquiétude,	lo sợ.		Le silence,	hối lặn lẽ.
La nouvelle,	tin tức.		La tranquillité,	sự bình yên.
Mener,	Dắc.		Porter,	Đem.
Amener,	Dắc đến.		Apporter,	Đem đi.
Emmener,	Dắc đi,		Emporter,	Đem đến.
Ramener,	Dắc lại.		Rapporter,	Đem lại.

Tàu có chữ *giả tá, chuyển chú, hội ý*, tiếng ta cũng có thể đó. Như : *chia, chía, chịa ; rơi, rời ; ngưng, ngừng ; voi, vòi, với, vọi.* v. v. Phansa hoặc thêm trước thêm sau mà làm ra nghĩa khác. Ta cũng có làm thể đó nữa. Như : *ăn ở, ăn gian, ăn hiếp, ăn mày, ăn rập, làm ăn,* v. v.; *ra mặt, ra tay, ra chuyện, ra ni, ra kiểu* v. v. *Đi ra, ra đi ; gái trai, trai gái* v. v.

In chỉ nghĩa là *không*, trước *b, m, p*, đổi làm im; trước *r* làm ir; trước *l*, làm il.

Inattentif,	*vô* ý.		Imberbe,	*không* có râu.
Immortel,	*chẳng* thát đặng.		Irrégulier,	*chẳng* đều.
Impoli,	*vô* phép.		Illégal,	*không* theo luật.

Dé trước chữ âm hay là *h* câm đổi làm dés :

Déplaire,	*chẳng* đẹp ý.		Désobéir,	*chẳng* vưng lời.

Dis, trước chữ *f*, làm dif. như :

Disgracieux,	*vô* duyên.		Difficile,	khó, khôn.

Mé *(mal)* trước chữ âm, mé làm més.

Heur,	phước, may.		Malheur,	*vô* phước.
Bonheur,	*có* phước.		Mésalliance,	*không* xứng đôi.

Cher ami,

Voici quatre mois que je n'ai pas reçu de tes nouvelles, et ton long silence n'est pas sans m'inspirer de l'inquiétude. Nous craignons que tu ne sois malade ou que tu ne nous aies oubliés. Envoie-nous sans délai une bonne lettre pour nous rassurer.

Ton meilleur ami,
Lê-văn-Phát.

Bậu ôi,

Đã bốn tháng nay qua không được tin tức bậu, lại tin bậu vắng bặc lâu đó chẳng làm cho qua khỏi lo sợ. Mầy qua e sợ cho bậu đau đớn chi đó hay là bậu đà quên mầy qua rồi chăng. Phải gởi, đừng trễ nải, cho mầy qua một cái thơ cho mầy qua vững bụng.

(Bằng hữu thiệt nghĩa với bậu).   Nay thơ.

Lê-văn-Phát.

Mon cher Năm,

Tu te rappelles sans doute que je t'ai prêté, il y a environ trois mois, un volume du *Truyện kỳ mạng lục*. Tu m'avais promis alors de ne le garder qu'une quinzaine de jours et tu as probablement oublié ta promesse. Comme j'ai besoin de ce livre, tu m'obligerais en me le renvoyant.

Mes salutations empressées.
Võ-văn-Chí.

Năm ôi,

Chắc sao em cũng nhớ rằng anh có cho em mượn, ước chừng ba tháng nay, một cuốn *Truyện kỳ mạng lục*. Hồi đó em hứa với anh rằng để coi mươi lăm ngày, mà em có khi đã quên lời em hứa ấy. Nầy bởi anh cần dùng cuốn sách đó, nên em làm ơn gởi lại cho anh.

(Anh vội vã mừng em.)   Nay thơ.

Võ-văn-Chí.

Nói láo mắc nói láo.

Có một thằng đi xứ xa về nói chuyện như vầy: « Tôi ngó thấy một chiếc tàu lớn. Dài quá chừng. Cha tôi thuở hai mươi tuổi bắt trước mũi mà ra sau lái. Đi mới tới cột buồm giữa, đã già bạc râu bạc tóc, chết giữa chừng, đi không tới lái.

Thằng kia nghe nói láo làm vậy, thì mới nói: « Vậy chưa mấy! Cho bằng tao đi rừng cao, tao thấy một cây cao lớn quá chừng quá đổi. Từ gốc chí ngọn, chim bay mười năm chưa tới. — Mấy lại nói láo quá tao đi nữa, có lẽ nào mà có!
— Thằng kia lại nói: Ay! Như không có thì lấy cây ở đâu mà làm cột buồm, mà đóng cho được chiếc tàu mấy nói với tao đó? »

Sĩ-tải, Trương-vĩnh-Ký.

A menteur, menteur et demi.

Un individu, de retour d'un voyage lointain, faisait le conte que voici: « Je vis un grand navire. La longueur en dépassait tout ce qu'on put imaginer. Mon père, à l'âge de vingt ans, partit de l'avant pour se rendre à l'arrière. Quand il arriva au grand mât, il avait déjà la barbe et les cheveux tout blancs. Il ne put atteindre la poupe, étant mort à moitié chemin. »

Son camarade, l'ayant entendu mentir de la sorte, dit à son tour: « Il n'y a là rien d'extraordinaire! Moi, j'ai vu dans une forêt de haute futaie un arbre d'une hauteur incommensurable. Pour monter du pied à la cime un oiseau volait pendant dix ans, et encore n'arrivait-il pas en haut! — C'est là un abominable mensonge! Comment cela pourrait-il se faire? — Comment? répliqua l'autre. Mais si ce n'est pas vrai, où donc a-t-on pris le bois pour faire le grand mât et la coque du bateau dont tu viens de nous parler? »

Abel des michels. (¹)

---

(1) Ông Abel des Michels, dạy chữ tàu tiếng Annam tại trường học các thứ tiếng bên phương đông, có dịch Kiêm-vân-kiều, Lục-vân-tiên, Chuyện đời xưa, vv. Để bán tại nhà ông Ernest Leroux, 28 đường Bonaparte, Paris.
Sửa lại: Trương 128, h. 27, sommes-vous = sommes-nous.

Revision.

Emploi des majuscules.
Dùng chữ hoa.

Chữ hoa hay là chữ lớn dùng ở đầu câu; sau một chầm; ở đầu mỗi câu thơ; sau hai chầm; trước tên người, tên xứ, tên sông, tên biển, tên non, tên núi; ở đầu chức tước, tặng tặng các vì các đứng lớn.

Des signes orthographiques.
Những dầu dùng viết cho nhầm phép.

Những dầu ấy là : les accents, l'apostrophe, le tréma, la cédille, với le trait d'union.

Des accents.

Có ba dầu là : *dầu sắc*, (*khứ thinh*, l'accent aigu); *dầu huyền*, (*bình hạ*, l'accent grave), với *dầu mũ*, (l'accent circonflexe).

Dầu sắc (́) đặt trên chữ é (*fermé*). Như : *bonté*, lòng lành ; *vérité*, sự thiệt.

Dầu huyền (̀) đặt trên chữ è (*ouvert*). Như : père, cha; mère, mẹ.

    Trên chữ à,   tại; đặng cho khác chữ a,   có.
    —   dès, từ, — — — — des, mầy.
    —   là, đó, — — — — la, ầy.
    —   où, đâu, — — — — ou, hay là.

Dầu mũ (̂) đặt trên chữ có giọng dài (**voyelles longues**) : Tempête, bao, tồ; flûte, quyển sáo.

    Trên chữ dú,   thíu, đặng cho khác chữ du, vế.
    —   tú, nính, — — — — tu, mấy.
    —   mûr, chính, — — — — mur, vách.
    —   súr, chắc, — — — — sur, trên.

De l'apostrophe.

Dầu ngoéo (') chỉ nghĩa bỏ bớt chữ a, e, i, nơi những tiếng le, la, je, me, te, se, de, que, ce, si, trước chữ âm hay là chữ h câm : l'homme, l'oiseau, l'amitié, s'il v. v. thế cho le homme, le oiseau, la amitié, si il.

Nơi những tiếng lorsque, puisque, quoique, ở trước những tiếng il, elle, on, un, une mà thôi : lorsqu'il, puisqu'elle, quoiqu'on vv. (1)

Nơi những tiếng entre, presque, trong những tiếng entr'acte, giữa lớp tuồng, hạ hồi tuồng, qua xuất khác ; presqu'île, dỏi đất gần thành cù lao.

---

(1) Nous sommes presque amis. Ta gần như là bằng hữu. On ne se gêne pas entre amis. Trong đám bằng hữu, thường không kể né.

Nơi tiếng **quelque** trước những tiếng un, une, autre : quelqu'un, quelqu'une, quelqu'autre.

Sửa lại : Trương 158, h. 13, apporter, đem *đến*. — H. 14, emporter, đem *đi*.

Du tréma.

Dầu hai chằm ngang nhau (¨) đặt trên những chữ e, i, u, đặng chỉ phải đọc riêng ra: haïr, saül, aiguë. Phải đọc ha-ir, sa-ul, aigu-e, (e câm).

De la cédille.

Dấu cung quăn (ҕ) đặt dưới chữ ç đặng chỉ phải đọc như chữ s trước những chữ a, o, u: façade, mặt tiền; hameçon, lưỡi câu; reçu, biên lai.

Du trait d'union.

Cái ngan vắn (-) dùng hiệp tiếng đôi tiếng ba hay là hiệp số mươi với số một, cùng tiếng quatre-vingt. Như: dix-sept, vingt-trois, trois cent soixante-treize.

De la ponctuation.
Cách chầm câu.

Những dấu dùng để chầm câu thì là: *dấu phết* (la virgule), *dấu chấm phết* (le point-virgule), *dấu hai chầm* (les deux points), *dấu chầm* (le point), *dấu chầm hỏi* (le point d'interrogation), *dấu chầm động lòng* (le point d'exclamation), *dấu hai nhân* (les guillemets), *dấu ngang dài* (le tiret), *dấu chặn câu* (la parenthèse).

Dấu phết (,) dùng phân những tiếng ý chỉ in nhau ở trong một câu (1). Như:
La charité est **douce, patiente,** bienfaisante. Lòng nhơn thì là dịu ngọt, nhẫn nhục, hay làm ơn.
La mouche **va, vient,** fait mille tours. Con ruồi bay đi, bay lại, quấn cả ngàn vòng.

Dùng đặt trước và sau những tiếng, như bỏ ra thì cũng không mất nghĩa trong cả câu. Như:
Un ami, **don du Ciel,** est un trésor précieux. Bằng hữu, là của Trời cho, thì là của quí báu.

Dùng đặt trước và sau những tiếng ngừng kêu, la lên. Như:
Appliquez-vous, **mes enfants,** à acquérir de l'instruction. Bấy trẻ, bấy phải gắn công học hành cho hay chữ.
Soyons amis, **Cinna.** Ớ Cinna, ta phải thuận hòa cùng nhau (giữ nghĩa bằng hữu).

---

(1) Mày phần ấy như hiệp bởi những tiếng et, ou, ni, thì không dùng dấu phết:
Il faut *vaincre* ou *mourir.* Phải thắng hay là thất thôi.
Il ne fait ni chaud ni froid. Trời không nực cũng không lạnh.

Dấu chấm phết (;) dùng phân những tiếng ý chỉ như nhau mà coi hơi dài dọc, nhứt là khi đã dùng dấu phết rồi. Như:

Le reste meurt; la religion ne meurt jamais. Kỳ dư phải thất mất; đạo trời chẳng hề thất mất.

Fais bien, tu auras des envieux; fais mieux, tu les confondras. Làm khá, thì ngươi có kẻ ganh ghé; làm khá hơn, thì ngươi làm cho kẻ ấy hổ thẹn.

Dấu hai chấm (:) đặt sau câu tiếp câu kể chuyện.

Dieu dit: Que la lumière soit faite. Ông Trời rằng: Bửng sáng phải có.

Dùng đặt dấu câu để giải nghĩa câu trước.

Les lois ressemblent aux habits: elles gênent un peu, mais elles préservent. Luật phép giống như đồ bận: Nó lúng túng một chút, mà được phòng ngừa cho.

Như có lời kể chuyện ở chót, thì đặt dấu hai chấm ở trước; như lời kể chuyện ở đầu, thì để dấu ấy ở sau.

Voici trois bons médecins : la tempérance, la gaîté et le travail. Đây là ba thầy thuốc giỏi: sự tiết kiệm, lòng vui vẻ và công việc làm.

Tempérance, gaîté, travail : voilà trois bons médecins. Tiết kiệm, vui vẻ, công việc: đó là ba thầy thuốc giỏi.

Dấu chấm (.) dùng đặt sau câu trọn nghĩa.

Une bonne éducation est le plus grand des biens. Việc học hành nên được là của cải lớn hơn hết.

Dấu chấm hỏi (?) dùng đặt sau câu hỏi.

Où allez-vous? Chú đi đâu? Quand partez-vous? Chừng nào chú đi?

Dấu chấm động lòng (!) dùng đặt sau câu chỉ vui, sợ, buồn, giận, w.

Que le seigneur est bon! Chúa có lòng lành là chừng nào!

Dấu hai nhàn («») đặt trước và sau câu kể chuyện. — Còn dấu ngang dài (—) chỉ sang lời người khác nói.

Dấu chận câu ( ) để ngăn những lời nói khác nghĩa trong một câu.

On raconte qu'un serpent, voisin d'un horloger, (c'était pour l'horloger un mauvais voisinage), entra dans sa boutique. Họ nói có con rắng kia, lân cận với người thợ đồng hồ, (ấy là nơi lân cận không tốt cho người thợ đồng hồ đó), bò vào trong phô nó.

Ta ở xa nước Phansa, nên phong tục cũng khác nhau xa: Ta để tóc, Phansa hớt tóc. — Ta nhuộm răn, Phansa để trắng như người Thanh. — Ta mặc đồ rộng, Phansa mặc đồ chẹt, tại xứ nực, xứ lạnh khác nhau. — Ta ăn bằng đũa bằng chén, ăn cơm uống nước trà; Phansa ăn bằng nĩa bằng dĩa, ăn bánh mì uống rượu nho w. Ăn ở tới học hành cũng khác nhau: Ta viết hàng đứng bên mặt qua bên trái. Phansa viết hàng ngang bên trái qua bên mặt. — Ta nói tiếng một, Phansa nói tiếng đôi tiếng ba, có tiếng kéo cả dọc, (như *anticonstitutionnellement*). Phong tục khác, nên lời nói cũng khác. Ấy nên kẻ học tiếng Phansa, phải cho có ý, phải tập nói theo như người Phansa vậy mới được. Mà cũng có đều in nhau, giồng nhau vậy.

Le corps humain.
Mình mẩy người ta.

Systèmes organiques.   *Mấy thể về thân thể.*

Une artère,	một cái mạch máu.	Nerveur,	nổi gân.
Une articulation,	một cái lắt léo.	Un os,	xương cốt.
Un cartilage,	— xương non.	La moelle,	mỡ trong xương.
La chair,	thịt.	La peau,	da.
Une fibre,	một cái sớ.	Les pores,	lỗ chơn lông.
Une glande,	một cục hạch.	Un poil,	một sợi lông.
Une jointure,	— cái giáp xương.	*Un poil follet,*	lông mép.
Une membrane,	— miếng da mỏng.	Un tendon,	một cái gân mềm.
Un membre,	— cái tay, chơn.	Un tissu,	một cái sớ to.
Un muscle,	— bắp tay, chơn.	*Un tissu cellulaire,*	một hàng lỗ.
Musculaire,	về bắp tay, chơn.	Un vaisseau,	một lỗ mạch.
Un nerf,	một cái gân.	Une veine,	một đường mạch.

Parties du corps humain.   *Mấy phần nơi mình người.*

L'aine,	háng.	Le côté,	hông.
L'aisselle,	nách.	Le cou,	cổ.
L'avant-bras,	bắp tay.	Un coude,	cánh chỏ.
La barbe,	râu, ria.	Le crâne,	cái sọ.
Barbu,	có râu.	Une cuisse,	một trái vế.
Le bas-ventre,	dạ dưới.	Les dents,	răng.
La bouche,	miệng, mỏm.	*Dent canine,*	răng chó, răng chuột.
Les boyaux,	ruột.		
Un bras,	một cánh tay.	*Dent incisive,*	răng cửa.
Les bronches,	đàng thông vô phổi.	*Dent molaire,*	răng cấm.
La ceinture,	chỗ lưng quần.	*Dent de lait,*	răng sữa.
Le cerveau,	óc.	Les doigts,	ngón tay.
La cervelle,	—	*Le pouce,*	ngón cái.
Le cervelet,	đàng sau óc.	*L'index,*	ngón trỏ.
Un cheveu,	một sợi tóc.	*Le médius,*	ngón giữa.
Une boucle,	một lọn tóc.	*L'annulaire,*	ngón áp út.
Une tresse,	tóc dóc.	*L'auriculaire,*	ngón út.
Chauve,	sói.	Une phalange,	một lóng.
Chevelu,	dễ tóc, có tóc.	Le dos,	lưng.
Un cil,	sợi lông nheo.	Les entrailles,	ruột.
La clavicule,	xương ngang vai.	Une épaule,	vai.
Le cœur,	trái tim.	L'épine dorsale,	xương sống.
La colonne vertébrale,	xương sống.	L'estomac,	bao tử.
Une côte,	cái xương sườn.	La face,	mặt,

Les favoris,	râu hai bên.	La pupille,	con người.
Le fémur,	xương ống.	La prunelle,	—
Les flancs,	xương hông.	Oculaire,	tợ con mắt.
Le foie,	cái gan.	L'œsophage,	cái cuồn họng.
Le front,	cái trán.	L'omoplate,	cái xương chồi vai.
Une gencive,	cái lợi răng, nớu.	Un ongle,	một cái móng.
Un genou,	một cái đầu gối.	Une oreille,	một cái tai.
La gorge,	cái họng, ức, vú.	Le tympan,	bưng tai.
Le gosier,	cái cuồn họng.	auriculaire,	tai nghe.
Une hanche,	dì.	Un orteil,	ngón chơn cái.
Les intestins,	ruột.	Le palais,	ổ gà, mùi.
Une jambe,	ống chơn.	Le pharynx,	phía trên họng.
Le jarret,	nhượng.	Un pied,	chơn.
Une joue,	một cái gò má.	La cheville,	mắt cá (chơn).
La langue,	cái lưỡi.	Le coude-pied,	cổ chơn.
Le larynx,	cái họng nói.	Le talon,	gót.
Les lèvres,	môi, mép.	La plante.	lòng làn chơn.
La lèvre sup^{te},	môi trên.	Le tendon	nhượng.
La lèvre inférieure,	môi dưới.	d'Achille,	
Les lombes,	cật.	Le poignet,	cổ tay.
Une mâchoire,	một cái hàm.	La poitrine,	ngực.
Une main,	một làn tay.	Un poumon,	phổi.
La paume,	lòng bàn tay.	La rate,	trái thăn.
Le revers,	phía trái.	Les reines,	trái cật, lưng.
Le poing,	bàn tay nắm lại.	Les rognons,	cật cẩm thú.
Une mamelle,	một cái vú.	La rotule,	xương bánh chè.
Le menton,	cái cằm.	Le sein,	cái vú, ức, lòng.
Le mollet,	lắp chơn.	Le squelette,	hài cốt.
Les moustaches,	râu mép.	Les tempes,	màng tang.
Une narine,	một lỗ mũi.	La tête,	cái đầu.
Le nez,	cái mũi.	Le tibia,	xương ống chơn.
Le nombril,	cái rún.	Le tronc,	thân, mình.
La nuque,	cái ót.	Le ventre,	bụng, dạ.
L'occiput,	sọ khỉ.	Une vertèbre,	doạn xương sống.
Un œil,	một con mắt.	La vessie,	cái bong bóng.
Une paupière,	mí con mắt.	Le visage,	mặt, gương mặt.

Différents degrés de la vie. — Các bực tuổi trong đời người.

La vie,	một đời, bình sinh.	Age de raison,	lớn khôn.
vivre,	sống, ăn ở.	Age mûr,	tuổi cả.
L'âge,	tuổi, tác.	Le déclin de l'âge,	suy nhược.
Bas âge,	thơ ấu.	Agé, avancé en âge,	có tuổi, lớn tuổi.
La fleur de l'âge,	tuổi xanh.	La naissance,	dòng dõi, sanh.

Naître,	sinh ra, đẻ.	Viril,	mạnh mẽ.
La croissance,	lớn lên.	La maturité,	tuổi lớn khôn.
L'âge de croissance,	tuổi đang lớn.	Mûr,	chín, lớn tuổi.
L'enfance.	còn con nít.	La vieillesse,	tuổi già cả.
Un enfant,	con nít.	Vieux, vieille,	già cả.
La puberté,	thành nhơn.	Vieillir,	ra già.
L'adolescence,	tuổi trai tráng.	La mort, le décès,	lúc chết, thát.
Adolescent, adulte,	đang trai.	Mourir, décéder,	chết, thát.
La jeunesse,	tuổi trẻ.	Un mourant,	gần chết.
Jeune,	còn trẻ.	Une morte, une défunte,	người chết.
La virilité,	tuổi trưởng thành.	Feu, feue,	thát, mất.

Un café.

Entrons dans ce café, nous y causerons à l'aise.

Volontiers. J'ai soif, j'ai besoin de me rafraîchir.

Voulez-vous prendre de la limonade ?

Je vous remercie.

Je prendrai de la bière.

Garçon, donnez-moi de la bière noire.

Monsieur, avez-vous la bonté de me passer ce journal, quand vous l'aurez lu.

Monsieur, le voici, je l'ai déjà lu.

Y a-t-il quelque chose de nouveau ?

Il n'y a rien d'intéressant aujourd'hui.

Garçon, avez-vous des journaux illustrés ?

Oui, Monsieur ; nous avons aussi des journaux étrangers.

Payons et continuons notre promenade.

Laissez-moi payer, ce sera votre tour une autre fois.

Một chỗ quán rượu.

Vào trong quán nầy, ta nói chuyện được thơ thới.

Mặc ý. Tôi khát, tôi muốn uống cho mát, cho đã khát.

Anh muốn uống rượu chanh không ?

Không, (cảm ơn).

Tôi uống rượu mạch nha.

Nhỏ, đem rượu mạch nha đen cho tao.

Cậu coi cái nhựt trình đó rồi, xin cậu làm ơn trao cho tôi.

Đây nầy cậu, tôi đã coi rồi.

Có chi lạ không ?

Bữa nay không có chi cho trọng, cho có ích.

Nhỏ, có nhựt trình vẽ hình không ?

Thưa có ; cũng có nhựt trình ngoại quốc nữa.

Trả tiền rồi đi nữa chơi.

Để cho tôi trả, kỳ khác về phần anh.

Rencontre d'un ami. | *Gặp một người bạn hữu.*
Je suis ravi de vous voir. | Thầy anh, tôi mừng hung.
Je suis charmé de vous rencontrer ici. | Gặp anh đây, tôi lấy làm mừng quá.
Depuis quand êtes-vous de retour du Tonkin? | Anh ở Bắc-kỳ về bao giờ?
Quand êtes-vous revenu de la campagne? | Anh trong rẫy trở về khi nào?
Je suis revenu samedi dernier. | Tôi trở về hôm thứ bảy rồi đây.
J'étais de retour hier au soir. | Tôi về hồi chiều hôm qua.
Comment avez-vous trouvé le voyage? | Đi đường có vui không?
Je l'ai trouvé fort agréable. | Tôi lấy làm vui quá.
Avez-vous fait un bon voyage? | Anh đi đường được bình yên không?
Très bon, je vous remercie. | Bình yên lắm.
Quand aurai-je le plaisir de vous voir chez moi? | Chừng nào anh lại nhà tôi chơi?
Quand voulez-vous venir dîner avec nous? | Chừng nào anh lại ăn chơi với mấy tôi?
Je ne sais. J'ai quelques affaires à finir. | Chưa biết được. Còn một ít việc phải làm cho rồi.
Nous serons charmés de vous voir et de causer avec vous. | Mấy tôi thấy anh cùng nói chuyện với anh thì lấy làm vui.

Le caquet,	tiếng rầy rà.	Le mandarin,	ông quan.
Le causeur,	kẻ hay nói.	La masse,	đồng, đoàn.
Le comédien,	thằng hát bội.	Le monstre,	con quỉ.
La **commère**,	vú, hay nói thầm.	Le paquet,	bó đồ.
La corneille,	con ác là.	La plaisanterie,	lời điều cợt.
L'embarras,	sự rối.	Le présent,	của đi lễ,
La faveur,	ơn.	Le seigneur,	chúa.

Cruel,	dữ, hung.	Horrible,	đáng ghê gớm.
Difforme,	dị hình, xấu.	Informe,	vô tình, thô.
Hideux,	hì hợm.	Mignon,	ngộ, có duyên.

Advenir,	xảy đến.	Se figurer,	nghỉ mà coi.
Attraper,	gạt, gặp, được.	Happer,	tớp.
Causer,	sanh, nói chuyện.	Lécher,	liếm.
S'élancer,	nhảy, tới.	Modérer,	bớt, chế.
Étrangler,	bóp họng.	C'en est fait,	thôi rồi, rồi đời.

Phải cắt nghĩa mấy dấu dùng trong bài nầy :
L'ourse et le petit ours.

Une ourse avait un petit ours qui venait de naître. Il était horriblement laid. On ne reconnaissait en lui aucune figure d'animal : c'était une masse informe et hideuse. L'ourse, toute honteuse d'avoir un tel fils, va trouver sa voisine la corneille, qui faisait grand bruit par son caquet sur un arbre. « Que ferai-je, lui dit-elle, ma bonne commère, de ce petit monstre ? J'ai envie de… J'ai envie de l'étrangler. — Gardez-vous-en bien, dit la causeuse : j'ai vu d'autres ourses dans le même embarras que vous. Allez : léchez doucement votre fils ; il sera bientôt joli, mignon, et propre à vous faire honneur. » La mère crut facilement ce qu'on lui disait en faveur de son fils ; elle eut la patience de le lécher longtemps. Enfin il commença à devenir moins difforme, et elle alla remercier la corneille en ces termes : « Si vous n'aviez modéré mon impatience, j'aurais cruellement déchiré mon fils, qui fait maintenant tout le plaisir de ma vie. »

Oh ! que l'impatience empêche de biens et cause de maux !

(*D'après Fénelon*).

Con gấu mẹ với con gấu con.

Con gấu cái kia có một con gấu con mới sinh ra. Nó xấu xa gớm ghiếc. Nhìn coi nó không giồng mặt thú chút nào : ấy là một cục dị hình bì họm. Gấu mẹ, có con như vậy thì lấy làm hổ thẹn trăm bề, mới đi tiếm con ác là ở lối xóm đang đánh phách van rân trên cây kia mà rằng : « Bậu ôi, qua chẳng biết mần răng về cái con quỉ nhỏ đó ? Qua có ý muốn… Qua có ý muốn bóp họng hắn đi. — Con thọp thẹp nọ rằng : Một đừng hai đừng, không nên mần rứa ; tôi thấy hiếm gấu khác cũng mắc như chị vậy. Nầy :

Thủng thẳng liếm con chị đó; rồi đây nó sẽ ra xinh ra ngộ, làm cho chị được vinh được hiển. » Gấu mẹ bèn tin lời nói đặng mà cứu con mình đó; nó nhẫn nhục liếm con đặng lâu ngày. Sau thì gấu con bớt dị hình hơn, chừng gấu mẹ mới đi cảm ơn con ác là mà nói như vầy : « Bằng bậu không hạ lòng nóng nảy qua, thì qua đã xé cách dữ tợn đứa con qua, nó bây giờ làm vui vẻ cả đời qua. »

Ôi! lòng nóng nảy cản biết bao nhiêu sự lành và làm sanh biết bao nhiêu sự dữ!

(Cứ theo ông Fénelon).

Đút sáp cho cọp ăn đặng khỏi chết.

Thằng hát bội kia muốn nói xâm các quan hay ăn hối lộ, mới giễu như vầy : « Ý cha chả! hôm trước tao đi ăn ong về gặp ông cọp. Tưởng đã xong đời đi rồi! — Húy! vậy thì còn chi mầy? — Mà may tao có vác một bó sáp trên vai. Tao mới chàng hảng ra, tao đút sáp ra đàng sau. Ổng nhảy tới ổng táp. Mắc răng trong sáp, tao nói xí hụt, tao chạy trợt đi khỏi.! »

Sĩ-tải, Trương-vĩnh-Ký.

L'homme qui fait manger de la cire à un tigre
pour sauver sa vie.

Un comédien, voulant se moquer des mandarins qui reçoivent des présents corrupteurs, fit la plaisanterie que voici : « Figurez-vous, dit-il, l'autre jour, en revenant de la récolte du miel, je rencontrai monseigneur le tigre. Je crus que c'en était fait de moi! Oh! oh! et que t'en est-il advenu? Heureusement que j'avais sur mon épaule un paquet de cire. J'écartai les jambes et je fis passer ma cire de l'autre côté. Monseigneur le tigre s'élança et happa le paquet. Il resta les dents prises dans la cire et moi je filai. Attrappe! »

Abel des Michels.

BẢN CÁC LỜI NÓI
KHÔNG CHIA NHƯ' LUẬT THƯỜNG

SẮP ĐỂ THEO THỨ TỰ CHỮ CÁI

Những verbes nầy không chia theo lệ thường mà là những tiếng hay dùng lắm, nên phải học thuộc lòng. Những tiếng verbes ở conjugaison thứ tư đây thì vẫn cội rễ ở nơi thì participe présent, chớ không phải ở nơi thì infinitif. Thì passé *(đã qua)*, nói parfait (đã trọn), thì cũng là một nghĩa.

Absoudre, *tha tội.* 4e conj. *Ind. prés.* j'absous, tu absous, il absout, n. absolvons, v. absolvez, ils absolvent. *Imp.* j'absolvais. không có *pas. défini. Fut.* j'absoudrai. *Cond.* j'absoudrais. *Impératif.* absous, absolvons, absolvez. *Subj.* que j'absolve. không có *Imp. Part. prés.* absolvant. *Part. pas.* absous, absoute.

Chia như vậy : DISSOUDRE, *làm tan ra.*

Acquérir, *mua, được.* 2e conj. *Ind. prés.* j'acquiers, tu acquiers, il acquiert, nous acquérons, vous acquérez, ils acquièrent. *Imp.* j'acquérais. *Passé défini :* j'acquis. *Futur :* j'acquerrai *(viết hai r). Cond.* j'acquerrais. *Impératif.* acquiers, acquérons, acquérez. *Subj.* que j'acquière, que nous acquérions. *Imp.* que j'acquisse. *Part. prés.* acquérant. *Part. passé :* acquis, acquise.

Chia như vậy : CONQUÉRIR, *đánh được.*

Aller, *đi, tới.* 1re conj. *Ind. prés.* je vais, tu vas, il va, nous allons, vous allez, ils vont. *Imp.* j'allais. *Pas. défini.* j'allai. *Fut.* j'irai. *Cond.* j'irais. *Impératif.* va (vas-y), allons, allez. *Subj.* que j'aille, que n. allions, qu'ils aillent. *Imp.* que j'allasse. *Part. prés.* allant. *Part. passé.* allé, allée.

Chia như vậy: S'EN ALLER, *đi.* Nơi các thì kép, thì dùng tiếng phụ *être* đặt ở giữa *en* với *allé.* Vậy phải nói : *je m'en suis allé*, không phải *je me suis en allé*; nơi *impératif* thì nói : *va-t'en.*

Asseoir (s'), *ngồi, lập.* 3e conj. *Ind. prés.* je m'assieds, tu t'assieds, il s'assied, *h. là* je m'assois, tu t'assois, il s'assoit, nous nous asseyons, vous vous asseyez, ils s'asseyent *h. là* ils s'assoient. *Imp.* je m'asseyais, nous nous asseyions. *Passé déf.* je m'assis. *Futur.* je m'assiérai. *Cond.* je m'assiérais. *Impératif.* assieds-toi. *Subj.* que je m'asseye, que nous nous asseyions. *Imp.* que je m'assissse. *Part. prés.* s'asseyant. *Part. pas.* assis, assise.

Battre, *đánh, đập.* 4e conj. *Ind. présent.* je bats, tu bats, il bat, n. battons, vous battez, ils battent. *Imparfait.* je battais. *Passé défini :* je battis. *Fut.* je battrai, *Cond.* je battrais, *Impératif :* bats, battons, battez. *Subj.* que je batte. *Imp.* que je battisse. *Part. prés.* battant. *Part. pas.* battu, battue.

Boire, *uống, rút.* 4e conj. *Ind. prés.* je bois, tu bois, il boit, nous buvons, v. buvez, ils boivent. *Imparfait.* je buvais. *Pas. déf.* je bus. *Fut.* je boirai. *Cond.* je boirais. *Impératif.* bois, buvons, buvez. *Subj.* que je boive, que tu boives, qu'il boive, que nous buvions, que vous buviez, qu'ils boivent. *Imparfait :* que je busse. *Participe présent :* buvant *Part. passé :* bu, bue.

Bouillir, *luột.* 2ᵉ conj. *Ind. prés.* je bous, tu bous, il bout. nous bouillons, v. bouillez, ils bouillent *Imparfait:* je bouillais. *Pas. déf.* je bouillis. *Fut.* je bouillirai. *Cond.* je bouillirais. *Imparfait:* bous, bouillons, bouillez. *Subj.* que je bouille, que tu bouilles, qu'il bouille, que nous bouillions, que vous bouilliez, qu'ils bouillent, *Imp.* que je bouillisse. *Part. prés.* bouillant. *Part. pas.* bouilli, e.

Conclure, *tóm lại.* 4ᵉ conj. *Ind. prés.* je conclus, tu conclus, il conclut, n. concluons, vous concluez, ils concluent. *Imparfait.* je concluais. *Passé défini :* je conclus, *Fut.* je conclurai. *Cond.* je conclurais. *Impératif:* conclus, concluons, concluez. *Subj.* que je conclue, que tu conclues, qu'il conclues, que n. concluions que vous concluiez, qu'ils concluent. *Imparfait:* que je conclusse. *Part. présent :* concluant. *Part. passé :* conclu, conclue.

Conduire, *đắc,* cũng như DÉDUIRE.

Confire, *làm mứt.* *Ind. prés.* je confis, tu confis, il confit, n. confisons, v. confisez, ils confisent. *Imp.* je confisais, *Pas. déf.* je confis. *Fut.* je confirai. *Cond.* je confirais. *Imp.* confis. *Subj.* que je confisse. Không có *Imp. Part. présent :* confisant. *Part. passé :* confit, confite.

Construire, *lập,* cũng như DÉDUIRE.

Contredire, *nói nghịch,* cùng như DIRE, trừ ra ngôi thứ hai số nhiều về thì ind. prés. *vous contredisez.*

Coudre, *may.* 4ᵉ conj. *Ind. prés.* je couds, tu couds, il coud, nous cousons, vous cousez. ils cousent. *Imparfait.* je cousais. *Pas. déf.* je cousis. *Fut.* je coudrai. *Cond.* je coudrais. *Impératif.* couds, cousons, cousez. *Subj.* que je couse, que nous cousions. *Imparfait.* que je cousisse, que nous cousissions. *Part. prés.* cousant. *Part passé:* cousu, cousue.

Courir, *chạy.* 2ᵉ conj. *Ind prés.* je cours, tu cours, il court, nous courons, vous courez, ils courent. *Imp.* je courais. *Pas. défini:* je courus. *Fut.* je courrai (hai chữ *r*). *Cond.* je courrais. *Impératif:* cours, courons, courez. *Subj.* que je coure, que tu coures, qu'il coure, que nous courions, qu'ils courent. *Imp.* que je courusse, que n. courussions. *Part.prés.* courant. *Part. passé:* couru, courue.

Craindre, *e, sợ.* 4ᵉ conj. *Indicatif prés.* je crains, tu crains, il craint, n. craignons, vous craignez, ils craignent. *Imparfait:* je craignais. *Pas. déf.* je craignis. *Fut.* je craindrai *Cond.* je craindrais. *Imp.* crains, craignons, craignez. *Subj. prés.* que je craigne. w. *Imparf.* que je craignisse. *Part. prés.* craignant. *Part passé:* craint, crainte.

Chia như vậy : CONTRAINDRE, *ép;* PLAINDRE, *thảm thương.* W.

Croire, *tin, tưởng.* 4ᵉ conj. *Ind. prés.* je crois, nous croyons, vous croyez, ils croient. *Imparfait :* nous croyions, vous croyiez. *Pas. déf.* je crus. *Futur :* je croirai. *Cond.* je croirais. *Impératif:* crois, croyons, croyez. *Subj.* que je croie, que tu croies, qu'il croie, que nous croyions, que v. croyiez, qu'ils croient. *Imparf.* que je crusse. *Part. prés.* croyant. *Part. pas.* cru, crue.

Croître, *mọc, lên.* 4ᵉ conj. *Indicatif présent :* je crois, tu crois, il croit. n. croissons, ils croissent, *Imparf.* je croissais. *Pas. déf.* je crûs. *Futur :* je croîtrai. *Cond.* je croîtrais. *Impératif.* crois, croissons, croissez. *Subj.* que je croisse. *Imparf.* que je crûsse. *Part. prés.* croissant. *Part. pas.* crû *(có dầu mũ).*

Cueillir, *hái, bẻ.* 2ᵉ conj. *Ind. prés.* je cueille, nous cueillons, vous cueillez. *Imparf.* je cueillais, nous cueillions. *Pas. déf.* je cueillis. *Futur :* je cueillerai. *Imp.* cueille, cueillons, cueillez. *Subj.* que je cueille. *Imp.* que je cueillisse. *Part. prés.* cueillant. *Part. pas.* cueilli, cueillie.

Cuire, *nấu chín,* cũng như DÉDUIRE.

Déduire, *trừ, bớt.* 4ᵉ conj. *Ind. prés.* je déduis, nous déduisons. *Imparf.* je déduisais. *Pas. déf.* je déduisis. *Fut.* je déduirai. *Cond.* je déduirais. *Imp.* déduis, déduisons, déduisez. *Subj.* que je déduise. *Imp.* que je déduisisse, *Part. prés.* déduisant. *Part. pas.* déduit, déduite.

Chia như vậy : CONDUIRE, CONSTRUIRE, CUIRE, DÉDUIRE, W.

Démentir, *làm té láo,* cũng như MENTIR, *nói láo.*

Détruire, *phá tan,* cũng như DÉDUIRE.

Devenir, *nên, ra,* cũng như TENIR, *cầm.*

Devoir, *phải, thiu.* 3ᵉ conj. *Ind. prés.* je dois, tu dois, il doit, nous devons, vous devez, ils doivent. *Imp.* je devais. *Pas. déf.* je dus. *Fut.* je devrai. *Cond.* je devrais. *Imp.* dois, devons, devez. *Subj.* que je doive. *Imp.* que je dusse. *Part. prés.* devant. *Part. pas.* dû (có dầu mũ).

Dire, *nói, biểu.* 4ᵉ conj. *Ind. prés.* je dis, n. disons, v. dites, ils disent. *Imp.* je disais. *Pas. déf.* je dis. *Futur :* je dirai. *Cond.* je dirais. *Imp.* dis, disons, dites. *Subj.* que je dise. *Imp.* que je disse. *Part. prés.* disant. *Part. passé :* dit, dite.

Dormir, *ngủ.* 2ᵉ conj. *Ind. prés.* je dors, tu dors, il dort, nous dormons, vous dormez, ils dorment. *Imp.* je dormais. *Pas. déf.* je dormis. *Fut.* je dormirai. *Cond.* je dormirais. *Imp.* dors, dormons, dormez. *Subj.* que je dorme. *Imp.* que je dormisse. *Part. prés.* dormant.

Écrire, *viết.* 4ᵉ conj. *Ind. prés.* j'écris, tu écris, il écrit, nous écrivons, vous écrivez, ils écrivent. *Imp.* j'écrivais. *Pas. déf.* j'écrivis. *Fut.* j'écrirai. *Cond.* j'écrirais. *Imp.* écris, écrivons. *Subj.* que j'écrive. *Imp.* que j'écrivisse. *Part. prés.* écrivant. *Part. pas.* écrit, écrite.

Élire, *cử, chọn,* cũng như LIRE, *đọc.*

Enduire, *trét, thoa,* cũng như DÉDUIRE.

Envoyer, *gởi, sai.* 1ʳᵉ conj. *Ind. prés.* j'envoie, nous envoyons. *Imp.* nous envoyions, v. envoyiez. *Pas. déf.* j'envoyai. *Fut.* j'enverrai. *Cond.* j'enverrais. *Impératif :* envoie, envoyons. *Subj.* que j'envoie, que nous envoyions. *Imp.* que j'envoyasse. *Part. prés.* envoyant. *Part. pas.* envoyé, ée.

Faire, *làm.* 4ᵉ conj. *Ind. prés.* je fais, nous faisons, vous faites, ils font. *Imp.* je faisais. *Pas. déf.* je fis. *Fut.* je ferai. *Cond.* je ferais. *Imp.* fais, faisons, faites. *Subj. prés.* que je fasse. *Imp.* que je fisse. *Part. prés.* faisant. *Part. pas.* fait, faite.

Falloir, *phải, cần*. 3ᵉ conj. *Ind. prés.* il faut. *Imp.* il fallait. *Passé déf.* il fallut. *Fut.* il faudra. *Cond.* il faudrait. Không có *impératif*: *Subj. prés.* qu'il faille. Không có *part. prés. Part. passé:* fallu (không giống cái).

Fuir, *trốn*. 2ᵉ conj. *Iud. prés.* je fuis, tu fuis, il fuit, nous fuyons, vous fuyez, ils fuient. *Imp.* n. fuyions, vous fuyiez. *Pas. déf.* je fuis. *Fut.* je fuirai. *Cond.* je fuirais. *Subj.* que je fuie, que tu fuies, qu'il fuie, que nous fuyions, que vous fuyiez, qu'ils fuient. *Imp.* que je fuisse, que nous fuissions. *Part. prés.* fuyant. *Part. pas.* fui.

Haïr, *ghét*. 2ᵉ conj. Có dấu hai chấm trên chữ ï, trừ ra ba ngôi số một thì hiện tại; je *hais*, tu *hais*, il *hait*; và ngôi thứ nhì số một thì impératif : *hais*.

Induire, *lọt vào*, cũng như DÉDUIRE.

Inscrire, *biên vào*, cũng như ÉCRIRE.

Instruire, *dạy*, cũng như DÉDUIRE.

Interdire. *cấm*, J'interdis, n. interdisons, v. *interdiez*, ils interdisent. *Imp.* interdis, interdisons, *interdiez*. Còn bao nhiêu thì theo DIRE.

Introduire, *dắc vào*. cũng như DÉDUIRE.

Joindre, *hiệp*. 4ᵉ conj. *Ind. prés.* je joins, tu joins, il joint, nous joignons, vous joignez, ils joignent. *Imp.* je joignais. *Pas. déf.* je joignis. *Fut.* je joindrai. *Imp.* joins, joignons, joignez, *Subj. prés.* que je joigne, que nous joignions, *Imp.* que je joignisse. *Part. pas.* joint, jointe.

Lire, *đọc*, 4ᵉ conj. *Ind. prés.* je lis, tu lis, il lit, nous lisons, vous lisez, ils lisent. *Imp.* je lisais. *pas. déf.* je lus. *Fut.* je lirai. *Cond.* je lirais. *Imp.* lis, lisons. *Subj.* que je lise. *Imp.* que je lusse. *Part. prés.* lisant. *Part. passé*: lu, lue.

Luire, *chói*; cũng như DÉDUIRE.

Mentir, *nói láo*, 2ᵉ conj. *Ind. prés.* je mens, tu mens, il ment, nous mentons, vous mentez, ils mentent. *Imp.* je mentais. *Pas. déf.* je mentis. *Futur*: je mentirai. *Cond.* je mentirais. *Imp.* mens, mentons, mentez. *Subj.* que je mente. *Imp.* que je mentisse. *Part. prés.* mentant. *Part. passé* : menti.

Mettre, *đễ, mặc*. 4ᵉ conj. *Ind. prés.* je mets, tu mets, il met, nous mettons, vous mettez, ils mettent. *Imp.* je mettais. *Pas. déf.* je mis. *Fut.* je mettrai. *Cond.* je mettrais. *Imp.* mets, mettons, *Subj.* que je mette. *Imp.* que je misse, *Part. prés.* mettant. *Part. pas.* mis, mise.

Moudre, *xay*. 4ᵉ cond. *Ind. prés.* je mouds, tu mouds, il moud, nous moulons, v. moulez, ils moulent. *Imp.* je moulais. *Pas. déf.* je moulus. *Fut.* je moudrai. *Cond.* je moudrais. *Imp.* mouds, moulons, moulez. *Subj.* que je moule, que nous moulions. *Imp.* que je moulusse. *Part. prés.* moulant, *Part. pas.* moulu, moulue.

Mourir, *chết, thát*, 2ᵉ conj. *Ind. prés.* je meurs, nous mourons, ils meurent. *Imp.* je mourais. *Pas. déf.* je mourus, *Fut.* je mourrai. (2 chữ *r*). *Cond.* je mourrais. *Imp.* meurs, mourons, mourez. *Subj.* que je meure, que tu meures, qu'il meure, que nous mourions, que vous mouriez, qu'ils meurent. *Imp.* que je mourusse. *Part. prés.* mourant. *Part. pas.* mort, morte.

Mouvoir, *động*. 3ᵉ conj. *Ind*, *prés*. je meus, tu meus, il meut, nous mouvons, vous mouvez, ils meuvent. *Imp*. je mouvais. *Pas. déf*. je mus. *Fut*. je mouvrai. *Cond*. je mouvrais. *Imp*. meus, mouvons, mouvez. *Subj. prés*. que je meuve. *Imp*. que je musse. *Part. prés*. mouvant. *Part. pas*.. mù (có dầu mũ), mue.

Naître, *sanh*. 4ᵉ conj. *Ind. prés*. je nais, tu nais, il naît, nous naissons, vous naissez, ils naissent, *Imp*. je naissais. *Pas. déf*. je naquis. *Fut*. je naîtrai. *Cond*. je naîtrais, *Imp*. nais. *Subj*. que je naisse. *Imp*. que je naquisse. *Part. prés*. naissant. *Part. pas*. né, née.

Nuire, *hại*. 4ᵉ conj. *Ind. prés*. je nuis, tu nuis, il nuit, nous nuisons, vous nuisez, ils nuisent. *Imp*. je nuisais. *Pas. déf*. je nuisis, *Fut*. je nuirai. *Cond*. je nuirais. *Imp*. nuis, nuisons, *Subj*. que je nuise. *Imp*. que je nuisisse. *Part. prés*. nuisant. *Part. pas*. nui (không đổi).

Offrir, *dâng*. 2ᵉ conj. *Ind. prés*. j'offre. *Imp*. j'offrais. *Pas. déf*. j'offris. *Fut*. j'offrirai. *Cond*. j'offrirais *Imp*. offre, offrons, offrez, *Subj*. que j'offre. *Imp*. que j'offrisse. *Part. prés*. offrant. *Part. pas*. offert, offerte.

Chia như vậy : SOUFFRIR, *chịu, đau*,.

Ouvrir, *mở*. 2ᵉ conj. *Ind. prés*. j'ouvre, nous ouvrons. *Imp*. j'ouvrais, n. ouvrions. *Pas. déf*. j'ouvris. *Fut*. j'ouvrirai. *Cond*. j'ouvrirais. *Imp*. ouvre, ouvrons, ouvrez. *Subj*. que j'ouvre, que nous ouvrions. *Imp*. que j'ouvrisse. *Part. prés*. ouvrant. *Part. pas*. ouvert, ouverte.

Chia như vậy : COUVRIR, *che, lợp, đắp*; DÉCOUVRIR, *dở ra*. w.

Paître. *chăn*. 4ᵉ conj, *Ind. prés*. je pais, tu pais, il paît, nous paissons, vous paissez, ils paissent. *Imp*. je paissais. Không có *passé défini*. *Futur:* je paîtrai. *Cond*. je paîtrais *Imp*. pais, paissons, paissez. *Subj*. que je paisse. không có *imparfait*. *Part. prés*. paissant. Không có *part. passé*.

Paraître. *hiện ra*. 4ᵉ conj. *Ind. prés*. je parais, tu parais, il paraît, n. paraissons, w. *Imp*. je paraissais. *Pas. déf*. je parus. *Pas. ind*. j'ai paru. *Fut*. je paraîtrai. *Cond*. je paraîtrais. *Imp*. parais. *Subj*. que je parusse. *Part. prés*. paraissant. *Part. pas*. paru.

Chia như vậy : CONNAITRE, *hay, biết*.

Partir, *đi, trẩy*. 2ᵉ conj. *Ind. prés*. je pars, tu pars, il part, nous partons. *Imp*. je partais. *Pas. déf*. je partis. *Fut*. je partirai. *Cond*. je partirais. *Imp*. pars, partons, partez. *Subj*. que je parte. *Imp*. que je partisse. *Part. prés*. partant. *Part. pas*. parti, partie.

Parvenir, *tới*, cũng như TENIR.

Peindre, *vẽ*. 4ᵉ conj. *Ind. prés*. je peins, tu peins, il peint, nous peignons, vous peignez, ils peignent, *Imp*. je peignais. *Pas. déf*. je peignis. *Fut*. je peindrai. *Cond*. je peindrais. *Imp*. peins, peignons, peignez. *Subj. prés*. que je peigne, que nous peignions. *Imp*. que je peignisse. *Part. prés*. peignant, *Part. pas*. peint, peinte.

Chia như vậy: ATTEINDRE, *trúng*; ENFREINDRE, *phạm*; ÉTEINDRE, *tắt*; ÉTREINDRE, *riết*; FEINDRE, *giả*; TEINDRE, *nhuộm*; w.

Plaire, *dẹp*. 4e conj. *Ind. prés.* je plais, nous plaisons. *Imp.* je plaisais. *Pas. déf.* je plus. *Futur:* je plairai, *Cond.* je plairais. *Imp.* plais, plaisons, plaisez. *Subj.* que je plaise. *Imp.* que je plusse. *Part. présent:* plaisant. *Part. passé:* plu.

Chia như vậy : TAIRE, *nính*.

Pleuvoir, *mưa*. 3e conj. *Ind. prés.* il pleut. *Imp.* il pleuvait. *Pas. déf.* il plut. *Fut.* il pleuvra. *Cond.* il pleuvrait. *Subj.* qu'il pleuve, *Imp.* qu'il plût. *Part. prés.* pleuvant. *Part. pas.* plu.

Pouvoir, *được*. 3e conj. *Ind. prés.* je puis *hay là* je peux, tu peux, il peut, nous pouvons, vous pouvez, ils peuvent. *Imp.* je pouvais, *Pas. déf.* je pus. *Fut.* je pourrai. *Cond.* je pourrais. Không có *imp*. *Subj.* que je puisse. *Imp.* que je pusse. *Part. prés.* pouvant. *Part. pas.* pu (không giống cái).

Prendre, *lấy*. 4e conj. *Ind. présent:* je prends, tu prends, il prend, nous prenons, vous prenez, ils prennent. *Imp.* je prenais. *Pas. déf.* je pris. *Fut.* je prendrai. *Cond.* je prendrais. *Impér.* prends, prenons, prenez. *Subj.* que je prenne. *Imp.* que je prisse. *Part. prés.* prenant. *Part. pas.* pris, prise.

Prescrire, *truyền*, cũng như ÉCRIRE.

Produire, *làm ra*, cũng như DÉDUIRE.

Reconduire, *dắc lại*, cũng như DÉDUIRE.

Redire, *nói lại*, cũng như DIRE.

Relire, *đọc lại*, cũng như LIRE.

Reluire, *chói lòa*, cũng như DÉDUIRE.

Résoudre, *quyết*. 4e conj. *Ind. prés.* je résous, tu résous, il résout, nous résolvons, vous résolvez, ils résolvent. *Imp.* je résolvais. *Pas. déf.* je résolus. *Fut.* je résoudrai. *Cond.* je résoudrais. *Imp.* résous, résolvons. *Subj.* que je résolve. *Imp.* que je résolusse. *Part. prés.* résolvant. *Part. pas.* résolu, résolue.

Rire, *cười*. 4e conj. *Ind. prés.* je ris. *Imp.* je riais, n. riions, v. riiez. *Pas. déf.* je ris. *Fut.* je rirai. *Cond.* je rirais. *Imp.* ris. *Subj.* que je rie, que tu ries, qu'il rie, que n. riions, que v. riiez. *Imp.* que je risse. *Part. prés.* riant. *Part. pas.* ri (không có giống cái).

Savoir, *biết, hay*. 3e conj. *Ind. prés.* je sais, tu sais, il sait, nous savons, v. savez, ils savent. *Imp.* je savais. *Pas. déf.* je sus. *Fut.* je saurai. *Cond.* je saurais. *Imp.* sache, sachons, sachez. *Subj.* que je sache. *Imp.* que je susse, que n. sussions. *Part. prés.* sachant. *Part. pas.* su, sue.

Sentir, *biết mùi*. 2e conj. *Ind. prés.* je sens, nous sentons. *Imp.* je sentais. *Pas. déf.* je sentis. *Fut.* je sentirai. *Cond.* je sentirais. *Imp.* sens, sentons. *Subj.* que je sente. *Imp.* que je sentisse. *Part. prés.* sentant. *Part. pas.* senti, sentie.

Servir, *dùng*. 2e conj. *Ind. prés.* je sers, tu sers, il sert, n. servons, v. servez, ils servent. *Imp.* je servais. *Pas. déf.* je servis. *Fut.* je servirai. *Cond.* je servirais. *Imp.* sers, servons. *Subj.* que je serve. *Imp.* que je servisse. *Part. prés.* servant. *Part. pas.* servi, servie.

Sortir, *đi ra.* 2ᵉ conj. *Ind. prés.* je sors, tu sors, il sort, n. sortons, v. sortez, ils sortent. *Imp.* je sortais. *Pas. déf.* je sortis. *Fut.* je sortirai. *Cond.* je sortirais. *Imp.* sors, sortons. *Subj.* que je sorte. *Imp.* que je sortisse. *Part. prés.* sortant. *Part. pas.* sorti, sortie.

Suffire, *đủ,* cũng như CONFIRE.

Suivre, *theo.* 4ᵉ conj. *Ind. prés.* je suis, tu suis, il suit, nous suivons, vous suivez, ils suivent. *Imp.* je suivais. *Pas. déf.* je suivis. *Fut.* je suivrai. *Cond.* je suivrais. *Imp.* suis, suivons. *Subj.* que je suive. *Imp.* que je suivisse. *Part. prés.* suivant. *Part. pas.* suivi, suivie.

Tenir, *cầm.* 2ᵉ conj. *Ind. prés.* je tiens, tu tiens, il tient, nous tenons, vous tenez, ils tiennent. *Imp.* je tenais. *Pas. déf.* je tins. *Fut.* je tiendrai. *Cond.* je tiendrais. *Imp.* tiens, tenons, tenez. *Subj.* que je tienne, que nous tenions. *Imp.* que je tinsse. *Part. prés.* tenant. *Part. pas.* tenu, tenue.

Traire, *nặn sữa.* 4ᵉ conj. *Ind. prés.* je trais, n. trayons, v. trayez, ils traient. *Imp.* je trayais, nous trayions, v. trayiez. Không có *passé déf. Fut.* je trairai. *Cond.* je trairais. *Imp.* trais, trayons, trayez. *Subj.* que je traie, que nous trayions. Không có *imp. Part. prés.* trayant. *Part. pas.* trait, traite.

Transcrire, *sao, chép,* cũng như ÉCRIRE.

Vaincre, *thắng trận.* 4ᵉ conj. *Ind. prés.* je vaincs, tu vaincs, il vainc, n. vainquons, v. vainquez, ils vainquent. *Imp.* je vainquais. *pas. déf.* je vainquis. *Fut.* je vaincrai. *Cond.* je vaincrais. *Imp.* vaincs, vainquons, vainquez. *Subj.* que je vainque, que tu vainques, qu'il vainque, que nous vainquions. *Imp.* que je vainquisse. *Part. prés.* vainquant. *Part. pas.* vaincu, vaincue.

Valoir, *bằng, có giá.* 3ᵉ conj. *Ind. prés.* je vaux, tu vaux, il vaut, n. valons. *Imp.* je valais. *Pas. déf.* je valus. *Fut.* je vaudrai. *Cond.* je vaudrais. *Imp.* vaux, valez. *Subj.* que je vaille, que nous valions, qu'ils vaillent. *Imp.* que je valusse. *Part. prés.* valant. *Part. pas.* valu, value.

Venir, *đến,* cũng như TENIR.

Vêtir, *mặc áo.* 2ᵉ conj. *Ind. prés.* je vêts, tu vêts, il vêt, nous vêtons, vous vêtez, ils vêtent. *Imp.* je vêtais, *Pas. déf.* je vêtis, *Fut.* je vêtirai. *Cond.* je vêtirais. *Impr.* vêts, vêtons, vêtez *Subj.* que je vête. *Imp.* que je vêtisse. *Part. prés.* vêtant. *Part. pas.* vêtu, vêtue.

Vivre, *sống, ở đời.* 4ᵉ conj. *Ind. prés.* je vis, n. vivons. *Imp.* je vivais. *Pas. déf.* je vécus. *Fut.* je vivrai. *Cond.* je vivrais. *Imp.* vis, vivons. *Subj.* que je vive. *Imp.* que je vécusse. *Part. prés.* vivant. *Part pas.* vécu. (không đổi,)

Voir, *coi, thấy.* 3ᵉ conj. *Ind. prés.* je vois, nous voyons, vous voyez, ils voient. *Imp.* je voyais, nous voyions, vous voyiez. *Pas. déf.* je vis. *Fut.* je verrai. *Cond.* je verrais. *Imp.* vois, voyons. *Subj.* que je voie, que tu voies, qu'il voie, que nous voyions, que v. voyiez, qu'ils voient. *Imp.* que je visse. *Part. prés.* voyant. *Part. pas.* vu, vue.

Vouloir, *muốn.* 3ᵉ conj. *Ind. prés.* je veux, tu veux, il veut, nous voulons, v. voulez, ils veulent. *Imp.* je voulais. *Pas. déf.* je voulus. *Fut.* je voudrai. *Cond.* je voudrais. *Imp.* veuille, veuillons, veuillez. *Subj.* que je veuille, que nous voulions, qu'ils veuillent. *Imp.* que je voulusse *Part. prés.* voulant. *Part. pas.* voulu, voulue.

QUARANTE ET UNIÈME LEÇON
BÀI THỨ BỐN MƯƠI MỘT.

Tiếng Phansa cũng có năm giọng như Tàu, tại hơi nói mà nghe ra như vậy:

1. *Bình thượng*: quan quan thơ cưu. (*Không dấu*).
2. *Bình hạ*: bàng hoàng, bối hối. (*Dấu huyền*).
3. *Thượng thinh*: thẻ thẻ *quyển* nhĩ. (*Dấu hỏi, ngã*).
4. *Khư thinh*: háo học; vị nhơn mưu. (*Dấu sắc, nặng*).
5. *Nhập thinh*: liệc quắc, ác đức, bạch lạp, lục hạp.

1. Đa da, le lc.	Papa, dodo.
2. Bế sẻ, cà rà.	Là, voilà.
3. Sẽ sẽ, lồ dồ.	Hein ! qu'en dites-vous?
4. Xó ró ; rị mọ.	Lac, cap ; pas si bête.
5. Lạc cạc, lộp cộp ;	Bac, sac ;
lác đác, lộp bộp.	capture, **rupture**.

Travaillez **d'abord**, vous vous reposerez **ensuite**. — *Trước hết phải làm việc, rồi sau sẽ nghỉ ngơi.*

Le nid du moineau est composé de foin **au dehors** et de plumes **en dedans**. — *Cái ổ chim sẻ sẽ làm thân ngoài bằng cỏ khô, thân trong bằng lông.*

Le vent renverse **quelquefois** des maisons. — *Gió một hai khi cũng làm sập nhà sập cửa.*

Il y a **encore** des villages sans écoles. — *Cũng còn có làng có xóm không có trường học.*

Quand saurons-nous notre grammaire ? — *Chừng nào ta thông được bổn văn pháp của ta đó ?*

Một tiếng hay là nhiều tiếng hiệp cùng lời nói, cùng tiếng phụ nghĩa mà chỉ ra cho rõ ràng là lúc nào, chỗ nào, khi nào, bao nhiêu, w. thì gọi là **Adverbe** nghĩa là *tiếng phụ nghĩa cái lời nói*.

1° Adverbes de lieu.
Những tiếng chỉ nơi chỉ chỗ.

Ici,	đây.	**Y,**	đó, đây.
Où,	nơi, đâu.	**Loin,**	xa.
Dedans,	trong, thân trong.	**Auprès,**	gần.
Dehors,	ngoài, — ngoài.	**Alentour,**	chung quanh.
Dessus,	trên, — trên.	**Ailleurs,**	chỗ khác.
Dessous,	dưới, — dưới.	**Partout,**	cùng, khắp.

Là,	đó, đây.	En,	trong.
Devant,	trước (mặt).	En haut,	thân trên.
Derrière,	sau (lưng).	En bas,	— dưới.
Avant,	trước (khi).	De çà,	bên nầy.
Après,	sau (khi).	De là,	bên kia.
Depuis,	từ, đã.	Etc,	vân vân.

Aller **alentour**.	Đi *chung quanh*.
On a bâti des maisons **alentour**.	Họ có cất nhà *chung quanh*.
Voir **ailleurs**.	Coi *chỗ khác*.
C'est dans Paris qu'il faut considérer le Français, parce qu'il y est plus Français qu'**ailleurs**. (Duclos).	Phải coi Phansa tại Paris, bởi vì tại đó thì là phải Phansa hơn là *chỗ khác*. (Lời ông Duclos nói).

2° *Adverbes de temps.*
Chỉ ngày giờ.

Hier,	hôm qua.	**Tôt,**	sớm.
Aujourd'hui,	hôm nay.	**Tard,**	khuya, trể.
Demain,	đến mai.	**Maintenant,**	bây giờ.
Bientôt,	bây giờ đây.	**Autrefois,**	xưa kia.
Tantôt,	khi thì.	**Jadis,**	thuở xưa.
Quelquefois,	có khi.	**Toujours,**	luôn.
Souvent,	hay, năng.	**Jamais,**	hế.
Longtemps,	lâu.	**Alors,**	mới, thì.
Vite,	mau.	**Désormais,**	sắp tới.
Déjà,	đã.	**Puis,**	rồi thì.
Ensuite,	rồi thì.	**Depuis,**	từ, đã.
Enfin,	sau thì.	**Quand ?**	khi, khi nào?

3° *Adverbes de manière.*
Chỉ cách thể.

Những tiếng chỉ cách thể thì là nhiều lắm; nó hiệp bởi những tiếng phụ nghĩa **(adjectifs)** thêm vần **ment** đằng sau; như *Poliment,* cách lịch sự; *sagement,* cách khôn ngoan; *courageusement,* cách có gan. Cùng một ít tiếng riêng như :

Bien,	khá.	Plutôt,	thà.
Mieux,	khá hơn.	Exprès,	cố ý.
Mal,	dở, xấu.	Gratis,	không.
Pis,	xấu hơn.	A l'envi,	đua.
Ainsi,	vậy, vầy.	A dessein,	cố tình.
Ensemble,	với nhau.	Pourquoi ?	làm sao?
Même,	cũng.	Comment ?	thể nào ?
De même,	cũng như.	Etc.	vân vân.

4° Adverbes de quantité.
Chỉ nhiều ít.

Assez,	đủ.	Très,	lắm.
Trop,	quá.	Tout à fait,	trọn, vẹn.
Peu,	ít.	Si,	rất.
Beaucoup,	nhiều.	Tant,	bấy nhiêu.
Plus,	nhiều hơn.	Tellement,	thể ấy.
Moins,	ít hơn.	Encore,	còn, nữa.
Autant,	bằng.	Presque,	gần.
Davantage,	hơn.	Combien ?	bao nhiêu ?

5° Adverbes d'affirmation, de négation et de doute.
Chỉ quyết, chỉ không có, nghi ngại.

Oui,	có.	D'accord,	hiệp, một ý.
Si,	phải.	Surtout,	nhứt là.
Vraiment,	thiệt.	Non,	không.
Même,	cũng vậy.	Ne,	không.
Aussi,	như vậy.	Pas,	—
A peu près,	gần.	Point,	—
Certes,	chắc.	Nullement,	—
Assurément,	chắc, thiệt.	Aucunement,	—
Sans doute,	không không.	Peut-être,	có khi.
Volontiers,	mặc ý.	Etc.	vân vân.

Répondons **poliment** à tout le monde. | Ta phải trả lời *cách khuôn phép* với mọi người.

Si vous êtes riche, donnez **beaucoup** aux pauvres. | Nếu người giàu, thì cho kẻ nghèo cho nhiều.

Si vous êtes pauvre, donnez **peu**, mais de bon cœur. | Bằng người nghèo, thì cho ít, mà cho vui lòng.

Le diamant est **si** dur qu'il ne peut être rayé par aucun corps.	Ngọc xoàn rất cứng đến đổi không có vật chi gạch nó cho được.
Oui, j'aime mon pays.	Thiệt, tôi mến xứ tôi.
Il **n'y a guère** de personnes parfaitement heureuses.	Không có mấy người được phước trọn.
Il **n'y a pas** de fumée sans feu.	Chẳng có khói mà không có lửa.
Tôt ou **tard** une bonne action trouve sa récompense.	Chẳng kíp thì chầy hễ làm lành thì được thưởng.
Ne remettez **pas** à **demain** ce que vous pouvez faire **aujourd'hui**.	Cái chi làm được bữa này, thì đừng để qua ngày mai.
Les exemples instruisent **mieux** et **plus facilement** que les règles.	Gương kiểu dạy rõ hơn và dễ hơn là luật phép.

~~~~~~~~~~

Aller à,	Đi đến, tới, ra, vô, qua.
Aller à Alger.	Đi qua Alger.
— — Paris.	— — Paris.
— au Japon.	— — Nhựt bổn.
— — Siam.	— — Xiêm.
— à la ville.	— ra thành thị.
— — campagne.	— vô rẩy bái.
Aller en.	Đi vô, qua, tới.
Aller en France.	Đi qua nước Phansa.
— — Angleterre.	Đi qua nước Hồng-mao.

Trước tên thành thị, làng xóm, thì nói : **aller à**. Trước tên xứ kia nước nọ chưa thông thấu được thì dùng **à** ; còn chỗ đã thông thấu rồi thì dùng **en**.

Aller à grands pas.	Đi lớn bước.
— — petits pas.	Đi nhỏ bước.
— — pas de tortue.	Đi như rùa.
— au pas de course.	Đi như chạy.

~~~~~~~~~~

Aller sur l'eau.	Đi dưới nước.
— — une planche.	— trên một tầm ván.
— — — corde.	— dây.
— à travers les champs.	— băng ngang đồng ruộng.
— — — bois.	— băng ngang rừng rú.
— par terre.	— đàng bộ.
— — eau.	— — thủy.
— — un sentier.	— — mòn.
— — la route coloniale.	— — quản hạt.

Allez en avant.	Đi tới trước.
— — arrière.	— lui lại.
— à droite.	— bên hữu.
— — gauche.	— — tả.
— — reculons.	— thôi (thùi) lui.

Ce terrain va en pente.	Miếng đất dốc, lài.
Cet étang va en rond.	Cái bàu nầy quanh tròn.
Cet escalier va en spirale.	Cái thang nầy theo khu ốc.

Aller à pied.	Đi bộ.
Aller sans chapeau.	Đi đầu trần (không nón).
Aller en grande tenue.	Đi bận áo trường.
Ce chemin va à la ville.	Đường nầy đi ra thành phố.
Cette route va à l'église.	Đường nầy đi tới nhà thờ.
Cette route va à Bình-hòa.	Đường nầy đi tới Bình-hòa.

Aller à l'eau.	Đi gánh (chở) nước.
— au vin.	— mua (lấy) rượu.
— au marché.	— chợ.
— au roi.	— tâu vua, phô vua.
— au ministre.	— bẩm với quan thượng thơ.

Cette montre va trente heures.	Cái đồng hồ nhỏ nầy đi được ba mươi giờ.
Cette horloge va huit jours.	Cái đồng hồ nầy đi được tám ngày.

Comment allez-vous ?	Mạnh khoẻ thể nào ?
Allez-vous bien ?	Mạnh khoẻ không ?
Comment va votre bras ?	Sao! cánh tay nhẹ không ?
Le commerce va.	Việc buôn bán được thạnh.
Cette clef ne va pas à cette montre.	Cái chìa khóa nầy không vừa cái đồng hồ nhỏ nầy.
Ce pantalon me va.	Cái quần nầy, tôi bận vừa.
Le noir et le rouge ne vont pas l'un avec l'autre.	Màu đen với màu đỏ không xứng nhau.
Le bleu et le rose vont bien ensemble.	Màu xanh với màu hường xứng nhau.
Cet homme me va.	Người nầy ở vừa ý tôi.
Son caractère me va.	Tánh nó ở vừa ý tôi.
Ces arbres vont bien.	Mấy cây nầy lên vượt (mạnh).
Il n'y a point de route plus sûre pour aller au bonheur que celle de la vertu.	Chẳng có đường nào đi đến nơi thanh nhàn chắc hơn là đường nhơn đức.

Aller étudier.	Đi học.
— manger.	— ăn.
— dormir.	— ngủ.
— trouver quelqu'un.	— tiếm ai đó.

Je vais partir.	Tôi đi bây giờ đây.
On va se mettre à table.	Gần tới ăn bây giờ đây, (sẽ ngồi lại bàn ăn).
Elle va revenir, elle vient, je la vois.	Nó trở lại, nó đến, tôi thấy nó (kia kìa).

Allons, du courage, de la patience, de l'activité, et tout ira bien.	Nầy, cho có gan, cho nhẫn nhục, cho siêng năng, rồi thì được xong xui.
Allez, allez, il ne faut pas se laisser mener comme un oison.	Nầy, nầy, đừng để chúng khiên (trơ trơ) như ngỗng đực (con).

Irez-vous au bal ce soir ?	Tối nay anh (chị) đi đến đám múa không ?
J'irai.	Đi.
Aller de porte en porte.	Đi đến từ cửa.
— de maison en maison.	— — — nhà.
— de ville en ville.	— — — thành.
— droit à Mỹ-tho.	— thẳng tới Mỹ-tho.
— à Mỹ-tho par Tân-an.	— Mỹ-tho ngã Tân-an.

Aller par haut.	Mửa, (thổ, ẩu).
— par haut et par bas.	Ẩu tả.

C'est un homme fait pour aller à tout.	Ấy là người sinh ra đặng mà làm lớn, (ráo).
Il n'y va que d'une fesse.	Nó làm chậm lục. (Nó đi có một trôn.)
N'allez pas par quatre chemins.	Đừng có nói quanh lộn, (vòng mống, lộn rồng).
Tant va la cruche à l'eau qu'enfin elle se casse.	Việc làm bức tử, ăn quen sau cũng bị hại. (1)

Laisser aller. — Để đi, thả lỏng.

Laisser aller un prisonnier.	Để cho tù đi, (trốn).
— — — enfant.	Bỏ luôn con nít.
C'est un homme qui se laisse aller trop facilement.	Ấy là người không dè dặt, (dễ khiến quá).

S'en aller. — Đi.

S'en aller de Saigòn.	Bỏ Saigòn mà đi.
— de Hué.	Bỏ Huế mà đi.
— dans huit jours.	Tám bữa nữa thì đi.

---

(1). Cái hủ chiếm xuống sâu quá sau cũng phải bể, bị đụng mà bể.

La beauté de cette femme s'en va avant l'âge.	Sắc người đờn bà nầy chưa tới tuổi suy mà đã suy.
L'éclat de son teint ne s'en va pas avec l'âge.	Tuổi nó già mà gương mặt (nước da) không phai.

Ne laissez pas le chocolat s'en aller.	Đừng để cho *chocolat* trào ra.
Le café s'en va.	*Café* trào ra.
Biens mal acquis s'en vont, de même.	Của vô trái, thì ra cũng trái, (bội nhập bội xuất).
Va-t'en.	Đi đi. (Đi cho rảnh).
Allez-vous-en.	— —.
Où est mon frère ?	Em tôi ở đâu ?
Il est à la campagne.	Nó ở ngoài rẫy.
Il est allé à la campagne.	Nó đi —.
Il est parti pour la campagne.	— —.

Tiếng aller **ở parfait indéfini**, dùng chỉ đi rồi mà chưa về, còn être, ở thì ấy, lại chỉ đi tới nơi có ở đó rồi mà về, Như :

J'ai été à Cholon hier.	Tôi có đi Chợ-lớn hôm qua.

Envoyer chez quelqu'un.	*Sai đến nhà người nào đó.*
Notre convive n'arrive pas, je vais envoyer chez lui.	Người khách ta không đến, tôi sai người lại nhà nó.
Envoyer dans l'autre monde.	*Giết (làm cho qua đời khác).*
Que de médecins envoient leurs malades dans l'autre monde.	Biết bao nhiêu thầy thuốc giết những kẻ bịnh uống thuốc họ.
Ne vous fiez pas à ce charlatan, il vous enverra dans l'autre monde.	Đừng tin thầy xạo miệng đó, nó sẽ thuốc nhà ngươi chết.

Me faites-vous voir votre fusil ?	Anh đưa cây súng của anh cho tôi coi không ?
Je vous le fais voir.	Tôi đưa cho anh coi.
Voyez-vous souvent mon frère ?	Anh năng thấy (gặp) em tôi không ?

Je le vois moins souvent que vous.
Comptez-vous aller au théâtre ce soir?
Je compte y aller.
Savez-vous nager?
Je sais nager.
Je sais lire et écrire.
Lisez-vous aussi souvent que moi?
Je lis plus souvent que vous.
A qui écrivez-vous?
Nous écrivons à nos amis.
Connaissez-vous cet homme?
Je ne le connais pas.
Buvez-vous de la bière?

Je bois de la bière; mais ma mère boit du thé.
Je sors d'aussi bonne heure que vous.
Mon frère sort de meilleure heure que vous.
Voulez-vous me laisser parler?
Voyez-vous venir mon frère?

Oui, je le vois venir.
Il me fera étudier cette leçon.

Faire du bien à ceux qui nous ont offensés est une action louable.
Ce crayon est à vous; l'autre est à votre père ou à quelque autre personne.

Tôi không năng thấy nó cho bằng anh.
Anh tính đi coi hát tối nay không?
Tôi tính đi.
Anh biết lội không?
Tôi biết lội.
Tôi biết viết, biết đọc.
Anh năng đọc bằng tôi không?
Tôi năng đọc hơn anh.
Bây viết thơ cho ai?
Ta viết cho bằng hữu ta.
Bậu biết người nầy không?
Không.
Bậu uống rượu mạch nha không?

Tôi uống rượu mạch nha, mà má tôi uống nước trà.
Tôi đi ra cũng sớm bằng anh vậy.
Em tôi đi ra sớm hơn anh.

Anh để cho tôi nói, (cho anh nghe)?
Anh thấy anh tôi đến đó không?
Thấy.
Ảnh sẽ biểu tôi học cái bài nầy.
Làm lành cho những kẻ làm mích lòng ta thì là một việc đáng khen.
Cây viết chì nầy của bậu; cây kia của ông già bậu hay là của người nào đó.

L'azur,	sắc xanh biếc, (lè).	Une île,	cù lao.
Un banc,	cồn, ghề.	Une intervalle,	khoảng, hở.
Le bouleau,	cây bạch dương.	La lumière,	sáng, đèn.
La brise,	gió hiu hiu, (mát).	La mollesse,	yếu, mềm.
La cime,	ngọn, chót, đảnh.	Un mouvement,	lay, động, day.
La clarté,	sáng, tỏ, rõ.	La neige,	tuyết.
Une constellation,	sao, tinh, tú.	Une nue,	mây.
Une course,	chạy, đi.	L'ombre,	bóng.
Un désert,	chỗ quạnh hiu.	L'orient,	phương đông.
L'écume,	bọt, dãi.	L'ouate,	bông, gòn.
L'élasticité,	nở, bùng, nổi.	La paix,	bình yên.
L'épaisseur,	dày, hậu.	Une prairie,	đồng cỏ.
Un flocon,	nùi, cục, múi.	Le satin,	tơ, hàng lụa.
Le gazon,	cỏ, đất cỏ.	La savane,	đồng rộng, dặm.
Une gerbe,	bó lúa, tua.	Une scène,	chỗ hát, coi thầy.
Un groupe,	lũ, chòm, khóm.	Les ténèbres,	chỗ u ám, tối tăm.
L'haleine,	hơi (thở).	Un voile,	màng, trướng.
L'horizon,	chơn trời.	Une voile,	buồm, tàu.

Azuré,	xanh, (da trời).	Immobile,	chẳng động.
Bleu,	xanh (dương định).	Mobile,	động.
Bleuâtre,	xanh xanh.	Paisible,	bằng yên.
Brillant,	sáng, ngời.	Ravissant,	cướp, đẹp dẽ.
Eblouissant,	chói, lòa.	Vaste,	rộng, minh mông.

Agiter,	rung, lắc, động.	Couronner,	phong, tôn, đội.
Couler,	chảy, chìm, lọc.	Déployer,	mở, xổ.
Descendre,	hạ, xuống.	Dérouler,	tháo ra.
Embaumer,	ướp.	Répéter,	lặp lại, chiều.
Flotter,	nổi, phất phơ.	Reposer,	nghỉ.
Ployer,	cong, sụng, xếp.	Ressembler,	giống.
Pousser,	xô, đẩy.	Ressentir,	biết (trong mình).
Précéder,	tới trước.	Sembler,	xem ra, như tuồng.

Peu à peu,	lần lần, từ khi.	Tour à tour.	khi thì, luôn phiên.

Trong lời hỏi, người Phansa để *verbe* trước *pronom*. — Ta, Tàu, lại hỏi cách nầy = *Hữu vô?* — *Vô hữu.* — *Toàn vị?* — *Vị toàn.* — Có Không? — Không có. — Trọn chưa? — Chưa trọn.

Le spectacle d'une belle nuit dans les déserts du nouveau monde.

Une heure après le coucher du soleil, la lune se montra au-dessus des arbres; à l'horizon opposé, une brise embaumée, qu'elle amenait de l'Orient avec elle, semblait la précéder, comme sa fraîche haleine, dans les forêts.

La reine des nuits monta peu à peu dans le ciel; tantôt elle suivait paisiblement sa course azurée, tantôt elle reposait sur des groupes de nues qui ressemblaient à la cime des hautes montagnes couronnées de neige. Ces nues, ployant et déployant leurs voiles, se déroulaient en zones diaphanes de satin blanc, se dispersaient en légers flocons d'écume ou formaient dans les cieux des bancs d'une ouate éblouissante si doux à l'œil qu'on croyait ressentir leur mollesse et leur élasticité.

La scène sur la terre n'était pas moins ravissante; le jour bleuâtre et velouté de la lune descendait dans les intervalles des arbres et poussait des gerbes de lumière jusque dans l'épaisseur des plus profondes ténèbres. La rivière, qui coulait à mes pieds, tour à tour se perdait dans les bois, tour à tour reparaissait toute brillante des constellations de la nuit, qu'elle répétait dans son sein. Dans une vaste prairie, de l'autre côté de cette rivière, la clarté de la lune dormait sans mouvement sur les gazons. Des bouleaux agités par les brises et dispersés çà et là dans la savane formaient des îles d'ombres flottantes sur une mer immobile de lumière.

Chateaubriand.

(*Phải chỉ cho biết tiếng* **adverbe** *trong bài nầy.*)

Thấy một đêm tốt trong rừng tại Thế giái mới.

Mặt trời lặn rồi cách một giờ, thì mặt trăng mọc lên khỏi cây cối; bên kia chon trời, gió hiu hiu thơm nhẹ, mà nó lùa từ phương đông, giống tuồng tới trước nó, như hơi mát mẻ nó thở ra, trong rừng trong rú.

Bực sáng cả ban đêm (Hằng-nga) lên lần lần trên trời; khi thì đi lẳng lặng theo dàng thanh bạch, khi thì nương theo trên mây chòm mây nó giồng in chót núi cao có tuyết bao phủ. Mây móc nầy, khi xếp khi dăn đổ bao nó, kéo ra từ chặn sáng trắng như tờ trơn, rã rời từ cục bọt, hoặc làm ra như ghế đối bông sáng rỡ trên trời coi rất sướng con mắt bèn biết nó là mềm là dẻo.

Cuộc ở dưới đất khi ấy coi bề đẹp để cũng chẳng thua gì; bóng sáng xanh xanh và êm dịu mặt trăng ấy soi xuống tới trong khoản hở những cây cỏi và dọi tua sáng cho tới trong chỗ rậm các nơi tối tăm hơn hết. Ngọn sông, nó chảy lòi chơn tôi đó, có hồi khuất ở trong rừng, có hồi bày ra sáng lòa những là tinh tú ban đêm mà nó chiếu thẩn dưới đáy. Trong chỗ đồng rộng, phía bên kia sông, thì ánh sáng mặt trăng không chao động trên hoa cỏ ấy. Mấy cây bạch dương, gió phưởng phất lung lay và mọc rãi rác trong đồng rộng đó, coi ra hình cù lao tối mù nổi trên biển sáng không động dạn.

Je, soussigné, certifie que le nommé Hòa est resté à mon service depuis le 15 octobre 1891 jusqu'à ce jour, que je n'ai aucun reproche à lui faire sous le rapport de la probité ou de la conduite et qu'il a fait son service en bon et loyal serviteur.

Saigòn, le 15 octobre 1894.

Kiều-công-Thiện.

Tôi ký tên dưới đây chứng chắc tên Hòa ở làm công việc tôi từ rầm tháng mười năm 1891 cho đến ngày nay, tôi khỏi có chỗ trách nó hoặc về lòng ngay dạ thẳng, hoặc về tánh ăn nết ở, nó làm phận tôi tớ có nghĩa, thiệt thà.

Saigòn, ngày 15 tháng 10 năm 1894.

Kiều-công-Thiện.

Trên vua dưới tao.

Thằng hề kia ra giễu một chặp rồi hỏi thằng nọ: « Đố mầy biết trên vua dưới ai? — Thằng nầy mới nói: Trên vua dưới các ông hoàng, chớ ai! — Không phải. — Không thì trên vua dưới các quan tứ trụ cùng là triều đình, chớ ai! — Cũng không phải, không nhằm! — Thằng kia nổi giận hỏi: Vậy chớ mầy nói là ai? — Tao đây, chớ ai! Trên vua dưới tao. — Ạy! Thằng nầy phạm thượng bay! — Không, thật làm vậy chớ. Nây! Để tao nói cho mà nghe: Ngày xưa, tao túng tiền xài, chạy đi mượn người nầy bốn năm quan, người kia đôi ba quan. Không ai cho hết. Túng, tao mới đi vay. Họ bắt làm tờ, so danh điểm chỉ. Tao mướn học trò làm tờ. Trên để niên hiệu vua, ngài đứng. Dưới kẻ đó thì tao đứng, điểm chỉ. Có phải là trên vua dưới tao không? »

Sĩ-tải, Trương-vĩnh-Ký.

Le Roi au-dessus, moi au-dessous.

Un bouffon, après avoir fait quelques plaisanteries, dit à un autre : « Je parie que tu ne sais pas qui est au-dessous du roi ? — Au-dessous du roi ? répondit l'autre, eh bien, il y a les princes ! — Ce n'est pas cela ! — Si ce n'est pas cela, eh bien, au-dessous du roi, il y a les maréchaux et la cour. Voilà ce qu'il y a ! — Ce n'est pas encore cela, tu n'y es pas ! — Dis-le donc toi-même, ce qu'il y a ! dit l'autre en colère. — C'est moi-même que tu vois ici et personne autre ! Le roi au-dessus, moi au-dessous ! — Oh ! oh ! voilà un homme qui commet un crime de lèse-majesté ! — Du tout ! C'est la pure vérité. Voyons ! laisse-moi dire et écoute! Me trouvant jadis à court d'argent, j'allai demander quatre ou cinq ligatures à celui-ci, deux ou trois ligatures à celui-là. Personne ne me donna rien. Dans mon embarras, je me décidai à emprunter. On me fit faire un papier et je dus y apposer mon index. J'avais alors payé un étudiant pour faire l'acte. En haut, il mit le titre de l'année du règne. C'était donc bien le roi qui était là. Tout de suite après, au-dessous, venaient mon nom et la marque de nom doigt. Le roi était-il au-dessus et moi au-dessous de lui, oui ou non ? »

Abel des Michels.

QUARANTE-DEUXIÈME LEÇON.

BÀI THỨ BỒN MƯƠI HAI.

Quand une personne entre **chez** vous, vous allez **au-devant** d'elle.

La fourmi fait **en** été ses provisions **pour** l'hiver.

Le chien **de** garde aboie **contre** les étrangers, mais non **contre** les maîtres **de** la maison.

Les villes sont bâties le plus souvent **près des** rivières.

Sans la vertu, l'homme ne peut pas être heureux.

Quand on est **sur** une montagne élevée, on voit parfois des nuages **au-dessous de** soi.

Jacob aimait particulièrement Joseph **à cause de** sa douceur et **de** sa docilité.

Khi có người vào nhà ngươi, thì ngươi phải đi rước họ.

Con kiến mùa hạ tích trữ đồ ăn để qua mùa đông.

Con chó giữ nhà sủa người ngoài, mà chẳng sủa người trong nhà.

Thành thị năng lập gần sông hơn hết.

Chẳng có đức thì con người không thanh nhàn được.

Khi mình ở trên núi cao, thì một đôi lần cũng thấy mây móc ở thân dưới mình.

Ông Jacob thương riêng Joseph vì tại Joseph ở dịu ngọt và dễ dạy.

Tiếng đặt trước tên người tên vật, trước tiếng phụ nghĩa hay là trước cái lời nói đặng buộc ý nó lại với tiếng sau thì gọi là **préposition** (1) nghĩa là *tiếng đặt trước.* Như:

Parler **à** Cột.	Nói *cùng* tên Cột.	Parler **chez** Cột.	Nói *tại* nhà tên Cột.
— **de** Cột.	— *tới* tên Cột.	— **avant** —.	— *trước* tên —.
— **pour** Cột.	— *cho* tên Cột.	— **après** —.	— *sau* tên —.
— **contre** Cột.	— *nghịch* tên Cột.	— **malgré** —.	— *bất kể* tên —.

---

(1) Như chữ *w, dữ, vu, dĩ*: Vần *w* Phu-tử. — Ngộ *dử* Hồi ngôn chung nhựt. — Hình *vu* tứ hải. — Hà *dĩ* lợi ngô quốc, w.

A,	cho, tại, nơi, với.	**Hormis,**	trừ ra, trừ ngoại.
Après,	sau, sau khi, rồi.	**Hors,**	ngoại, ngoài.
Avant,	trước, trước khi.	**Malgré,**	trái ý, bất kể.
Avec,	với, cùng.	**Moyennant,**	nhân, nhờ có.
Chez,	tại, nơi nhà.	**Outre,**	quá, khỏi.
Contre,	nghịch, trái.	**Par,**	bởi, ngang qua.
Dans,	trong.	**Parmi,**	trong, nội.
De,	của, về, bằng.	**Pendant,**	trong lúc, khi.
Deçà,	bên nầy.	**Pour,**	cho, mà, đặng mà.
Delà,	bên kia.	**Sans,**	không, không có.
Depuis,	từ, từ khi.	**Sauf,**	trừ ra, để lại.
Derrière,	sau, đàng sau.	**Selon,**	theo, tùy, mặc.
Dès,	từ, từ khi.	**Sous,**	dưới, ở dưới.
Devant,	trước, trước mặt.	**Suivant,**	theo, tùy.
Durant,	trong lúc, đang.	**Sur,**	trên, ở trên.
En,	trong, nơi, tại.	**Vers,**	tới, cùng, hồi.
Entre,	trong, giữa.	**Voici,**	đây nầy.
Envers,	với, cùng, đến.	**Voilà,**	kia kìa.
Excepté,	trừ ra.	**Etc.**	vân vân.

Có nhiều tiếng đặt trước mà hiệp bởi tên người tên vật, bởi tiếng phụ nghĩa cùng bởi tiếng đặt trước ấy nữa. như :

A cause de,	tại, bởi.	**Au devant de,**	trước.
A l'égard de,	về, vì.	**En faveur de,**	vì, cho.
A l'exception de,	trừ ra.	**Jusquà,**	cho đến.
Au delà de,	Quá, trên.	**Quant, à,**	về, còn.
Au-dessous de,	dưới, thân dưới.	**Etc,**	vân vân.

Qu'avez-vous fait ? — Chú làm giống gì ?
Je n'ai rien fait. — Tôi không làm giống gì hết.
Le cordonnier a-t-il fait mes souliers ? — Người thợ đóng giày có đóng giày cho tôi không ?
Il les a faits. — Có.
A-t-il fait mes bottes ? — Nó có đóng hia cho tôi không?
Il ne les a pas faites. — Không.
Faire quelque chose pour quelqu'un. — Giúp việc chi cho ai đó.
Que faire de cet homme-là ? — Dụng người đó mà làm gì được ?

Votre sœur a-t-elle mis ses souliers ?	Em chủ có mang giày không ?
Elle les a mis.	Có.
A-t-elle ôté ses gants ?	Nó có cổi bao tay không?
Elle les a ôtés.	Có.

Vous a-t-on dit cela ?	Họ có nói với anh đều ấy không ?
On me l'a dit.	Có.
Me l'avez-vous dit ?	Anh có nói với tôi không ?
Je ne vous l'ai pas dit.	Không.

Quelles **femmes** avez-vous **vues** ?	Anh đã thấy những người đàn bà nào ?
J'ai vu celles-là.	Tôi thấy những người đó.
Quels **livres** avez-vous **lus** ?	Anh đã đọc những sách nào?
J'ai lu ceux que mon père vous a **prêtés**.	Tôi đã đọc những cuốn mà ông già tôi cho anh mượn đó.

Votre mère est-elle partie ?	Bà già chị đã đi chưa ?
Elle est partie.	Đi rồi.
Quand vos frères sont-ils arrivés ?	Anh em chị đã đến bao giờ?
Hier, par le train du soir.	Hôm qua, theo chuyến xe lửa chiều.
Quand avez-vous vu ma tante ?	Chị gặp mợ tôi bao giờ?
Je l'ai vue ce matin.	Gặp sớm mai nầy.
Où l'avez-vous vue?	Gặp tại đâu ?
Je l'ai vue au marché.	Gặp tại chợ.

Sửa lại: Trương 161, h. 20, bao = bão. — T. 163, h. 6, ke = kẻ. — T. 168, h. 2, tóp = táp. — T. 169, h. 2, hiẻn=hiền. h. 15, còn chi=làm sao. h. 16, nhay = nhãy. h. 17, nói = la, h. 25. o! = Oh! h. 26, Heureusement = —Heureusement, h. 30, attrappe=attrape! — T. 171, h. 10, qu'il conclues = qu'il conclue. — 172, h. 1, je crofs, tu crofs, h. 3, crofs. — T. 173, h. 14, *interdiez*= *interdisez*, h. 15, *interdiez* = *interdisez*.

Faites-vous faire un habit ?	Cậu biểu may một cái áo không ?
— J'en fais faire un.	Tôi biểu may một cái.
Avez-vous fait raccommoder votre habit ?	Cậu có biểu vá cái áo của cậu không ?
Je ne l'ai pas fait raccommoder.	Tôi không biểu vá, (sửa).
Je l'ai fait laver.	Tôi có biểu giặt.

Faire.	Làm, dựng nên, gầy dựng.
Dieu a fait le ciel et la terre.	Vì Thượng đế đã dựng nên trời đất.
Il n'y a que Dieu qui puisse faire quelque chose de rien.	Có một mình vì Thượng đế người gầy dựng được vật chi đó mà khỏi dùng chi hết.
Celui qui nous a faits nous a faits aussi à sa ressemblance.	Đứng đã sinh ta ra thì sinh ta ra cũng giống người.

L'oiseau fait son nid.	Con chim làm cái ổ của nó.
L'araignée fait sa toile.	Con nhện nhện dăn cái ván nhện.
Après le souper, l'air se trouva si frais que ma mère fit faire du feu dans sa chambre.	Ăn buổi tối rồi, thì khí trời lạnh quá đến đổi mẹ tôi biểu nhúm lửa trong phòng mẹ tôi.
Le bien qu'on a fait la veille contribue au bonheur du lendemain.	Việc lành mình làm bữa trước nó thêm phước cho ngày mai.

Faire bonne mine, bon visage.	Làm mặt vui vẻ, hớn hở.
Faire mauvaise mine.	— — quạu.
— peur.	— phát sợ.
— pitié.	— — thương.
— tort.	— hại.
— plaisir.	— vui lòng.

Faire emplette, achat.	Mua.
— don.	Cho.
— usage.	Dùng.
— naufrage.	Chìm.
— route.	Đi.
— faillitte.	Khánh tận.
— fortune.	Làm giàu.
— maison nette.	Đuổi sạch nhà.
— partie.	Nhập bọn, vô hội.
— peine, de la peine.	Làm cực lòng.
— feu, du feu.	Nhúm lửa.
— honneur, l'honneur.	Làm vinh hiển.
— métier, un métier.	— nghề.
— bien, le bien.	— phước.

Faire un voyage.	Đi đàng.
— une lieue.	— một dặm.
— un pas.	— — bước.
— une course.	— — vòng.
— un tour de promenade.	— — — chơi.
	(Đi chơi một vòng.)

Il y a des métiers si nobles qu'on ne peut les faire pour de l'argent sans se montrer indigne de les faire.
Có nghề rất sang đến đỗi làm vì bạc vì tiền thì không khỏi mang nhục cho được.

Faire son apprentissage. Đi học, thọ giáo.
— un long séjour. Ở lâu ngày.
— la quarantaine. Ở riêng ngoài biển (cho khỏi bịnh truyền nhiễm).

Il n'a fait que son devoir. Nó làm việc bổn phận nó đó thôi.

Ce professeur a fait de bons élèves. Ông thầy nầy dạy nhiều học trò được giỏi.

Que voulez-vous que je fasse de cet homme-là? Cậu biểu tôi dùng người đó sao được?

Il ne sait rien. Nó không biết chi cả.

Il ne sait que faire de son temps.	Nó không biết dùng ngay giờ mà làm đi gì.
Je ne sais trop que faire de cette somme.	Tôi đà không biết dùng số bạc nầy mà làm đi gì.

Je me fais un devoir de vous informer de ce qui s'est passé.	Phận tôi phải cho ông hay việc đã qua đó.
Je me fais un devoir de vous prévenir de ce qui arrivera.	Phận tôi phải cho ông biết trước việc sẽ xảy đến.
Il a fait son fils avocat.	Nó gây dựng cho con nó làm trạng sư, làm thầy thuốc.
Il a fait son fils médecin.	

Comment faire ?	Làm làm sao (bây giờ) ?
Comment ferons-nous ?	Ta phải làm làm sao ?
Que faites-vous là ?	Chú làm đi gì đó ?
Vous n'y avez que faire.	Chú không có việc gì đó hết.

Mon cher ami, fit-il, songez à votre avenir.	Nó rằng: bậu ôi, bậu phải nghĩ tới ngày sau.
Il fait cher vivre dans ce pays.	Trong xứ nầy ăn uống mắc.
Il y fait bon vivre.	Ở đó ăn uống rẻ.
Cela ne fait rien.	Đều ấy không hề gì.
Qu'est-ce que cela vous fait ?	Đều ấy can gì tới anh sao ?
Que peut vous faire l'opinion de ces gens-là ?	Ý tưởng những kẻ đó làm chi tới anh được sao ?

Il fait jour.	Trời sáng rồi.
— nuit.	— tối —.
— beau.	— tốt.
— chaud.	— nắng.
— froid.	— lạnh.
— humide.	— ướt át.
— sec.	— khô ráo.
— mauvais temps.	— xấu.

Il fait du vent.	Trời gió.
— de la pluie.	— mưa.
— de l'orage.	— dông.
— du brouillard.	— sương mù.
— du tonnerre.	— sấm.
Sortons-nous par le temps qu'il fait?	Trời như vậy mà đi ra sao?

On le faisait mort, mais il se porte bien.	Họ nói nó chết, mà nó còn mạnh khoẻ.
On le fait riche, il en est loin.	Họ nói nó giàu, mà có ở đâu?
On lui fait dire des choses auxquelles il n'a jamais pensé.	Họ nói nó nói những đều nó chẳng có tưởng tới bao giờ.
J'étais à la campagne, c'est ce qui fait que j'arrive si tard.	Tôi mắc ở ngoài rẩy cho nên tôi đều có trễ đi.

Il voudrait partir, mais sans autorisation il ne le fera pas.	Nó cũng muốn đi, mà không có phép, thì nó không đi.
Je n'écris plus tant que je faisais autrefois.	Tôi bây giờ không viết cho bằng khi trước vậy.
Cet homme n'aime plus tant le jeu qu'il faisait.	Người nầy bây giờ không ưa bài bạc như hồi trước vậy.
Il se conduit mieux qu'il n'a jamais fait.	Nó ăn ở tử tế hơn khi trước nó chẳng hề ăn ở như vậy.
L'avare dépense plus, mort, en un seul jour, qu'il ne faisait, vivant, en dix années.	Kẻ hà tiện xài phí, lúc chết, trong một ngày, nhiều hơn, lúc sống, trong mười năm.
C'est à vous de faire.	Về phần chú phải làm.
Je n'ai que faire de ces chiffons; ôtez-les de devant mes yeux.	Tôi không dùng tới mấy miếng dẻ rách đó; lấy đi cho khỏi trước mặt tôi.
Si vous n'avez que faire de ce livre, prêtez-le-moi.	Nếu anh không dùng tới cuốn sách nầy, thì cho tôi mượn.
Il n'a plus que faire d'étudier; il en sait assez.	Nó chẳng cần gì mà học nữa; nó biết cũng đã khá rồi.

Il ne fait que de sortir.	Nó mới ra đó.
— — d'arriver.	— — đến —.
— — de s'éveiller.	— — dậy —.

C'est une chose qui peut se faire.	Việc đó làm được.
Se faire avocat.	Đi làm trạng sư.
— catholique.	Vô đạo, theo đạo.
Ce jeune homme s'est fait depuis que je ne l'ai vu.	Từ khi tôi không thấy người trẻ nầy tới bây giờ, thì nó đã sửa mình lại rồi.
Paris ne s'est pas fait en un jour (proverbe).	Việc trọng có đâu làm một ngày mà rồi, (tục ngữ.) (1)

Il se fait tard.	Đã khuya rồi.
Il se fait nuit.	Trời đã tối rồi.
Comment se fait-il que vous n'en sachiez rien ?	Vì cớ nào mà chú không hay chi hết về việc ấy.

Abîme,	vực sâu.	Description,	vẽ vời, tả cảnh.
Air,	khí, khí sắc, bộ.	Flanc,	bên hông.
Art,	nghề, nghề nghiệp.	Fraicheur,	mát, tươi.
Artiste,	thợ, tay thợ giỏi.	Glacier,	bưng giá. tuyết.
Aspect,	Mặt, hình, tướng.	Habitation,	nhà ở, chỗ ở.
Bassin,	chậu, vá cản, hồ, ao.	Hameau,	xóm.
Beauté,	đẹp dẻ, nhan sắc.	Hauteur,	bề cao, gò, giồng.
Calme,	tịnh, lặng lẽ.	Idée,	trí ý.
Chalet,	lều, nhà mát.	Impression,	in, cảm.
Contraste,	dội, nghịch.	Impuissance,	thất thờ, yếu.
Couleur,	màu, sắc.	Incident,	tình cờ, thình lình.
Lointain,	xa xuôi, xa cách.	Sapin,	cây sam.
Multitude,	đoàn, lũ, thứ dân.	Situation,	thể cuộc, địa thế.
Nappe,	đồ trải bàn.	Sujet,	cớ, việc, chuyện.
Nature,	tự nhiên, tính khí.	Tapis,	nệm, khảm.
Pâturage,	đồng cỏ.	Tige,	cộng, cội cây.
Paysage,	cảnh sơn thủy.	Troupeau,	bầy, đoàn.
Peintre,	thợ vẽ, thợ sơn.	Vallée,	nơi hẩm.
Plaine,	dã, đồng bằng.	Vallon,	nơi hủng.
Poète,	thi nhơn.	Verdure,	màu xanh, cỏ xanh.
Réalité,	sự thật, thiệt.	Vivacité,	mau mắn, tươi tắn.
Rocher,	hòn đá.		

1. Thành Paris không mần rồi được trong một ngày, (một bữa).

Colossal,	to, lớn, gình giàng.	Pittoresque,	vui, thú vị.
Divers,	khác, nhiều.	Résineux,	có nhựa, có mủ.
Imposant.	oai nghi, nghiêm.	Sombre,	mờ, sẩm, tối.
Inépuisable,	vô cùng.	Solitaire,	tịch mịch, một mình.
Adosser,	dậu, dựa.	Flotter,	nổi, phất phơ.
Animer,	giục, nổi.	Isoler,	biệt, để riêng.
Charger,	chở, phú, nầy.	Jaillir,	văng ra, phung ra.
Contraster,	dối, trái.	Paître,	chăn, dắc cho ăn.
Elancer,	thúc tới, nhứt nhồi.	Protéger,	binh vực, phù hộ.
S'élancer,	phóng, đâm sấm.	Remplir,	làm cho đầy, chặc.
Emailler,	làm cho rực rở.	Respirer,	thở, lấy hơi.
Enfoncer,	xô, dầy, nhận vào.	Tapisser,	Trán thiết.

La Suisse.

La beauté des paysages de la Suisse est un sujet inépuisable pour le poète et pour le peintre. Cependant lorsqu'après avoir lu leurs descriptions et vu leurs tableaux, on voyage sur les Alpes, on sent vivememt l'impuissance où est l'art de rendre sensibles les beautés de la nature. Ce calme et cette pureté de l'air qu'on y respire; l'aspect imposant de cent montagnes colossales enfoncées dans les nues et chargées de glaciers; la multitude de fleurs qui émaillent au printemps les pâturages des hauteurs et contrastent par la vivacité des couleurs avec la sombre verdure des bois d'arbres résineux; ces chalets solitaires adossés contre les rochers ou protégés par les tiges élancées des sapins; ces troupeaux qui animent les tapis de verdure et que l'on voit paître jusqu'aux bords des abîmes; la fraîcheur des eaux vives qui jaillissent sur les flancs des montagnes et dans tous les vallons; ces nappes d'eau bleuâtre qui remplissent plusieurs bassins des vallées et brillent dans le lointain; la situation pittoresque de tant de hameaux et d'habitations isolées: tous ces objets divers font sur le voyageur une impression que ni le pinceau de l'artiste ni la plume du poète ne peut se flatter d'égaler. L'imagination peut se la figurer; cependant la réalité est encore au-dessus des effets de l'imagination; elle y ajoute toujours des incidents dont on n'a guère d'idées dans les pays de plaine.

Depping.

Nước Suisse.

Màu xinh sắc tốt các cảnh sơn thủy trong nước Suisse thì là một việc vô cùng cho kẻ làm thi cùng người thợ vẽ. Nhưng mà khi đọc những lời tả cảnh cùng coi những tượng vẽ của các người ấy rồi, đi trên các núi Alpes, thì mới biết là không thể chi mà tài nghề làm ra những màu sắc tự nhiên ấy cho được. Lúc vàng vẻ và khí trời trong sạch mình hít tại đó; thể thần nghiêm chỉnh cả trăm hòn núi to lớn thâu vào trong mây và chịu đầy những bưng tuyết; muôn ngàn thứ bông đến mùa đông nó trổ nơi đồng cỏ chỗ gò chỗ nổng dồi sắc tươi tắn với màu xanh sậm những rừng cây có mủ ; những lều riêng từ cái cất dựa theo hòn đá hay là nương theo với cội lên thẳng rằng mấy cây sam ; những bầy thú ăn trên dám cỏ xanh um. lại mình thấy nó ăn cho tới nơi bờ vực thẳm hang sâu ; hơi mát nước suối mạch nó phun ra trên triền núi kẹt non và trong cả thấy mấy chỗ hũng ; những ván nước xanh xanh nó chảy đầy nhiều ao nhiều vũng những nơi hẩm và chói sáng ra ngoài xa ; thể cuộc vui vẻ biết mấy xóm biết mấy chỗ người ta ở cách xa nhau : hết thảy vật ấy nó làm cho người đi dường cảm động thì dầu cây viết người thợ vẽ hay là người làm thi cũng chẳng dám phân bì được bao giờ. Trí nhớ tưởng tới được ; nhưng mà sự thiệt còn hơn sự tưởng nhớ ấy ; nó thường thêm vào những việc tình cờ mình không dè có trong mấy xứ ở chỗ đồng bằng.

Trần-Tình, propriétaire à Long-hồ, soussigné, déclare, par le présent, mon testament, léguer à Đặng-phước, secrétaire à Long-xuyên, le tiers des biens meubles et immeubles composant ma succession.

Fait et écrit de ma main à Long-hồ, ce cinq mai mil huit cent quatre vingt quatorze.

Trần-Tình.

Tôi là Trần-Tình, chủ nhà đất tại Long-hồ, ký tên dưới đây, y theo tờ nầy là tờ tôi chúc từ, khai để cho Đặng-phước, ký lục tại Long-xuyên, một phần ba của cải ruộng đất của tôi để lại đó .

Tay tôi đặt và viết tại Long-hồ, ngày mồng năm tháng năm, năm một ngàn tám trăm chín mươi bốn.

Trần-Tỉnh.

Hát bội trách người ít đánh chầu.

Hai thằng hát bội ra giả một thằng làm chủ, một thằng làm đầy tớ. Đày tớ đi cày về, chủ nhà hỏi cày được bao nhiêu? Nó thưa được ít đàng gì đó. Chủ nhà mới nổi thần hung, nhiếc nó dở làm biếng làm nhát; thì nó nói: « Cày ít, có phải tại tôi sao? Con trâu nó đi tới đâu, thì tôi tới đó! Chớ phép tôi vác nó đi được sao? — Vậy sao mầy không đánh cho nó đi cho mau? Cái da trâu là ông là cha gì mầy mà hòng sợ mà không dám đánh? » Nó có ý nói xóc người cầm chầu sao có hẹp, không hay chầu hay thưởng.

Sĩ-tải, Trương-vĩnh-Ký.

Les comédiens qui se plaignent de la parcimonie du batteur de tambour.

On représenta une scène où figuraient deux personnes : le maître et le valet. Ce dernier revenait de labourer et, son maître lui demandant combien il avait fait de travail, il répondait qu'il avait fait quelques sillons. Le maître se mettait alors en colère et le traitait d'incapable et de paresseux, et l'autre de répondre : « Est-ce que c'est ma faute si j'en ai peu labouré? J'ai été jusqu'où a été le buffle ! Est-ce que je pouvais le porter ? — Et pourquoi donc ne l'as-tu pas battu pour le faire aller plus vite? C'est donc ton père ou ton grand-père que la peau de buffle pour que tu craignes de frapper dessus ? » Il voulait par là piquer au vif le batteur de tambour qui montrait trop de parcimonie dans ses coups et ses récompenses.

Abel des Michels.

QUARANTE-TROISIÈME LEÇON
BÀI THỨ BỐN MƯƠI BA.

Vous vous instruirez, **si** vous aimez l'étude. | *Nếu* nhà ngươi ưa việc học hành, thì nhà ngươi được hay chữ.

Pratiquez la vertu, **sinon** vous serez malheureux. | Phải làm đều nhơn đức, *chớ không thì* nhà ngươi mắc khốn khó.

Le vice nous déshonore **et** nous rend odieux. | Nết xấu làm ô danh ta *và* làm cho họ ghét bỏ ta.

Tout vice est honteux ; **or** le mensonge est un vice ; **donc** le mensonge est honteux. | Nết xấu nào cũng là hổ thẹn ; *do* lời nói dối là một nết xấu ; *vậy thì* lời nói dối là hổ thẹn.

Travaillez, **si** vous voulez être instruit. | Nếu nhà ngươi muốn hay chữ, thì phải học hành.

Ne dépensez pas tout votre argent, **de peur qu'**il ne vous en reste plus **quand** vous en aurez besoin. | Đừng có xài phí hết tiền bạc của nhà ngươi, e khi nhà ngươi cần dùng, thì không còn.

Quoique malade, le sage conserve un esprit tranquille **et** serein. | *Dầu mà* dau thì người hiền cũng giữ gìn trí khôn được an được tịnh.

Điều est bon, **mais** il est juste. | Điều ở hiền lành, *mà* nó ở công bình.

Câu nầy có hai đoạn : 1º *Điều est bon* ; 2º *Il est juste*, chính giữa có tiếng **mais**, dùng để hiệp hai đoạn ấy lại làm một câu.

Je désire **que** tu travailles. | Tao muốn *cho* mầy học.

Tiếng **que** trong câu nầy cũng như tiếng **mais** nơi câu trên, cũng dùng mà hiệp hai đoạn lại làm một câu.

Điều est bon **et** juste. | Điều ở hiền lành *và* công bình.

Tiếng **et** đây dùng hiệp hai tiếng một loại : tiếng phụ nghĩa **bon** với tiếng phụ nghĩa **juste**. Vậy Phansa gọi là **conjonctions** những tiếng dùng hiệp hoặc hai đoạn hoặc hai tiếng một loại với nhau. Như **mais, que, et**, đó đều là tiếng **conjonctions**.

Conjonctions principales.

Car,	vì, bởi vì, vì chưng.	Or,	mà, vậy, và.
Cependant,	mà, nhưng mà.	Pourquoi,	làm sao.
Comme,	như, bằng, dường.	Pourtant,	nhưng vậy.
Donc,	vậy thì, ầy vậy.	Puisque,	vì, vì lời.
Et,	và, với, cùng, mà.	Quand,	khi, lúc, chừng.
Lorsque,	khi, lúc, hồi.	Que,	rằng, cho, đặng.
Néanmoins,	nhưng vậy.	Quoique,	tuy là, dầu mà.
Mais,	mà, song le.	Si,	nếu, bằng, như.
Ni,	cũng không.	Toutefois,	nhưng vậy.

Locutions conjonctives.

Afin que,	hầu cho, đặng, mà.	Ou bien,	hay là.
Ainsi que,	vậy thì, lại với.	Parce que,	vì, bởi vì.
A mesure,	vừa khi, liền.	Par conséquent,	vậy thì.
Avant que,	trước khi.	Pendant que,	trong lúc.
De même,	cũng như.	Pourvu que.	miễng là.
Dès que,	từ khi, liền.	Tandis que,	trong khi, hồi.

Le chameau reste plusieurs jours sans boire **ni** manger.

Con lạc đà chịu được nhiều ngày không ăn *cũng không* uống.

Si l'on surcharge le chameau, il refuse de se relever.

Nếu bắt con lạc đà chở nhiều quá, thì nó không chịu đứng dậy.

L'enfant ouvre les yeux **aussitôt qu'**il est né.

Con nít sanh ra, thì mở con mắc *liền*.

Il ne faut mépriser **ni** rebuter personne.

Chẳng nên chê bai *cùng là* dằn vặt ai hết.

Dites quelque chose qui vaille mieux **que** votre silence, **ou** taisez-vous.

Nói cái chi cho hơn *là* lẳng lặn *hay là* phải nính.

La vertu est nécessaire, **car** elle conduit au bonheur.

Nhơn đức ấy là cần, *vì* nó dắc đến chỗ thanh nhàn.

Certaines fleurs **et** certaines insectes naissent **et** meurent le même jour.

Có thứ bông, có thứ sâu sanh và tử nội một ngày.

N'éprouvez pas vos amis **si** vous voulez les conserver.

Nếu nhà ngươi muốn cho có bằng hữu, thì đừng có thử lòng họ.

Je doute **que** le méchant soit heureux.

Si le cheval n'existait pas, l'âne serait le plus beau et le plus utile des quadrupèdes.

Nous sommes plongés dans l'air **comme** les poissons dans l'eau.

L'or est plus rare que le fer, **mais** le fer est plus précieux que l'or.

L'air est lourd **et** pesant comme tous les autres corps.

Tôi không chắc *là* kẻ dữ được hưởng phước.

Nếu ngựa không có, thì lừa là xinh tốt là có ích hơn hết các loài bốn cẳn.

Ta ở trong khí *như* cá ở trong nước vậy.

Vàng thì ít hơn sắt, *mà* sắt thì quí hơn vàng.

Khí cũng nặng cũng cân được *như* vật khác vậy.

Où que vous alliez, vous ne pourrez échapper au témoignage de votre conscience.

Soit qu'il cherche à en imposer, ou qu'il dise la vérité, le menteur n'est jamais cru.

Les écoliers paresseux désireraient un cahier ou un livre où ils pussent trouver leur travail tout fait.

On doit éviter de conserver pendant la nuit des végétaux odorants ou sans odeur dans la chambre où l'on couche.

Le plaisir, bien plus que le travail, épuise la santé.

C'est avec la laine qne l'on fabrique le drap.

La conscience est un juge que l'on ne peut corrompre.

Que demandent les maîtres?

Nhà ngươi đi đâu mặc dầu, cũng không khỏi lương tâm ngươi nó chứng cho ngươi.

Dầu đứa nói dối kiếm thế gạt gẩm, dầu nó nói thiệt sự, thì cũng chẳng ai tin nó.

Học trò làm biếng thì muốn cho có một tập giấy hay là một cuốn sách mà chúng nó gặp cho được bài vở đã làm sẵn rồi.

Chẳng nên để ban đêm cây cỏi thơm tho hay là không có mùi ở trong phòng mình ngủ đó.

Sự vui chơi làm hao tồn sức mạnh càng quá công ăn việc làm.

Người ta lấy lông chiên mà làm nỉ, (làm nỉ bằng lông trừu).

Lương tâm là kẻ soi xét chẳng lo lót được.

Thường thầy dạy muốn giống chi?

Que leurs élèves travaillent avec application.	Muốn cho học trò mình học hành cẩn thận.
Que ta main gauche ignore ce que donne ta main droite.	Tay trái ngươi chẳng khá biết cái tay mặt ngươi cho ra. (Thi ân bất cầu báo.)
Le faisan est un des meilleurs oiseaux que l'on connaisse.	Con trĩ là một con trong những chim mà người ta cho là tốt hơn hết.
Les vices sont les maladies de l'âme qu'il faut craindre plus que les maladies du corps.	Những nết hư là bịnh oạn về đức tánh phải sợ hơn là tật bịnh nơi thân thể.

Aide,	cứu, giúp.	Gilet,	áo lá.
Atteinte,	mắc, bị.	Inquiétude,	lo sợ, bối rối.
Avis,	ý, yết thị.	Instruction,	dạy dỗ, thẩm xét.
Bois,	gỗ, rừng, gậc.	Logis,	chỗ ở.
Chaumière,	nhà tranh.	Modestie,	có nết, ăn ở nhỏ nhoi.
Compagnie,	bọn, hàng.	Péril,	hiểm nghèo.
Dimension,	bề.	Recherche,	kén, tìm kiếm.
Etourdi,	khờ, khật khùng.	Résine,	mủ cây, chai.
Exemple,	gương, kiểu.	Soin,	lo lắn.
Explication,	cắt nghĩa.	Sujet,	cớ, tích, việc.
Feuillage,	lá cây.	Vanité,	sự vô ích, khoe khoang.
Gelée,	băng, giá, lạnh.	Veste,	áo quạ.

Allumer,	đốt, thắp, khêu.	Se détourner,	đi quanh.
S'amuser,	dỡn, chơi.	Deviner,	bói, định dẹo.
S'asseoir,	ngồi.	S'efforcer,	ra sức.
Coucher,	nằm.	Endormir,	làm buồn ngủ.
Courir,	chạy.	S'engager,	chung vô.
Défendre,	chữa, dỡ.	S'étendre,	nằm dài.
Se dépouiller,	lột.	Eviter,	lánh, tránh.
Déranger,	động, làm rầy.	Habiller,	mặc áo.
S'instruire,	học.	Regagner,	ăn lại, trở lại.
S'occuper,	lo, bao.	Répéter,	lặp lại, nói lại.
Parcourir,	quán, đi cùng.	Se rendre,	đầu, đi.
Se perdre,	lạc, mất.	Songer,	tưởng tới.
Se réchauffer,	hơ, ấp.	Vêtir,	mặc, bận.
Se presser,	lật đật, chen.		

	verbes. Participes,	Noms, Adjectifs, Averbes.
	Port	*porte, portier, portière, portail, portique,*
	port er, ant, é,	*portée, porteur, portage, portable, portatif.*
ap	port er, ant, é,	ap*port.*
rap	port er, ant, é,	rap*port,* rap*porteur.*
com	port er, ant. é.	
dé	port er, ant, é,	dé*portation,* dé*porté.*
em	port er, ant, é,	em*portement.*
rem	port er, ant, é.	
ex	port er, ant, é.	ex*portation,* ex*portateur.*
im	port er, ant, é,	im*portation,* im*portateur,* im*portance.*
ré im	port er, ant, é.	
re	port er, ant, é,	re*port.*
sup	port er, ant, é,	sup*port,* sup*portable,* sup*portablement,* insup*portable,* insup*portablement.*
trans	port er, ant, é,	trans*port,* trans*portation,* trans*portable.*

Les deux petits Suisses.

Deux petits enfants d'un laboureur suisse couraient l'un après l'autre sur la neige; c'était à la fin d'octobre et vers les quatre heures du soir. Un bois de sapins assez épais était auprès de la chaumière où habitaient leurs parents. Ils s'engagèrent dans ce bois sans y songer, et comme ils allaient toujours en avant, la nuit tomba tout à fait; ils se perdirent et ne purent regagner le logis. Quelles furent les inquiétudes du père quand il ne vit pas revenir ses enfants, vous les devinez sans doute. Il les appelle, mais vainement. Enfin il prie ses voisins de venir à son aide: on allume des bâtons résineux et l'on parcourt le bois dans toutes ses dimensions. Ce ne fut qu'après trois heures de recherches que l'on trouva ces deux jeunes frères endormis et couchés l'un sur l'autre dans un trou rempli de feuillages. Ce qui rend ce trait touchant, c'est que l'aîné, âgé de neuf ans, s'était dépouillé de sa veste et en avait habillé son petit frère, vêtu d'un simple gilet; ensuite il s'était étendu de son mieux sur lui pour le réchauffer et le défendre, au péril de sa vie, contre les cruelles atteintes de la gelée.

Hai đứa Suisses nhỏ.

Hai đứa con người suisse làm rẫy kia chạy rượt nhau

trên tuyết; lúc ấy nhằm củi tháng mười chừng hồi bốn giờ chiều. Một đám cây sam rậm rậm mọc gần cái nhà tranh chỗ cha mẹ chúng nó ở. Chúng nó lần vào đám cây ấy mà không tưởng tới, lại trong khi chúng nó đi tới hoài thì trời đã tối rồi; chúng nó lạc bậy, trở về không đặng. Khi người cha không thấy hai đứa con về, thì lo sợ biết là chừng nào, ai cũng rõ đều ấy. Người cha réo kêu vô ích. Mới xin những người láng diềng đến giùm: họ đánh đèn chai lên, họ quản cùng rừng cùng rú, kiếm trong ba giờ rồi mới gặp hai anh em nhỏ ấy đang ngủ, nằm chồng với nhau trong hang kia có đầy những lá cây. Sự lạy làm thảm là thằng anh, được chín tuổi, lột áo mình mà bận cho em, kẻo nó mặc có một cái áo lá; rồi nằm lên trên mình mà ấp nó cho ấm và liều mạng mà đỡ gió lạnh dữ tợn cho khỏi phạm tới nó.

A mettre à la deuxième personne du singulier.

Le bon élève.

Il doit éviter avec soin la compagnie des mauvais sujets et même celle des étourdis. Il donne le bon exemple partout, il ne fait rien qui ne puisse être répété à ses parents. Il se rend à l'école par le chemin le plus court, sans se détourner, sans s'amuser en route. Il entre dans la classe d'un air modeste, sans courir, sans se presser; il se rend à sa place et s'assied sans déranger aucun de ses camarades.

Pendant tout le temps de la classe, il sera attentif aux leçons, il s'efforcera de comprendre les explications qui lui seront faites, il écoutera attentivement les bons avis qu'on lui donnera; il fera tous ses devoirs avec une grande application; en un mot, il s'occupera par dessus tout de son instruction, et il ne songera pas à autre chose, considérant que c'est pour s'intruire qu'il est en classe.

Modèle:
Le bon élève.

Tu dois éviter avec soin la compagnie des mauvais sujets et même celle des étourdis. Tu donnes le bon exemple partout, tu ne fais rien qui ne puisse être répété à tes parents. Tu te rends à l'école par le chemin le plus court, sans te détourner, sans t'amuser en route. Tu entres dans la classe d'un air modeste, sans courir, sans te presser; tu te rends à ta place et tu t'assieds sans déranger aucun de tes camarades.

Pendant tout le temps de la classe, tu seras attentif aux leçons, tu t'efforceras de comprendre les explications qui te seront faites, tu écouteras attentivement les bons avis qu'on te donnera ; tu feras tous tes devoirs avec une grande application ; en un mot, tu t'occuperas par dessus tout de ton instruction, et tu ne songeras pas à autre chose, considérant que c'est pour t'instruire que tu es en classe.

Đứa học trò ăn ở tử tế.

Nó phải lo tránh không làm bạn với những đứa ăn ở xấu xa lại với những đứa khật khùng. Chỗ nào nó cũng làm gương tốt hết, nó không làm đều chi mà chẳng nói lại được với cha với mẹ nó. Nó đi học thì đi đường văn tắt hơn hết, không đi quanh đi quẹo, không trửng dởn dọc đường dọc sá. Nó vào lớp học thì có nết có na, không chạy, không lật đật lưởi đưởi ; nó lại chỗ ngồi không động phạm tới đứa bậu bạn nào hết.

Nội trong lúc ở nơi lớp học, thì nó có ý tứ nơi bài nơi vở, nó rán mà hiểu những lời cắt nghĩa cho nó đó, nó có ý tứ nghe những lời người ta khuyên dạy nó đó, nó làm những bài người ta ra cho nó cách cẩn thận lắm ; nói tắt một lời, nó lo học hành hơn hết mọi sự, và nó không tưởng tới đều chi khác cả, nghĩ vì ở nơi lớp ấy đặng mà học cho hay mà thôi.

Je, soussigné Lê-văn-Cự, propriétaire à Cầu-kho, reconnais avoir reçu de M. Nguyen-văn-Thương, marchand à Khánh-hội, la somme de dix piastres, pour un mois échu, au premier Novembre dernier, des intérêts d'une somme de cinq cents piastres qu'il me doit, sous la réserve du capital et des intérêts courants.

Cầu-kho, ce 4 Novembre 1894.

Lê-văn-Cự.

Tôi ký tên dưới đây là Lê-văn-Cự, chủ đất tại Cầu-kho, nhận thiệt có cậu Nguyễn-văn-Thương, người buôn bán tại Khánh-hội, đem trả mười đồng bạc, mãn một tháng, hôm mồng một tháng mười một rồi, về bạc lời cái số bạc vốn là năm trăm đồng cậu ấy thíu tôi, không tính bạc vốn cùng bạc lời kỳ tới.

Cầu-kho, ngày mồng 4 tháng 11 năm 1894.

Lê-văn-Cự.

Thằng cha nhảy cà tửng.

Thằng cha kia sợ vợ. Một bữa con mẻ đi chợ, thằng chả ở nhà, lấy khoai đem lùi bốn năm củ. Xảy đâu con mẻ lơn tơn về. Thằng chả, ngó thấy bóng, lật đật lấy khoai bỏ vô quần, túm lại, chạy ra; mà mắc nóng quá, nên đứng nhảy lên nhảy xuống hoài. Con mẻ thấy, tức cười hỏi : « Làm gì mà điên vậy, đứng nhảy cà tửng đó ? — Nó mới nói: Tao mừng mầy đi chợ về. »

Sĩ-tải, Trương-vĩnh-Ký.

Un homme qui saute de joie.

Un individu avait peur de sa femme. Celle-ci étant allée un jour au marché, notre homme, resté au logis, alla chercher des patates et en mit quatre ou cinq à cuire sous la cendre ; mais il arriva que la commère avait pressé son retour. Le bonhomme, ayant aperçu son ombre, se dépêcha de prendre ses patates et les fourra dans son pantalon, qu'il retenait avec les mains ; puis, il sortit ; mais, comme il les trouvait par trop chaudes, il se mit à sauter sur place sans discontinuer. Ce que voyant, la femme eut envie de rire et lui demanda : « Qu'est-ce donc qui t'a rendu fou, que tu restes là à sauter sur tes jambes ? » A quoi l'autre répondit: « Mais c'est la joie de te voir de retour du marché ! »

Abel des Michels.

QUARANTE-QUATRIÈME LEÇON
BÀI THỨ BỐN MƯƠI BỐN.

Ah! qu'il est doux de se reposer après le travail!
Hélas! s'écriait un général, j'ai perdu la bataille.
Hé! que dites-vous? J'ai peine à vous croire.

Oh! fi! le vilain garçon n'a pas fait sa toilette.
Allons! courage! mes amis.
Chut! le maître va parler.
Soit! je vous pardonne, mais n'y revenez plus.
Bonjour! Monsieur du Corbeau.
Aïe! vous me faites mal.

À! làm việc rồi mà nghỉ ngơi thì là sướng quá.
Quan tướng kia la lên rằng: *ôi thôi!* tôi đã thất trận rồi.
Nầy! nhà ngươi nói chi đó? Ta lấy làm khó tin nhà ngươi.

Ồi ỷ! cái thằng nó không chải gỡ rửa mặt rửa mày gì hết.
Anh em, *hè! rán lấy!*
Nín! thầy gần giận kia.
Được! ta tha nhà ngươi, mà đừng có tái lại nữa.
Chào! cụ quạ.
Ái! đau mà. (Anh làm cho tôi đau).

Khi động lòng mà la lên, hay là than thở, tiếng la tiếng than ấy Phansa gọi là **interjection**. Khi vui thì dùng; ah! bon!
Khi buồn, thảm, phiền hà, đau đớn, thì dùng: ah! aïe! hélas! ouf!
Thấy chi kỳ chướng, lạ lùng, thì dùng: ha! hé! bah! eh bien! eh quoi! peste! ouais! comment! grand Dieu! juste ciel! miséricorde!
Sợ, gớm, ghét thì dùng: oh! fi! ah fi! fi donc! foin!
Xui dục thì dùng: allons! sus! sus donc! ferme! alerte! preste! zest! çà! or çà! courage! patience!
Muốn biểu thôi, biểu ngừng thì dùng: là, là! tout doux! tout beau! halte-là! grâce! chut! paix! silence!
Thuận tình dùng: soit!
Kêu gọi thì dùng: hé! hem! ho! holà! st, st! hein?
Chào ai thì nói: salut! bonjour! bonsoir! adieu! serviteur!
Khen ngợi thì nói: bravo! vivat!

14

Etes-vous Chinois ?	Chú phải là người Thanh chăng ?
Non, Monsieur, je suis Annamite.	Thưa không, tôi là người Annam.
Monsieur, je vous souhaite le bonjour.	Thưa ông, tôi chúc cho ông bình yên cả ngày.
Le bonsoir.	Bình yên cả đêm.

Người phương Tây, anh em, bà con, gặp nhau hay hôn hít, chào hỏi cách thân thiết lắm. Con cái tôi đi ngủ cùng sớm thức dậy thì hôn hít cha mẹ mà chúc lành cho nhau ; cổ *thân sanh chi tất hạ dĩ dưỡng phụ mẫu nhựt nghiêm*: cho nên đem lòng thương sinh hối dưới gối mà nuôi cha mẹ thì càng ngày càng thiệt. Ấy dạy ta phải ở cho có hiếu cùng cha mẹ. Ta hít bằng lỗ mũi, còn người phương Tây hôn bằng miệng. Ấy hôn hít cũng khác nhau.

Prenez-vous du thé ?	Chú uống nước trà không ?
J'en prends.	Tôi uống.
Prenez-vous le thé tous les jours ?	Chú uống nước trà mỗi ngày sao ?
Je le prends tous les jours.	Tôi uống mỗi ngày.
Mon père prend du café.	Ông già tôi uống *café*.
Il prend le café tous les matins.	Ông uống *café* mỗi buổi sớm mai.
Mon frère prend du chocolat.	Anh tôi uống *chocolat*.

~~~~~~~~~~

Eteindre.	Tắt, dứt.
Eteignez-vous le feu ?	Chú tắt lửa không ?
Je ne l'éteins pas.	Tôi không tắt.
Appeler.	Kêu, gọi.
M'appelez-vous ?	Anh có kêu tôi không ?
Je vous appelle.	Tôi kêu anh.
Qui m'appelle ?	Ai kêu tôi ?
Votre père vous appelle.	Ông già anh kêu anh.
Quand vos frères sont-ils sortis ?	Anh em anh đi ra hồi nào ?
Ils sont sortis à dix heures.	Đi ra hồi mười giờ.
Comprendre.	Hiểu, rõ.
Entendre.	Nghe, nghe được.

Me comprenez-vous ?	Anh hiểu tôi không ?
M'entendez-vous ?	Anh nghe tôi được không ?
Je vous entends, mais je ne vous comprends pas.	Tôi nghe anh nói mà tôi không hiểu được.
Avez-vous entendu l'aboiement des chiens.	Anh có nghe tiếng chó sủa không ?

Mademoiselle, j'ai l'honneur de vous saluer.	Thưa cô, tôi kính chào cô.
Madame, j'ai l'honneur de vous souhaiter le bonjour.	Thưa bà, tôi kính chúc cho bà được bình yên cả ngày.
Monsieur, je vous souhaite le bonsoir.	Thưa ông, tôi chúc cho ông được bình yên trọn buổi chiều.
Bonjour, mon cher.	Chào bậu, (cầu cho bậu được bình yên cả ngày).
Comment vous portez-vous ?	Anh mạnh giỏi không ?
Comment va votre santé ?	Sức mạnh thể nào ?
Très bien.	Khá lắm, mạnh lắm.
Assez bien.	Khá khá.
Et vous-même ?	Còn anh làm sao ?
Je ne me sens pas bien.	Trong mình tôi không được yên.
J'en suis fâché.	Tôi lấy làm buồn.
Qu'avez-vous ?	Đau chi vậy anh ?
Je suis enrhumé.	Tôi sổ mũi, long óc.
J'ai mal à la tête.	Tôi nhức đầu.
J'ai eu la fièvre.	Tôi rét, nóng lạnh.
Je n'ai pas fermé l'œil de la nuit.	Cả đêm tôi không ngủ được, (không nhắm con mắt cả đêm).
Depuis quand êtes-vous malade ?	Anh đau từ bao giờ ?
Depuis le jour que j'ai eu le plaisir de vous voir chez mon oncle.	Từ cái bữa mà tôi lấy làm vui mừng mà gặp anh tại nhà cậu tôi đó.
Tant que cela ?	Lâu như vậy (lận) sao ?
Prenez-vous quelque' chose ?	Anh có uống (thuốc) chi không ?

Je prends de la tisane, et je me tiens chaudement.	Tôi uống nước lá (nước rễ), với tôi mặc cho ấm.
J'espère que cela ne sera rien.	Tôi trông cậy cho không hề gì hết.
J'espère vous voir bientôt en meilleure santé.	Tôi trông cậy chẳng bao lâu đây sẽ thấy anh mạnh giỏi.
Mille remercîments, comment se porte madame ?	Cám ơn quá chừng, chị ở nhà mạnh giỏi thể nào ?
Elle se porte à merveille; elle jouit d'une parfaite santé.	Nó mạnh giỏi lạ lùng; nó được sức khỏe luôn.
J'en suis charmé, présentez-lui mes hommages.	Tôi lấy làm mừng, nói tôi gởi lời kính thăm chị.
Présentez-lui mes compliments.	Nói tôi gởi lời mừng.
Monsieur votre père est-il toujours indisposé ?	Bác ở nhà khó ở hoài sao?
Il se porte mieux.	Bây giờ ông già tôi khá hơn.
J'en suis bien aise.	Tôi lấy làm vui.
Et madame votre mère, comment se porte-t-elle ?	Còn bác gái được bình yên không?
A son ordinaire.	Như thường vậy.
Ma mère est obligée de garder la chambre.	Mẹ tôi đau, (phải ở trong phòng, không đi ra được).
Je ne savais pas qu'elle fût malade.	Tôi không hay bác gái đau.
C'est peu de chose; mais à son âge il lui faut des soins.	Không chi cho lắm; mà tuổi lớn phải lo nuôi dưỡng.
Votre frère paraît toujours bien portant.	Anh anh coi bộ mạnh khoẻ luôn.
Lui, et tous ses enfants jouissent d'une forte constitution.	Ảnh với hết thảy mấy đứa con ảnh được khí bẩm mạnh mẽ.
Faites-moi le plaisir de me rappeler à leur souvenir.	Cậy anh nhắc ảnh với trẻ cháu cho nó nhớ tới tôi với.
Je n'y manquerai pas.	Tôi không bỏ qua đều đó đâu.
Dites bien des choses chez vous de ma part.	Nói tôi có hỏi thăm kẻ kia người nọ nơi nhà anh.

Xứ.	Người.	Xứ.	Người.
Afrique,	Africain.	Grèce,	Grec.
Algérie,	Algérien.	Hollande,	Hollandais.
Allemagne,	Allemand.	Hongrie,	Hongrois.
Amérique,	Américain.	Inde,	Indien.
Angleterre,	Anglais.	Irlande,	Irlandais.
Arabie,	Arabe.	Italie,	Italien.
Asie,	Asiatique.	Japon,	Japonais.
Australie,	Australien.	Mexique,	Mexicain.
Autriche,	Autrichien.	Norwége,	Norwégien.
Belgique,	Belge.	Perse,	Persan.
Californie,	Californien.	Pologne,	Polonais.
Canada,	Canadien.	Prusse,	Prussien.
Chine,	Chinois.	Roumanie,	Roumain.
Cochinchine,	Cochinchinois.	Russie,	Russe.
Danemark,	Danois.	Saxe,	Saxon.
Ecosse,	Ecossais.	Siam,	Siamois.
Egypte,	Egyptien.	Sibérie,	Sibérien.
Espagne,	Espagnol.	Suède,	Suédois.
Europe,	Européen.	Suisse,	Suisse.
Flandre,	Flamand.	Syrie,	Syrien.
France,	Français.	Turquie,	Turc.

Verbes,		Participes,	Noms, Adjectifs, Adverbes.
	Forme		*forme, formel, formellement.*
	form	er,	ant, é, *formateur, formation, format.*
	form	aliser,	ant, é, *formalité, formaliste, formalisation.*
	form	uler,	ant, é, *formule, formulaire, formuliste.*
con	form	er	ant, é, *conformation, conformité, conforme, conformément, conformiste.*
dé	form	er,	ant, é, *déformation.*
ré dé	form	er,	ant, é,
dif	form	er,	*difforme, difformité.*
in	form	er,	ant, é, *information, informatif.*
ré in	form	er,	ant, é.
ré	form	er,	ant, é. *réforme, réformation, réformiste.*
re	form	er,	ant, é, *reformable.*
trans	form	er,	ant, é, *transformation.*

	Pas		*pas, passe, passage, passade.*
	pass	er,	ant, é, *passé, passager, passagèrement, passerelle, passoire, passable, passablement.*

```
com pass er, ant, é, compas, compassement, compassage.
dé  pass er, ant, é.
re  pass er, ant, é, repasseur, repassage.
sur pass er, ant, é.
tré pass er, ant, é, trépas, trépassé, trépassement, passe-partout,
                     passe-port, etc.
```

Adversité,	sự rủi rỏ, lúc suy.	Paix,	bình yên.
Aigle,	chim ưng, phụng hoàng.	Peuple,	người, dân.
Art,	nghề, tài nghề.	Philosophe,	quân tử.
Attaque,	giáp chiến, xông vào.	Prospérité,	thạnh lợi.
Caractère,	tánh, quyến, chữ.	Léopard,	con beo.
Compagnon,	bậu bạn, bạn tác.	Maître,	chủ, thầy.
Complice,	đồng đảng, đồng lỏa.	Renard,	chồn cáo.
Conseil,	bàn luận, bày biểu.	Résignation,	nhượng, chịu.
Eléphant,	con voi, tượng.	Revers,	trái, lúc bĩ.
Entreprise,	tính làm.	Science,	thông, tài.
Guerre,	giặc.	Succès,	được việc, tấn ích.
Goût,	mùi, ưa muốn.	Ton,	giọng, cách nói.
Imagination,	trí hóa.	Univers,	thế gian, bầu trời.
Mœurs,	phong tục.		

Actif,	hay làm.	Hautain,	kiêu cách.
Ardent,	nóng, xan.	Honnête,	tử tế.
Arrogant,	kiêu, xác.	Impétueux,	hung hăn.
Bienveillant,	tử tế.	Industrieux,	tài nghề.
Civil,	biết đều, thị tứ.	Lent,	chậm lục.
Courtois,	phải thè.	Magnanime,	đại độ.
Dédaigneux,	thái thẩm.	Ordinaire,	thường.
Déterminé,	nhứt định.	Présomptueux,	ỷ thị.
Docte,	thông thái.	Prévoyant,	ngừa trước.
Enjoué,	dồn hớt, vui vẻ.	Prompt,	mau, lẹ, nhạy.
Fier,	kiêu, đắc chí.	Remarquable,	đáng chăm chỉ.
Frivole,	tám phào.	Spirituel,	có trí.
Gai,	vui vẻ.	Tardif,	tre, chậm.
Généreux,	rộng rãi.	Vaillant,	dạn dĩ, gan dờm.

Aider,	giùm, giúp, cứu.	Cultiver,	làm rẫy, tu luyện.
Choisir,	lựa, chọn, kén.	Estimer,	yêu, chuộng.
Civiliser,	giáo hóa.	Partager,	chia.
Combattre,	đánh, cự.	Se résoudre,	quyết, định.

A rendre par le pluriel:

Caractères des peuples.

Dans les entreprises le Français est comme un aigle, l'Allemand comme un ours, l'Italien comme un renard, l'Espagnol comme un éléphant et l'Anglais comme un léopard. Dans la science, le Français sait de tout, l'Allemand est maître, l'Italien docte, l'Espagnol profond, l'Anglais philosophe. Dans les mœurs, le Français est courtois, l'Allemand bienveillant, l'Italien civil, l'Espagnol dédaigneux, l'Anglais hautain. Dans les conseils, le Français n'est pas lent, l'Allemand est plus tardif, l'Italien est plus subtil, l'Espagnol est prévoyant, l'Anglais déterminé.

Tánh người.

Trong khi tính làm việc gì, thì người Français cũng như chim phụng hoàng, người Allemand cũng như con gấu, người Italien cũng như con chồn cáo, người Espagnol cũng như con voi, còn người Anglais cũng như con beo. Trong sự tài năng, người Français cái chi cũng có biết, người Allemand làm thầy, người Italien thì thông thái, người Espagnol thì lo xa, người Anglais thì là quân tử. Trong phong tục, thì người Français phải thể, người Allemand tử tế, người Italien lịch sự, người Espagnol thái thẩm, người Anglais kiêu căn. Trong khi bàn luận, thì người Français không có chậm lục, người Allemand trễ nải hơn, người Italien cao sâu hơn, người Espagnol hay phòng ngừa trước, người Anglais thì nhứt định.

Modèle.
Caractères des peuples.

Dans les entreprises, les Français sont comme des aigles, les Allemands comme des ours, les Italiens comme des renards, les Espagnols comme des léopards. Dans la science, les Français savent de tout, les Allemands sont maîtres, les Italiens doctes, les Espagnols profonds, les Anglais philosophes. Dans les mœurs, les Français sont courtois, les Allemands bienveillants, les Italiens civils, les Espagnols dédaigneux, les Anglais hautains. Dans les conseils, les Français ne sont pas lents, les Allemands sont plus tardifs, les Italiens sont plus subtils, les Espagnols sont prévoyants, les Anglais déterminés.

A rendre par le singulier.
Les Français.

Les Français sont gais, polis, spirituels, actifs, vaillants, généreux, magnanimes; ils ont l'imagination vive, ardente, parfois frivole et enjouée. Les étrangers riches viennent chez eux apprendre les belles manières et le bon ton. La prospérité ne les rend ni fiers, ni présomptueux, ni arrogants; ils savent supporter avec résignation les grands revers et les adversités ordinaires. Ils sont habiles et courageux dans la guerre, industrieux dans la paix, et cultivent avec un succès remarquable les arts et les sciences. Enfin on peut dire que les Français sont encore aujourd'hui ce qu'ils étaient dans les siècles passés : prompts à se résoudre, ardents à combattre, impétueux dans l'attaque ; c'est le peuple le plus civilisé de l'univers.

(Guthrie).

Modèle.

Le Français est gai, poli, spirituel, actif, vaillant, généreux, magnanime; il a l'imagination vive, ardente, parfois frivole et enjouée. L'étranger riche vient chez lui apprendre les belles manières et le bon ton. La prospérité ne le rend ni fier, ni présomptueux, ni arrogant; il sait supporter avec résignation les grands revers et les adversités ordinaires. Il est habile et courageux dans la guerre, industrieux dans la paix, et cultive avec un succès remarquable les arts et les sciences. Enfin on peut dire que le Français est encore aujourd'hui ce qu'il était dans les siècles passés; prompt à se (1) résoudre, ardent à combattre, impétueux dans l'attaque ; c'est le peuple le plus civilisé de l'univers.

(1) Tàu cũng hay để complément trước verbe vậy :
dân cụ *nhi* chiêm. — Vị *chi* hữu dã.

Người Français.

Người Français thì vui vẻ, khuôn phép, có trí, siêng năng, dạn dĩ, khoát đạt, đại độ; có trí hóa hẳn hòi, sốt sắng, có khi tầm phào và hay dờn hớt. Những người giàu ở ngoại quốc thường đến đó mà học cách ăn thói ở lịch sự, lời ăn tiếng nói tử tế. Lúc thạnh thì không kiêu căn, không ỷ thị, không xắc xược; biết nhẩn chịu những cuộc biến lớn, việc rủi ro thường. Giỏi và có gan trong cơn giặc giả, có tài nghề trong lúc bình yên, học biết các nghề các phép được tấn ích lắm. Nói nhón được rằng người Français thượng cổ làm sao thì bây giờ cũng còn như vậy: Bàn định nhặm lẹ, đánh giặc hăm hở, hung hăn trong khi giáp chiến; ấy là dân được lịch lãm hơn hết trong thế gian.

A mettre au pluriel.

L'amitié.

Enfant, choisis bien celui dont tu veux faire ton ami.

Celui que tu aimes parce qu'il partage tes goûts n'est pas un ami : c'est un camarade, un compagnon de plaisir.

Celui que tu aimes parce qu'il t'aide à faire quelque chose de mal n'est pas un ami : c'est un complice.

Celui que tu aimes parce que tu l'estimes, parce qu'il t'aide à faire quelque chose de bien et parce qu'il partage avec toi des goûts honnêtes, celui-là est un ami.

Modèle.

Enfants, choisissez bien ceux dont vous voulez faire vos amis.

Ceux que vous aimez parce qu'ils partagent vos goûts ne sont pas des amis : ce sont des camarades, des compagnons de plaisir.

Ceux que vous aimez parce qu'ils vous aident à faire quelque chose de mal ne sont pas des amis: ce sont des complices.

Ceux que vous aimez parce que vous les estimez, parce qu'ils vous aident à faire quelque chose de bien et parce qu'ils partagent avec vous des goûts honnêtes, ceux-là sont des amis.

Tình nghĩa.

Trẻ nhỏ, bây phải lựa cho kĩ những kẻ bây muốn làm bằng hữu.

Những kẻ mà bây thương bởi vì chúng nó đồng ưa muốn như bây vậy thì không phải là bằng hữu: mà là những bạn tác, những bậu bạn vui chơi.

Những kẻ mà bây thương bởi vì chúng nó giúp bây làm sự xấu thì chẳng phải là bằng hữu: mà là những kẻ đồng lõa đó.

Những kẻ mà bây thương bởi vì bây yêu chuộng, bởi vì chúng nó giúp bây làm việc lành và bởi vì chúng nó đồng ưa muốn như bây những chuyện tử tế, những kẻ đó thiệt là bằng hữu.

Je soussigné, Nguyễn-văn-Tịnh, propriétaire, demeurant à Lái-thiêu, reconnais avoir reçu de Nguyễn-văn-Lợi, mon fermier, la somme de cinquante piastres sur ses fermages échus au premier novembre courant, sous la réserve des impôts et faisances.

A Lái-thiêu, ce 2 novembre 1894.

        Nguyễn-văn-Tịnh.

Tôi đứng tên dưới đây là Nguyễn-văn-Tịnh, chủ đất, tại Lái-thiêu, nhận thiệt có Nguyễn-văn-Lợi, người mướn đất của tôi, đem trả năm chục đồng bạc, giá mướn đất mãn kỳ hồi mồng một tháng mười một nầy, ngoại trừ thuế vụ với những đồ giùm riêng.

Tại Lái-thiêu, ngày mồng 2 tháng 11 năm 1894.

        Nguyễn-văn-Tịnh.

Cọp bị đã.

Tên kia còn nhỏ trai hay cấu vui theo chúng bạn. Một bữa nó đi chơi đêm. Khuya về, kêu cửa. Ở nhà thì có nuôi một con chó vện lớn.. Bửa ấy có cọp tới rình, nằm ngoài cửa. Chàng va đi chơi về, lọt xọt vô. Trời thì tối, thấy mặt mờ, tưởng là con chó vện, nên co chơn đạp cho một đạp lăn cù : « Chó mèo gì tối nó ngậm câm không thèm sủa ? » Con cọp giựt mình, thất kinh cong đuôi chạy mất. Chàng va vào nhà, thấy con chó vện hãy còn, mới biết là cọp. Giựt mình, rỡn ốc. Từ ấy về sau tốn không dám đi đêm nữa.

Sĩ-tải, Trương-vĩnh-Ký.

Le Tigre chassé à coups de pied.

Un individu encore jeune se livrait au plaisir en compagnie de ses camarades. Il alla une fois se promener dans la soirée. De retour à une heure avancée de la nuit, il appela pour qu'on vînt lui ouvrir la porte. Or il avait chez lui un grand chien tigré.

Un tigre était venu, ce jour-là, s'embusquer à la porte de la maison. Notre garçon, revenant de sa partie de plaisir, entra d'un pas assuré.

L'obscurité qui régnait l'empêchait de voir nettement les objets; il crut reconnaître son chien tigré; en sorte que, repliant la jambe, il lui donna un coup de pied et l'envoya rouler au loin en disant : « Quel est donc ce chien muet qui reste gueule close et ne veut pas aboyer la nuit? » Le tigre tressaillit ; il prit peur tout à coup et décampa, la queue entre les jambes. Notre homme, étant entré dans la maison et y retrouvant son chien tigré, vit qu'il avait eu affaire à un tigre. Il tressaillit et en eut la chair de poule. A partir de ce moment-là, il fut bien corrigé de ses excursions nocturnes.

Abel des Michels.

Trương 189, hàng 32, nom doigt, sửa lại làm : mon index.

QUARANTE-CINQUIÈME LEÇON.
BÀI THỨ BỒN MƯƠI LĂM.

Tưởng khi xưa nhiều vật người ta ra dấu mà hiểu với nhau, tới chừng đặt tên các vật chung quanh mình rồi, thì mới có tiếng mà dùng mà nói.

Tiếng chung đó không có bao nhiêu, tới khi người ta đông đảo phải tảng lán ra cùng khắp; khi ấy lại phải đặt thêm mà chỉ cho rỏ ý mình tưởng, sự mình muốn nói, nên hóa ra nhiều tiếng khác nhau; vì càng ngày càng tiềm được vật lạ của quí trong rừng ngoài biển.

Gần nhau như Ta, Tàu, Xiêm, Mên, còn có tiếng trùng tiếng giống; mà càng xa thì lời nói tiếng nói càng lạ như các nước Phương tây cùng các nước Phương đông vậy.

Phansa có gần 100.000 tiếng, chia ra làm 10 loại là *le* nom, *l'*article, *l'*adjectif, *le* pronom, *le* verbe, *le* participe, *l'*adverbe, *la* préposition, *la* conjonction vớ *l'*interjection.

1º Các vật trời sanh dưới thế nầy chia được ra làm ba thứ: *người, vật, sự*. Người, vật, sự ấy người Phansa gọi là noms hay là substantifs.

2º Người, sự, vật đó có khi nói trổng có khi chỉ chắc. Như: eau de fontaine, nước suối; eau de la fontaine. nước suối *ày*. *Nước suối*, nói trổng; còn *nước suối ày*, thì chỉ riêng *cái* suối đó, cái suối mình nói đó, không phải cái nào khác.

Article là tiếng dể chỉ chắc tên người cùng là sự vật. Như ta dùng những tiếng *ày, đó, con, cái, người, vật* v. v.

3º Coi một con ngựa, thì dà thấy nó *kim, ó, hồng, bích* v. v., hay, *đỏ, yếu, mạnh, què, chứng*, v. v.

Đứa con nhớ mẹ thì sao cũng tưởng sự mẹ mình *hiền lành, hòa huỡn, yêu thương, vui vẻ* v. v.

Ngó lên trời thì cũng thấy trời *xanh, trong, sáng* hay là *mù, rầu, tối lắm*. Những tiếng thêm cho rỏ nghĩa người, vật sự đó, thì Phansa gọi là adjectif.

    Mon habit est usé.
    Cái áo của *tôi* là củ rồi.
    Ce livre est instructif.
    Cuốn sách *nầy* thì là hay. v. v.

Những tiếng mon, ce dùng chỉ chắc những vật nó hiệp theo đó thì gọi là adjectif.

4º Tiếng Pronom là tiếng dùng thế cho khỏi nói lại tên người cùng sự vật.

5º Tiếng Verbe, nghĩa là *lời nói*, dể chỉ việc làm, nói việc người làm kẻ chịu v. v. Như Commander, *khiến*; Marcher, *đi, bước*: Ramper, *bò*; Sauter, *nhảy*; Nager, *lội*; Voler, *ăn trộm*.

6º Tiếng **Participe** là tiếng trùng ý với tiếng **verbe** cùng là tiếng **adjectif**.
7º Tiếng **adverbe** là tiếng đề dùng thêm cho rõ nghĩa tiếng **verbe**, tiếng **adjectif** hay là tiếng **adverbe** khác.
8º Tiếng **préposition** để hiệp tiếng trước với tiếng sau.
9º Tiếng **conjonction** để hiệp hai tiếng hay là hai câu một loại với nhau.
10º Tiếng **interjection** để tỏ thật tình ra ngoài.
Sáu tiếng trước thì hay đổi theo giọng theo số (mots variables), còn bốn tiếng sau đó thì không đổi chi cả (mots invariables).

On sonne.	Họ rứt chuông (kêu kia kìa).
On frappe.	Họ gõ (cửa kêu kia kìa).
Allez voir qui c'est.	Đi coi thử ai đó vậy.
Allez ouvrir la porte.	Đi mở cửa.
C'est Monsieur Binh.	Ông Bính đó.
Faites-le entrer.	Nói với ông vô.
Que je suis aise de vous voir.	Tôi thấy ông thì tôi mừng lắm.
Je suis enchanté de vous voir.	Tôi thấy ông thì tôi lấy làm vui.
Il y a un siècle que je n'ai eu le bonheur de vous voir.	Đã lâu dữ mới được vui lòng mà gặp ông.
Vous êtes bien bon de venir nous voir.	Ông đến thăm mấy tôi thiệt ông là tử tế quá.
Vous êtes bien aimable de penser à nous.	Ông tưởng tới mấy tôi thiệt ông là phải thể quá.
On a toujours du plaisir à vous voir.	Thấy ông thì ai cũng mừng.
Votre compagnie nous flatte infiniment.	Có ông hội với mấy tôi, thì là vui vẻ vô cùng.
Asseyez-vous, je vous prie.	Xin ông ngồi.
Donnez une chaise à Monsieur.	Nhắc ghế cho ông ngồi.
Placez-vous sur le canapé.	Ông ngồi nơi cái ghế dài.
Voici une chaise, asseyez-vous.	Ghế đây nầy, ngồi xuống.
Faites-moi le plaisir de vous asseoir.	Mời ông ngồi, (ông ngồi thì tôi mới vui lòng).
Ne voulez-vous pas vous asseoir un moment?	Ông không ngồi xuống một chút?

Vous devenez bien rare.	Ông càng ngày càng vắng đến đây.
Je craignais de ne pas avoir le plaisir de vous voir.	Tôi sợ không được may mà gặp ông. (Tôi sợ ông hơn).
Il y a bien longtemps que je n'ai eu le plaisir de vous voir.	Đã lâu tôi không được gặp ông.
Je me suis présenté hier pour avoir l'honneur de vous voir.	Tôi có đến hôm qua đặng mà kỉnh thăm ông.
Vous veniez de sortir.	Hồi đó ông mới đi ra.
On ne m'en a rien dit.	Ở nhà không thấy nói lại với tôi.
Je regrette beaucoup de ne pas m'être trouvé chez moi.	Tôi tiếc vì không có ở nhà hồi đó.
J'espère que vous me ferez l'honneur de dîner avec moi.	Tôi muốn xin ông ở lại ăn bữa tối với tôi.
Voulez-vous rester à dîner avec nous ?	Ông muốn ở lại ăn bữa tối với mấy tôi không ?
Je vous remercie.	Tôi cảm ơn ông.
Je suis retenu.	Tôi mắc hứa lỡ, tôi mắc khách.

Coi mấy câu trên nầy, thì biết phong tục người phương tây cùng người phương đông khác nhau, chẳng những là mặc áo kết nút bên mặt, ta bên trái; ta xá, người phương tây dỡ nón, bắt tay; mà lời nói cách hỏi thăm cũng khác. Cho tới như người ta mời ăn, mình đội ơn, cảm ơn, thì là chịu ăn; còn người phương tây nói je vous remercie là từ chối, không chịu ăn, cũng như nói: tôi cám ơn vì ông có lòng tốt mà mời tôi, chớ tôi ở lại không được mà ăn với ông. Nghĩa là tôi xin kiếu, xin cho tôi kiếu.

Còn như bắt tay, thì là quen lớn lắm. Chớ như quan trên cùng đàn bà con gái có vì vời mà đưa tay chào ta, thì phải đỡ tay mà thôi; ấy là tỏ mình đội ơn cùng cảm mến.

Vous êtes bien aimable.	Ông phải thế quá.
C'est un plaisir que je ne pourrai avoir.	Tôi không được sự vui ấy, (tôi ở lại không được.)
Je suis engagé.	Tôi hẹn lỡ.
Je ne puis m'arrêter.	Tôi ở lại không được.
J'espère que vous voudrez bien m'excuser.	Tôi muốn xin ông dung thứ cho tôi.

Je ne suis entré que pour savoir comment vous vous portiez.	Tôi vô đặng cho biết ông mạnh khỏe thể nào mà thôi.
Je vous remercie de votre visite.	Tôi cảm ơn ông đi thăm tôi đó.
Je vous suis fort obligé de votre attention.	Tôi lấy làm mang ơn ông vì ông có lòng tưởng tới tôi.
Cette visite me fait le plus sensible plaisir.	Ông thăm tôi đó, thì tôi vui mừng quá chừng.

Abeille,	ong mật.	Midi,	hướng nam.
Abricotier,	cây táo.	Miel,	mật ong.
Allée,	hàng cây,	Observation,	lời dặn, bảo.
Berceau,	nôi, giàn bông.	Œillet,	hoa cẩm nhung.
Cabinet,	phòng, bộ, viện.	Ombre,	bóng, tối.
Cave,	hầm, nơi để rượu.	Pêcher,	cây đào tiên.
Confiance,	lòng tin cậy.	Pensionnaire,	kẻ ngụ, học trò.
Cour,	sân.	Perte,	thua, mất.
Economie,	cần kiệm.	Proie,	mồi, của ăn.
Espalier,	chòm cây trái.	Providence,	thiên cơ.
Etablissement,	phần sở.	Résolution,	quyết chí.
Eternité,	năm tháng vô cùng.	Ruche,	tàng ong.
Fortune,	của cải.	Saison,	mùa.
Fruitier,	vườn cây trái.	Suc,	khí vị, mủ.
Incertitude,	sự chắc chắn.	Temps,	thì, giờ.
Inquiétude,	lòng chẳng an.	Tendresse,	ái mộ.
Instant,	giây, lúc, hồi.	Univers,	bầu trời.
Joie,	lòng vui vẻ.	Usage,	việc dùng.

Circonspect,	dè dặt, cẩn thận.	Magnifique,	huợt hoa.
Désirable,	đáng muốn, đáng ưa.	Précieux,	quí, báu.
Estimable,	đáng trọng, đáng vì.	Propre,	sạch, riêng.
Libéral,	rộng rải.	Rustique,	quê, ở rẫy.

Abuser,	dùng quầy, dùng quá.	S'embarrasser,	bối rối.
Attacher,	cột, buộc, ràn.	Encombrer,	làm chặc.
Convaincre,	cho rõ, cho tin.	S'enrichir,	làm giàu.
Craindre,	sợ, e sợ.	Exposer,	bày, phơi.
Courir,	trùm, bọc.	Fournir,	cấp, nộp.
Désespérer,	làm ngã lòng.	Ménager,	lượng.

Occuper,	choán, dùng.	Refuser,	từ, không chịu.
Paraître,	tỏ ra.	Se rendre,	đi, phục.
Parcourir,	chạy vòng.	Sentir,	biết, hửi,
Profiter,	làm lợi, nhơn.	Tenir,	cầm, giữ.
Remettre,	đưa, giao lại.	Tirer,	kéo, rút, bắn.
Regretter,	tiếc.	Toucher,	rờ, động.

Tenir entre ses mains.	Cầm trong tay.
Tenir dans ses mains.	Cầm quyền.
Tenez, voilà la clé de mon armoire.	Nầy, chìa khóa cái tủ của tôi đó.
Tenir quelqu'un à la gorge.	Bóp họng, ép uổng.
Tenir quelque chose de quelqu'un.	Mang ơn, chác ngãi.
Tenir la vie **de** quelqu'un	Cứu tử huờn sanh.
Tenir de son père.	Giống cha.
Tenir lieu d'une personne.	Thế cho người kia.
Teuir la chambre.	Ở trong phòng, (khó ở).
Tenir bien son rang.	Giữ thể diện.
Tenir bien sa place.	Xứng tài năng.
Tenir bien son poste.	Xứng chức phận.
Tenir note de quelque chose.	Ghi, nhớ việc chi đó.
Ne tenir aucun compte de de quelqu'un.	Chẳng kể tới người nào đó.
Tenir sa parole.	Giữ lời.
Tenir sa promesse.	Giữ lời hứa.
Promettre et tenir sont deux.	Hứa và giữ lời ấy là hai, (nói bốc mạc).
Tenir compagnie à quelqu'un.	Đưa, chuyện vãn với ai đó.
Tenir tête.	Chồng, đương.
Cela tient comme teigne.	Dính như con kẹp.
Ne tenir qu'à un fil.	Như chỉ mành (treo chuông).
Tenir à une personne.	Ái mộ người kia.
Tenir à quelque chose.	Ái mộ vật gì đó.

A rendre par la 2ᵉ personne du singulier :
De l'emploi du temps.

Le temps est précieux, mais nous n'en connaissons pas le prix; nous le connaîtrons quand il n'y aura plus lieu d'en profiter. Nos amis nous le demandent comme si ce n'était rien, et nous le donnons de même. Souvent il nous est à charge; nous ne savons qu'en faire, et nous en sommes embarrassés. Un jour viendra qu'un quart d'heure nous paraîtra plus estimable et plus désirable que toutes les fortunes de l'univers. Dieu, libéral et magnifique dans tout le reste, nous apprend, par la sage économie de sa providence, combien nous devrions être circonspects sur le bon usage du temps, puisqu'il ne nous en donne jamais deux instants ensemble, et qu'il ne nous accorde le second qu'en nous retirant le premier et qu'en retenant le troisième dans sa main, avec une entière incertitude si nous l'aurons. Le temps nous est donné pour ménager l'éternité; et l'éternité ne sera pas trop longue pour regretter la perte du temps, si nous en avons abusé.

(Fénelon).

Về cách dùng ngày giờ.

Ngày giờ là quí, mà ta không biết cái giá nó; chừng nào không còn thể dùng được nó nữa thì ta mới biết cho. Những bằng hữu ta họ xin ta dường như là không, còn ta cho ra thì cũng vậy. Nhiều khi ta lấy làm nặng nề; ta không biết làm đi gì, và ta lấy làm bối rối. Sẽ có ngày ta coi một khắc là đáng trọng là đáng muốn hơn của cải trong bầu trời. Đứng tạo hóa, rộng rải và cao sang trong mọi việc, lấy sự khéo kiệm dùng cái quyền thế người mà dạy ta phải cho dè dặt về sự dùng ngày giờ cho nên, vì người chẳng hề cho ta hai dây phút một lược với nhau, vì người thâu cái thứ nhứt thì mới cho ta cái thứ nhì, lại người cầm cái thứ ba trong tay, một cách chẳng chắc chút nào là ta sẽ được cái ấy. Ngày giờ cho ta đó đặng cho biết liệu mà dùng cái năm tháng vô cùng; và cái năm tháng vô cùng ấy không lâu dài quá cho mà tiếc sự mất ngày giờ, nếu ta dùng quẩy.

15

Modèle :

De l'emploi du temps.

Le temps est précieux, mais tu n'en connais pas le prix ; tu le connaîtras quand il n'y aura plus lieu d'en profiter. Tes amis te le demandent comme si ce n'était rien, et tu le donnes de même. Souvent il t'est à charge ; tu ne sais qu'en faire, et tu en es embarrassé. Un jour viendra qu'un quart d'heure te paraîtra plus estimable et plus désirable que toutes les fortunes de l'univers. Dieu, libéral et magnifique dans tout le reste, t'apprend, par la sage économie de sa providence, combien tu devrais être circonspect sur le bon usage du temps, puisqu'il ne t'en donne jamais deux instants ensemble, et qu'il ne t'accorde le second qu'en te retirant le premier et qu'en retenant le troisième dans sa main avec une entière incertitude si tu l'auras. Le temps t'est donné pour ménager l'éternité ; et l'éternité ne sera pas trop longue pour regretter la perte du temps, si tu en as abusé.

À rendre ce morceau par la 1re personne et à mettre les verbes au présent :

La maison de Rollin.

Rollin commença à sentir et à aimer plus que jamais la douceur de la vie rustique, depuis qu'il eut un petit jardin qui lui tint lieu de maison de campagne. Il n'eut point de longues allées à perte de vue, mais deux petites seulement ; dont l'une lui donna de l'ombre sous un berceau assez propre, et l'autre, exposée au midi, lui fournit du soleil pendant une bonne partie de la journée, et lui promit beaucoup de fruits pour la saison. Un petit espalier, couvert de cinq abricotiers et de dix pêchers, fit tout son fruitier. Il n'eut point de ruches à miel ; mais il eut le plaisir tous les jours de voir les abeilles voltiger sur les fleurs de ses arbres, et, attachées à leur proie, s'enrichir du suc qu'elles en tirent, sans lui faire aucun tort. Sa joie ne fut pourtant point sans inquiétude, et la tendresse qu'il eut pour son petit espalier et pour quelques œillets lui fit craindre pour eux le froid de la nuit.

Sở nhà ông Rollin.

Ông Rollin mới biết mới ưa sự vui sướng về việc ở rẫy hơn bấy lâu, là từ khi ông có một miếng vườn nhỏ ông tĩ cũng như chỗ nhà rẫy vậy. Ông không có cây cối trồng hàng dài coi mút con mắt, mà có hai hàng văn văn mà thôi, một hàng thì có bóng mát cho ông tại dưới một chỗ tàng cây che sạch sẽ, còn hàng kia thì ở nhằm hướng nam, lại làm cho ông được có nắng nôi cả buổi, lúc ban ngày, và tới mùa cũng hòng có nhiều trái cây. Một chòm cây, năm cây táo, mười cây đào tiên, thì là nội vườn cây có trái của ông. Ông không có ổ ong mật, mà ông mỗi ngày được vui lòng thấy những ong nó bay phất phơ trên bông cây kia cây nọ của ông, và đeo nơi đồ nó ăn, mà hưởng lấy khí vị nó rút tại trồng; song khỏi hại chi cả. Lòng ông vui mừng cũng không khỏi lo sợ, và lòng ông ái mộ cái chòm cây với vài bụi cẩm nhung đó làm cho ông sợ cho nó hơi lạnh lẽo ban đêm.

Modèle.

La maison de Rollin.

Je commence à sentir et à aimer plus que jamais la douceur de la vie rustique, depuis que j'ai un petit jardin qui me tient lieu de maison de campagne. Je n'ai point de longues allées à perte de vue, mais deux petites seulement, dont l'une me donne de l'ombre, sous un berceau assez propre; et l'autre, exposée au midi, me fournit du soleil pendant une bonne partie de la journée, et me promet beaucoup de fruits pour la saison. Un petit espalier, couvert de cinq abricotiers et de dix pêchers, fait tout mon fruitier. Je n'ai point de ruches à miel; mais j'ai le plaisir, tous les jours, de voir les abeilles voltiger sur les fleurs de mes arbres, et, attachées à leur proie s'enrichir du suc qu'elles en tirent, sans me faire aucun tort. Ma joie n'est pourtant point sans inquiétude, et la tendresse que j'ai pour mon petit espalier et pour quelques œillets me fait craindre pour eux le froid de la nuit.

A rendre par la troisième personne du singulier:

Rollin et le père de famille.

Un jour, un habitant de la province m'avait amené son fils pour que je voulusse bien le recevoir pensionnaire dans mon collège. Mais tout était encombré ; je n'avais plus dans toute la maison une seule place qui ne fût occupée ; je dus donc refuser de le recevoir. Pour en convaincre cet homme, je lui fis parcourir tout mon établissement.

Le père désespéré ne se rend pas à mes observations.

« Je suis venu tout exprès à Paris pour vous amener mon « fils, me dit-il ; je pars demain, je vous l'enverrai avec un « lit ; je n'ai que lui ; mettez-le à la cave, dans la cour, « partout où vous voudrez, peu m'importe ; pourvu qu'il « soit ici, je serai sans inquiétude. »

Je suis touché de cette confiance et de cette résolution, je reçus le jeune homme et l'établis dans mon propre cabinet, en attendant que je pusse le placer parmi les autres élèves.

Ông Rollin với người có vợ con.

Bữa kia, một người ở ngoài tỉnh thành đem đứa con trai nó đến tôi đặng tôi chịu lãnh nó ở học trong nhà trường tôi. Mà đã chật hết ; tôi không còn nội trong nhà lấy một chỗ nào mà không có ai rồi ; vậy tôi phải từ chối không chịu lãnh tên ấy. Tôi đem người ấy coi cùng chỗ phần sở tôi đặng cho nó tin đều đó.

Người cha ngã lòng ấy không chịu theo mấy lời tôi nói đó.

Mới nói cùng tôi rằng : « Tôi có ý đến Paris mà đem thằng con trai tôi đến ông ; đến mai tôi đi, tôi sẽ biểu đem nó với một cái giường đến cho ông ; tôi có một mình nó ; để nó ở nơi chứa rượu, nơi sân, nơi nào đó tự ý ông không hề chi ; miễn là nó ở đây, thì tôi không lo sợ chi hết. »

Tôi thương vì lòng tin cậy và nằng nằng quyết một đó, tôi mới chịu lãnh tên trai ấy và để ở trong chỗ riêng tôi làm việc, mà đợi đến khi tôi sắp nó được theo với các trò kia.

Modèle.

Rollin et le père de famille.

Un jour, un habitant de la province avait amené son fils à Rollin pour qu'il voulût bien le recevoir pensionnaire dans son collège. Mais tout était encombré ; il n'avait plus dans toute la maison une seule place qui ne fût occupée ; il dut donc refuser de le recevoir. Pour en convaincre cet homme, il lui fit parcourir tout son établissement.

Le père désespéré ne se rend pas à ses observations.

« Je suis venu tout exprès à Paris pour vous amener mon fils, lui dit-il ; je pars demain, je vous l'enverrai avec un lit ; je n'ai que lui ; mettez-le à la cave, dans la cour, partout où vous voudrez, peu m'importe ; pourvu qu'il soit ici, je serai sans inquiétude. »

Rollin fut touché de cette confiance et de cette résolution, il reçut le jeune homme, et l'établit dans son propre cabinet eu attendant qu'il pût le placer parmi les autres élèves.

Je reconnais que M. Chung, propriétaire à Chợ-lớn, m'a remboursé la somme de mille piastres de capital qu'il me doit suivant acte sous seing privé, en date du premier juillet mil huit cent quatre-vingt-dix. Les intérêts m'ont également été payés.

Sàigòn, ce 10 juillet 1894.

Quốc-Thoại.

Tôi nhận thiệt chủ Chung, chủ đất tại Chợ-lớn, đã thối một ngàn đồng bạc vốn chủ thíu tôi y như tờ làm riêng cùng nhau bữa mồng một tháng bảy năm một ngàn tám trăm chín mươi. Bạc lời cũng đã trả cho tôi rồi.

Saigòn, ngày mồng 10 tháng 7 năm 1894.

Quốc-Thoại.

QUARANTE-SIXIÈME LEÇON

BÀI THỨ BỒN MƯƠI SÁU.

La reine-**mère**,	Đức hoàng-thái.
Les soldats **laboureurs**.	Những lính đồn điền.

Témoin les victoires qu'il a remportées.	*Chứng* những trận nó đã thắng đó.
Je vous prends tous **à témoin**.	Ta phân *chứng* với các người hết thảy.

Un **aigle**.	Một con chim ưng trống.
Une **aigle**.	— — mái.
Les **aigles** impériales.	Những cờ hiệu nước.

Un fol **amour**.	Một lòng thương dại.
De folles **amours**.	Những lòng —
Un grand **délice**.	Một đều vui sướng lung.
De grandes **délices**.	Những đều vui sướng lung.
Un bon **orgue**.	Một cái đờn tốt.
De bon**nes orgues**.	Những cái đờn tốt.

Pour savoir **quelque chose**, il faut l'**avoir appris**.	Việc chi, có học mới biết.
Quelque **chose** que vous ayez **promise**, donnez-la.	Ngươi có hứa vật gì, thì phải cho.

Un bel enfant.	Một đứa con nít (con trai) lịch sự.
Une belle **enfant**.	Một đứa con nít (con gái) lịch sự.

Une **aide** puissante.	Một *việc* giúp đỡ có quyền.
Un **aide** puissant.	— *người* giúp đỡ có quyền.
Faire bonne **garde**.	Canh giữ nhặc.
Avoir de bons **gardes**.	Có người canh giữ nhặc.
La **manœuvre** des troupes.	Việc luyện tập các binh lính.
C'est un **manœuvre**.	Một tên tiểu công đó.

Il est fier de ses **aïeux**.	Nó lấy làm đắc chí về tổ tiên nó.
Il a encore ses deux **aïeuls**.	Nó còn ông nội với ông ngoại.
Aïeul, ông nội, ông ngoại.	Aïeuls, ông nội với ông ngoại.
Aïeule, bà —, bà —.	Aïeux, tổ tiên, ông cố, ông sơ.

Notre Père qui êtes aux **cieux**.	Đứng sanh ta người ở trên trời, (thiên đàng).
La Provence est sous un des plus beaux **ciels** de l'Europe.	Tỉnh Provence ở nhằm một phương trời xinh tốt hơn hết nội Europe.
Ce peintre fait bien les **ciels**	Người thợ vẽ nầy vẽ mây chỗ thinh không ấy khéo.
Voici le beau **ciel** de lit.	Cái trần dường xinh tốt dậy nầy.
Ciel, trời, thiên đàng.	Số nhiều : cieux.
Ciel, phương trời, chỗ thinh không,	Số nhiều : ciels.

Les yeux de la tête.	Hai con mắt (nơi mặt).
— — soupe.	Màn mắn (nổi trên) canh.
— du fromage.	Tảng ong bánh sữa.
Des œils-de-chat.	Những hột nhẫn miêu.
Des œils-de-bœuf.	Những cửa nguyệt cung.

Tên riêng một đôi khi cũng dùng ở số nhiều, mà đều không làm dấu số nhiều.

Les deux **Corneille** sont nés à Rouen.	Hai ông Corneille sanh tại thành Rouen.

Mà nếu dùng như tên chung, chỉ người có đức hạnh tài năng như kẻ mình nói tên đó, thì phải làm dấu số nhiều.

Les *Fénélon*s, les *Racine*s, les *Bossuet*s sont rares.	Những văn nhơn như ông Fénélon, những thi ông như ông Racine, những kẻ có khoa ngôn ngữ như ông Bossuet thì là ít có lắm.

Les **oui** ne sont pas toujours sincères.	Những tiếng ừ có nhiều khi không được chắc.
Cet élève fait mal ses **huit**.	Tên học trò nầy viết mấy số tám không hay.

Tên người tên vật ở sau tiếng **à, de, en**, ý chỉ nhiều thì viết ở số nhiều, ý chỉ ít thì viết theo số một.

Số một :	Số nhiều :
Un fruit à **noyau**, trái cây có một hột.	Un fruit à **pépins**, trái cây có nhiều hột.
Dormir au **pied** d'un arbre, ngủ nơi gốc cây.	Tomber aux **pieds** du roi, sấp mình nơi chơn vua.

Nous avons mangé **des** petits pois.	Ta có ăn đậu xanh.

Phải dùng **du, des**, chỉ một ít, trước tiếng phụ nghĩa tên người tên vật mà ý chỉ như một tiếng vậy. Như **grand-papa**, ông nội ; **jeunes gens**, trẻ trai ; **bon sens**, biết đều ; v. v.

La France compte **des** grands hommes dans tous les genres.	Nước France có người tài trong mỗi việc.

Quand elle est auprès de ses enfants, cette mère est **la** plus heureuse des mères.	Khi người mẹ nầy ở gần con cái, thì là vui vẻ hơn hết các người mẹ.

Tiếng **le** đặt với **plus, mieux, moins**, đổi theo giồng theo sồ tên người tên vật khi có so có sánh; còn không so không sánh, mà chỉ hơn hết thảy, thì không đổi.

C'est auprès de ses enfants que cette mère est **le** plus heureuse.	Ở gần con cái thì người mẹ nầy rất vui vẻ.

Tiếng định nghĩa không lặp lại trước tiếng phụ nghĩa thứ hai khi hai tiếng chỉ nghĩa về một tên; mà ý chỉ khác xa thì lặp tiếng ấy lại nữa.

Le naïf et sublime Lafontaine.	Ông Lafontaine thiệt thà và cao cả ấy.
Ce vieux et brave soldat.	Người lính già cả và dạn dĩ nầy.

L'ancien et **le** nouveau Testament.	Sấm truyền cũ với sấm truyền mới.
Ce vieux et **ce** jeune militaire.	Người lính già nầy với người lính trẻ nầy.

Quoi! vous voulez déjà nous quitter?	Uả! cậu đà đi về sao? (đà muốn lìa mấy tôi sao?)
Vous ne faites que d'arriver.	Cậu mới có đến đây.
Restez encore un moment.	Ở lại một chút nữa.
Je suis bien fâché de ne pouvoir profiter plus longtemps de votre compagnie.	Không ở lại được mà trò chuyện cùng cậu cho lâu, thì tôi cũng buồn.
Il faut que je m'en aille.	Tôi phải đi.
Il commence à se faire tard.	Cũng đà khuya rồi.
Il est fort tard.	Đà khuya quá.
Il faut nous séparer.	Phải kiểu, (lìa nhau).
Il faut que je prenne congé de vous.	Tôi phải kiểu cậu.
Il est temps de se retirer.	Vừa buổi đi về.
Vous êtes bien pressé.	Cậu lật đật hung.
Pourquoi êtes-vous si pressé?	Làm sao cậu lật đật lắm vậy?

J'ai bien des choses à faire.	Tôi mắc nhiều việc.
Je suis très occupé aujourd'hui.	Hôm nay tôi mắc lắm.
J'ai des affaires indispensables.	Tôi có chuyện cần kíp.
J'ai une longue course à faire.	Tôi còn mắc đi một chỗ xa.
J'ai à aller en beaucoup d'endroits.	Tôi mắc đi nhiều chỗ.
J'ai rendez-vous pour affaires.	Có người đợi tôi đặng tính chuyện.
J'ai des affaires pressantes.	Tôi có chuyện gấp.
Je crains d'arriver trop tard.	Tôi sợ đến trễ quá.
C'est à regret que je vous quitte.	Cũng tiếc vì tôi phải đi. (Ngặc phải đi).
Je resterai plus longtemps une autre fois.	Khi khác tôi sẽ ở lại lâu hơn.
J'espère vous revoir bientôt.	Tôi trông cậy dày rồi cũng gặp cậu nữa.
J'aurai le plaisir de vous revoir sous peu.	Chẳng bao lâu đây tôi sẽ vui mừng mà gặp cậu nữa.
S'il est possible, je reviendrai demain.	Như có lý được, thì mai nầy tôi sẽ trở lại.
Je ne prétends pas vous gêner.	Tôi không muốn nhọc lòng cậu.
Je regrette que votre visite ait été si courte.	Tôi tiếc vì cậu đến thăm không ở được bao lâu.
Une autre fois vous nous en dédommagerez.	Lần khác cậu phải bồi lại.
Quand aurons-nous le plaisir de vous revoir ?	Chừng nào mầy tôi được vui mừng mà gặp cậu nữa?
Le plus tôt que je pourrai.	Chừng nào đến được thì tôi đến liền.
Au premier moment libre.	Bửi nào rảnh thì tôi đến liền.
Adieu.	Từ giả.
Portez-vous bien.	Cầu cho cậu được mạnh giỏi.
Je vous souhaite une parfaite santé.	Tôi chúc cho cậu được sức khoẻ luôn.

Jusqu'au plaisir de vous revoir.
Au revoir.
Au plaisir.
Tout à vous.

Cho tới khi vui mừng mà gặp cậu nữa.
Cho tới khi gặp lại nữa.
Cho tới khi vui vầy nữa.
Cầu cho cậu được mọi sự lành.

Avez-vous déjeuné?
Pas encore.
J'en suis bien aise, vous déjeunerez avec moi.
Volontiers.
Je vais sonner pour savoir si le déjeuner est prêt.
Monsieur, le déjeuner est prêt.
Tout le monde est dans la salle à manger.
Nous allons descendre dans l'instant.
Asseyez-vous ici.
Que vous offrirai-je?

Voulez-vous du jambon ou des huîtres?
Je vous demanderai des huîtres, s'il vous plaît.
Elles sont très fraîches.
Ayez la bonté de me passer le beurre.
Vous ne mangez rien.
Voulez-vous des œufs à la coque?
Vous avez du vin blanc à côté de vous.
Je vous remercie. Je ne bois pas de vin à déjeuner.

Cậu ăn buổi sớm mai chưa?
Chưa.
Tôi lấy làm vui, cậu sẽ ăn bữa sớm với tôi.
Mặc ý.
Để tôi run chuông đặng coi bữa ăn sớm (dọn) sẵn rồi chưa?
Thưa bữa ăn sớm đã sẵn rồi.
Ai ai cũng đều có ở trong phòng ăn rồi.
Ta xuống bây giờ đây.

Cậu ngồi đây.
Cậu ăn món gì, (tôi phải kính cậu món gì).
Cậu muốn ăn thịt đùi hay là hàu?
Tôi xin ít con hàu, (nếu vừa ý cậu).
Nó còn tươi hung.
Xin trao giùm mỡ sữa cho tôi một chút.
Cậu không ăn chi hết.
Cậu muốn ăn trứng gà luột sơ còn vỏ chăng?
Cậu có rượu nho trắng một bên cậu.
Tôi cảm ơn cậu. Tôi thường không uống rượu nho khi ăn bữa sớm mai.

Permettez-moi de vous offrir une tasse de thé.	Cho phép tôi kính cậu một chén nước trà.
Bien obligé.	Cảm ơn hung.
J'ai fait un excellent déjeuner.	Tôi ăn một bữa sớm mai ngon hung.
Je ne pourrai pas diner.	Tôi ăn bữa tối không được nữa.

Excepté certaines personnes.	*Trừ ra* có người.
Passé dix heures.	*Quá* mười giờ.
Supposé ces circonstances.	*Tỉ* những lúc nầy.
Y compris la ferme.	*Kể luôn* cái sở ấy.

Cette horloge sonne les **demies**.	Cái đồng hồ nầy đánh nửa giờ.
Trois jours et demi.	Ba ngày rưỡi.

La **feue** reine. Feu la reine.	Bà hoàng hậu băng rồi đó.
Ma **feue** tante. Feu ma tante.	Người cô tôi mất rồi dó.

Ces étoffes sont fort **chères**.	Những hàng dẻ nầy mắc lắm.
Ces étoffes coûtent **cher**.	Những hàng dẻ nầy giá mắc.
Ces fleurs sentent **bon**.	Những bông hoa nầy có mùi thơm.

La rose est la fleur **à laquelle** les poètes donnent la préférence.	Hoa hường là hoa các thi nhơn cho nó là hơn.
C'est à vous **que** je parle.	Ấy tôi nói với ông.
C'est de vous **qu**'il s'agit.	Ấy nói về chuyện ông.

C'est là **que** je vais.
La famille **dont** je sors est honorable.
La mansarde **d'où** je descends renferme bien des misères.

Ấy tôi đi đó.
Kiên họ mà tôi sanh ra đó thì là vinh hiển.
Chỗ phòng trên nóc mà tôi đi xuống đó có nhiều đều khốn khó.

Mon père ou ma mère **viendra**.
Un seul mot, un soupir, un coup d'œil nous trahit.

L'**enfant**, comme la vigne, a besoin de support.
L'**or**, comme les liqueurs fortes, **augmente** la soif.
Ni l'or ni la grandeur ne nous **rendent** heureux.

Ni l'une ni l'autre n'**est** ma mère.

Cha tôi hay là mẹ tôi sẽ đến.
Nói một tiếng, thở một cái, liếc một cái thì là lậu sự, (họ biết được ta liền.)
Con nít cũng như cây nho, phải có chỗ nương mới được.
Vàng, cũng như rượu mạnh, nó bắt thèm khát hoài.
Không phải vàng cũng không phải sự sang trọng làm cho ta có phước được.
Không phải người nầy cũng không phải người kia là mẹ tôi đâu.

Le **nombre** des malheureux **est** immense.
Un nombre immense de **malheureux demandait** des secours.

Số người khốn nạn là vô hạng.
Một số vô cùng những người khốn nạn đều xin cứu giúp.

Eveiller,	thức dậy.	Prononcer,	nói ra.
Se hâter,	lật đật.	Refuser,	không chịu.
Lancer,	buông, phóng.	Relever,	dở dậy.
Observer,	coi, dòm hành.	Rouler,	lăn, cuốn.
Occuper,	choán, chiếm,	Tourner,	day, quày.
Pincer,	véo, ngắt.	Valoir,	bằng, dáng gía.
Plonger,	nhúng, lặn.	Vivre,	sòng, ăn ở.

Appliqué,	chuyên.	Distrait,	lân.
Consciencieux.	lương tâm.	Hardi,	dạn.
Continuel,	liên, luôn.	Pénible,	cực.
Dissipé,	tan, tồn.	Turbulent,	liên xáo.

Affaire,	việc, chuyện.	Monde,	thiên hạ, thế gian.
Attitude,	bộ, tướng.	Œuvre,	công việc.
Bavardage,	nói dai.	Plafond,	trần, bình thiên.
Boulette,	viên nhỏ.	Réflexion,	giọi, suy nghĩ.
Harmonie,	hòa nhã.	Rire,	tiếng cười.
Masque,	lốt, bề ngoài.	Surprise,	thình lình.

A rendre par le pluriel:

Réflexions morales de Marc-Aurèle.

Le matin, lorsque tu sens quelque peine à te lever, fais aussitôt cette réflexion : Je m'éveille pour vivre et pour faire mon devoir d'homme. Puis-je trouver pénible de faire les choses pour lesquelles j'ai été mis au monde? Suis-je donc né pour rester chaudement roulé sous mes couvertures? — Mais cela fait plus de plaisir. — C'est donc pour te donner du plaisir que tu as été mis au jour? N'est-ce pas plutôt pour agir, pour travailler? Vois les plantes, les passereaux, les abeilles, les fourmis, chacun fait son affaire, chacun travaille pour sa part à l'harmonie du monde. Et toi, tu refuserais de faire ton œuvre d'homme, tu ne courrais pas où le devoir t'appelle!

Modèle.

Le matin, lorsque vous sentez quelque peine à vous lever, faites aussitôt cette réflexion : Nous nous éveillons pour vivre et pour faire notre devoir d'homme. Pouvons-nous trouver pénible de faire les choses pour lesquelles nous avons été mis au monde? Sommes-nous donc nés pour rester chaudement roulés sous nos couvertures? — Mais cela fait plus de plaisir. — C'est donc pour vous donner du plaisir que vous avez été mis au jour? N'est-ce pas plutôt pour agir, pour travailler? Voyez les plantes, les passereaux, les abeilles, les fourmis, chacun fait son affaire, chacun travaille pour sa part à l'harmonie du monde. Et vous vous refuseriez de faire votre œuvre d'homme, vous ne courriez pas où le devoir vous apelle!

Lời ông Marc-Aurèle suy nghĩ về nết ăn thói ở.

Buổi sớm mai, khi bây lấy làm cực lòng mà chờ dậy, thì phải suy nghĩ như vầy liền: Ta thức dậy đặng mà sống ở đời, đặng mà làm việc bổn phận con người. Sao ta lấy làm cực lòng mà làm những đều ta sanh ra đặng mà làm nơi thế gian nầy cho được? Vậy ta chẳng là sanh ra đặng mà trùm mền cho ấm hoài đó hay sao? — Mà đều ấy là vui hơn. — Vậy thì bây sanh ra cho được vui hay sao? Chớ chẳng phải đặng mà động, đặng mà làm hay sao? Coi những cây cỏ, những sẻ sẻ, những ong, những kiến, thứ nào cũng làm công việc nó, thứ nào cũng làm theo phần nó cho hòa theo với đời. Còn bây, bây lại không làm việc người đời, bây không đi đến chỗ bây phải làm việc bổn phận bây hay sao!

A rendre par le masculin.

Pauline et Jeanne.

Regardez Pauline et Jeanne : elles tiennent modestement les yeux baissés et parraissent n'être occupées que de leurs devoirs ou de leurs leçons. Leurs camarades sont plus hardies et plus turbulentes ; celles-ci ne peuvent rester en repos ni travailler une demi-heure de suite ; elles sont distraites par la moindre chose ; quelques-unes même troublent la classe par leurs bavardages et leurs rires continuels.

A première vue, Pauline et Jeanne sont les écolières modèles, attentives, consciencieuses, et les autres filles sont bien loin de les égaler en sagesse et de se montrer aussi appliquées qu'elles.

Cependant, ne vous hâtez pas de prononcer, et observez ce qui va se passer.

Pauline et Jeanne relèvent tout doucement la tête et voyant que la maîtresse n'est pas tournée de leur côté, elles quittent leur masque, elles pincent leurs voisines ou lancent au plafond des boulettes de papier.

La maîtresse se tourne de leur côté ; les autres écolières s'agitent et jouent encore, Pauline et Jeanne ont repris leur attitude calme ; elles sont plongées dans leur travail.

Vous vous apercevez avec une pénible surprise que ces filles si sages et si tranquilles ne sont que de petites hypocrites, qui valent beaucoup moins que leurs camarades les plus dissipées.

Chères petites filles, soyez douces, obéissantes, attachées à vos devoirs, désireuses de satisfaire vos parents et vos maîtresses, demeurez toujours franches et sincères dans vos paroles comme dans vos actions.

Modèle:

Paul et Jean.

Regardez Paul et Jean : ils tiennent modestement les yeux baissés et paraissent n'être occupés que de leurs devoirs ou de leurs leçons. Leurs camarades sont plus hardis et plus turbulents ; ceux-ci ne peuvent rester en repos ni travailler une demi-heure de suite ; ils sont distraits par la moindre chose, quelques-uns même troublent la classe par leurs bavardages et leurs rires continuels.

A première vue, Paul et Jean sont les écoliers modèles, dociles, attentifs, consciencieux et les autres garçons sont bien loin de les égaler en sagesse, et de se montrer aussi appliqués qu'eux.

Cependant, ne vous hâtez pas de prononcer, et observez ce qui va se passer.

Paul et Jean relèvent tout doucement la tête et voyant que le maître n'est pas tourné de leur côté, ils quittent leur masque, ils pincent leurs voisins ou lancent au plafond des boulettes de papier.

Le maître se tourne de leur côté; les autres écoliers s'agitent et jouent encore. Paul et Jean ont repris leur attitude calme ; ils sont plongés dans leur travail.

Vous vous apercevez avec une pénible surprise que ces garçons si sages et si tranquilles ne sont que de petits hypocrites, qui valent beaucoup moins que leurs camarades les plus dissipés.

Chers petits garçons, soyez doux, obéissants, attachés à vos devoirs, désireux de satisfaire vos parents et vos maîtres, demeurez toujours francs et sincères dans vos paroles comme dans vos actions.

Thằng Paul với thằng Jean.

Coi thằng Paul với thằng Jean: chúng nó ngồi cúi đầu xuống cứ lo bài vở mà thôi. Bạn tác chúng nó thì cả gan và liền xáo; mấy đứa ấy không ngồi yên cũng không làm việc được luôn nửa giờ; có chi một chút thì chúng nó đã lơ lẩn; có một ít đứa lại chuyện vản om sòm, cười trững luôn luôn làm rộn lớp học.

Mới ngó qua thì tưởng thằng Paul với thằng Jean là nên gương cho các trò, coi dễ dạy, có ý tứ, ăn ở tận tình, còn mấy đứa khác không khôn ngoan bằng chúng nó, và không được cần mẫn bằng chúng nó.

Nhưng mà đừng vội tin, phải coi đều xảy đến đây.

Thằng Paul với thằng Jean sẽ lén ngước mặt lên, hễ thấy ông thầy không day qua phía chỗ chúng nó, thì chúng nó bày màu dối đỏ ra liền, chúng nó ngắt mấy đứa ngồi gần hay là liệng giấy vò tròn lên nóc bình thiên.

Ông thầy day lại phía chỗ chúng nó; mấy trò khác còn xao động còn chơi dỡn. Thằng Paul với thằng Jean lại làm bộ tỉnh táo; chúng nó cứ chăm chỉ học hành.

Bây lấy làm buồn lấy làm lạ khi rõ biết mấy thằng bây tưởng rất hiền rất tỉnh đó đều là những đứa nhỏ dối trá, chúng nó không nên thân bằng những đứa hay khuấy phá hơn hết.

Trẻ ôi, bây phải ở cho hiền lành vưng lời chịu lụy, cứ làm bài làm vở, lo cho đẹp lòng cha mẹ với mấy thầy dạy bây, phải ở cho ngay cho thiệt luôn trong lời bây nói như trong việc bây làm.

Cọp với ăn trộm.

Hai thằng ăn trộm đang rình nhà kia. Xảy có con cọp cũng tới rình bắt heo. Trời thì tối mù. Một thằng lò mò lại chỗ

Sửa lại: Trương 214, hàng 7, rồ = ro. — T. 220, h. 14, vớ = với. — T. 237, h. 25, **demandait** = **demandent**. — T. 238, h. 37, apelle = appelle.

con cọp ngồi, tưởng là thằng đi với mình, lại giỗ tai và hỏi : « Nầy ! Họ còn thức hay là ngủ ? » Và vỗ vai nó một cái. Vỗ đụng lông lá xồm xàm, giựt mình nhảy trái, chạy ngan. Con cọp, thình lình bị chúng vỗ cái bộp, thất sá vùng chạy tuốt. Thằng rình góc kia, nghe thịch thịch, tưởng là chúng hay chúng rượt thằng nọ, bèn vụt chạy ngay. Thằng chạy trước, nghe sạt sạt sau lưng, tưởng là cọp đuổi theo, càng chạy mau lắm. Con cọp, chạy giữa, nghe thịch thịch đàng sau, ngỡ là chúng rượt theo, lại càng nhảy nai hơn nữa. Hồn vía mất hết, mạnh đàng nào chạy đàng nầy.

Sĩ-tãi, Trương-vĩnh-Ký.

Tigre et voleurs.

Deux voleurs s'étaient postés près d'une maison. Survint un tigre qui vint s'y poster aussi dans le but de s'emparer d'un porc. L'obscurité était profonde. L'un des voleurs vient à tâtons à la place où le tigre était blotti et, pensant avoir affaire à son complice, il s'approche et lui dit à l'oreille : « Dis donc ! veillent-ils encore, ou sont-ils endormis ? » et là-dessus, il lui frappe sur l'épaule. Sentant alors des poils rudes sous sa main, il tressaille, saute de côté et se sauve. Le tigre, lui aussi, se sentant frappé tout à coup, est saisi de frayeur et décampe. L'individu embusqué dans l'autre coin et entendant des bruits sourds croit son camarade découvert et poursuivi, il prend ses jambes à son cou. Celui qui court devant, entendant un bruissement derrière son dos, se figure que le tigre lui donne la chasse et n'en file que plus vite. Le tigre, qui court entre les deux, entend derrière lui résonner des pas sur le sol, se croit poursuivi et redouble de vitesse. Ils perdent tous la tête et chacun détale de son côté.

Abel des Michels.

QUARANTE-SEPTIÈME LEÇON

BÀI THỨ BỐN MƯƠI BẢY.

Je partirai **plus tôt que** vous.	Tôi sẽ đi *sớm hơn* anh.
Les assiégés se firent tuer **plutôt que** de se rendre.	Những kẻ bị vây *thà* chịu giết *chẳng thà* chịu đầu.
Il ne saurait dire deux mots **de suite**.	Nó nói không được hai tiếng *liên nhau*.
Il faut que les enfants obéissent **tout de suite**.	Con nít phải vưng lời *liên* (*tức thì*).
Autour de lui.	*Chung quanh* nó.
Avant moi.	*Trước* tôi.
Dans la chambre.	*Trong* phòng.
Hors de la ville.	*Ngoài* thành phố.
Sur la table.	*Trên* cái tợ.
Sous l'arbre.	*Dưới* cây ấy.

Au travers du corps. **A travers** le corps.	Ngang qua mình.
L'été est **près de** finir.	Mùa hè *gần* mãn.
L'ignorance est **prête** à s'admirer.	Lòng dốt nát thường *sẵn mà* khoe mình.
Voici le code de l'égoïsme: tout pour moi, rien pour les autres.	*Nầy là* cái cương về lòng cam muốn: vụ cho mình hết thảy, chẳng cho kẻ khác chi hết.
Naître, souffrir et mourir: **voilà** notre histoire en trois mots.	Sanh, bịnh, tử: là chuyện người ta trong ba chữ.

Peu nous console, **parce que** peu nous afflige.	Một chút cũng làm cho ta khuây lần, *bởi vì* một chút cũng làm cho ta buồn bực.

Par ce que vous dites, je vois que vous avez raison.

On ne croit plus un menteur, quoiqu'il dise la vérité.

On ne croit plus un menteur quoi qu'il dise.

Quand ferez-vous votre moisson ?

Quand nous pourrons.

Quant à cette affaire, je m'en inquiète peu.

Tôi rõ anh là phải, bởi đều anh nói đó.

Dầu đứa dối có nói thiệt, thì họ cũng không tin nó nữa.

Đứa dối nói chi họ cũng không tin nó nữa.

Chừng nào các anh gặt?

Chừng nào làm được thì làm.

Về việc đó, thì tôi ít lo.

~~~~~~~

Turenne est **comparable aux plus grands capitaines** de l'antiquité.

Il n'y a rien de plus honteux que d'être **inutile au** monde, à soi-même, et que d'avoir de l'esprit pour n'en rien faire.

Il est **consolant pour** un père de voir ses enfants se porter au bien.

Ông Turenne *sánh được với các tướng giỏi hơn hết* thuở xưa.

Chẳng chi xấu hổ hơn là chẳng ích dùng cho đời, cho mình, cùng là có trí mà chẳng làm tới chi hết.

Dễ khuây được cho người cha mà thấy con cái vui theo việc lành.

Tiếng phụ nghĩa có tiếng đặt theo mà làm cho trọn ý, hoặc chữ **à**, hoặc chữ **de**, hoặc chữ khác không chừng, nên phải viết ra đây cho dễ nhớ.

Những tiếng cách bởi chữ à:

Accessible,	tới được.	Convenable,	đáng, nên.
Adhérent,	dính, theo.	Exact,	đúng, chắc.
Affable, (1)	hiền hòa.	Favorable,	xuôi, bình.
Antérieur,	trước.	Fidèle,	trung.
Apre,	gắt, chát.	Formidable,	đáng sợ.
Ardent,	nóng.	Habile,	khéo.
Assidu,	siêng, chuyên.	Hardi,	dạn, có gan.
Assortissant,	xứng.	Impénétrable,	chẳng thấu được.
Attenant,	kề, liên.	Inaccessible,	chẳng tới được.
Commun,	chung.	Indulgent,	hay dung.
Conforme,	giống, y.	Inébranlable,	không rún được.

(1) Những tiếng in xiêng đó thì hoặc cách **à** hoặc cách chữ khác.

Inexorable,	không hoặc được.	Précieux,	quí, báu.
Infatigable,	không hay mệt.	Préférable,	dùng hơn.
Inférieur,	dưới.	Préjudiciable,	thiệt, hại.
Ingénieux,	có trí huệ.	Prêt,	sẵn.
Ingrat,	bạc bẽo.	Prompt,	mau.
Injurieux,	sỉ nhục.	Rebelle,	ngụy, nghịch.
Insensible,	trơ trơ.	Redevable,	mắc, nhờ.
Invincible,	không thắng được.	Responsable,	chịu lãnh.
Nécessaire,	cần kíp.	Supportable,	chịu được.
Nuisible,	hay hại.	Terrible,	dữ tợn.
Odieux,	đáng ghét.	Utile,	có ích lợi.

Những tiếng cách bởi chữ **de**:

Affamé,	đói.	Honteux,	hổ.
Affranchi,	phóng, khỏi.	Impatient,	chẳng nhịn được.
Approchant,	xê xích.	Inconnu,	không quen.
Capable,	dụng, được, giỏi.	Inconsolable,	không nguì được.
Chéri,	được yêu.	Inséparable,	không lìa được.
Complice,	đồng đảng.	Ivre,	say.
Connu,	biết.	Jaloux,	ghen, ganh.
Couronné,	tôn, sụn.	Las,	nhọc.
Dédaigneux,	kiêu, thái.	Libre,	rảnh.
Dénué,	trần, hết của.	Mécontent,	chẳng bằng lòng.
Désireux,	ham, muốn.	Orgueilleux,	kiêu, ngạo.
Enchanté,	vui mừng.	Plein,	đầy.
Envieux,	ganh.	Prodigue,	xa xí.
Fier,	dặt chí, choảnh.	Reconnaissant,	biết ơn.
Fort,	mạnh, giỏi.	Redevable,	mắc, nhờ.
Fou,	điên, khùng.	Responsable,	chịu.
Furieux,	nóng, hung.	Tributaire,	chịu cống.
Glorieux,	vinh, hiền.	Vide,	trống.
Gonflé,	phùng, sưng.	Voisin,	gần, lân cận.
Gros,	to.		

Những tiếng cách bởi chữ **envers**:

Affable,	hiền hòa.	Officieux,	hay giùm giúp.
Charitable,	hay thương yêu.	Prodigue,	xa xí.
Clément,	hay dung thứ.	Reconnaissant,	biết ơn.
Cruel,	độc dữ.	Responsable,	chịu.
Ingrat,	bạc bẽo.	Sévère,	nghiêm, nhặc.
Miséricordieux,	hay thương xót.		

Những tiếng cách bởi chữ **en**:

Abondant,	nhiều.	Fidèle,	trung.
Célèbre,	rạng danh.	Ignorant,	dốt.
Fécond,	sai, nhiều.	Prodigue,	xa xí.
Fertile,	tốt, phì nhiêu.	Riche,	giàu, nhiều.

Những tiếng cách bỏi chữ **pour** :

Alarmant,	hoảng, kinh.	*Ingénieux*,	có tài, khéo.
Bienveillant,	có lòng tốt.	*Injurieux*,	nhục nhã.
Consolant,	khuây lần.	*Nécessaire*,	cần kíp.
Dangereux,	hiểm nghèo.	*Sévère*,	nghiêm, nhặc.
Indulgent,	rộng dung.		

Những tiếng cách bỏi chữ **avec** :

Affable,	hiền hòa.	Incompatible,	không hiệp được.
Commun,	chung.	Inconciliable,	không hòa được.
Compatible,	hiệp được.		

Je voudrais des souliers. — Tôi muốn mua giày.

En avez-vous de tout faits? — Chú có thứ đóng sẵn không?

Nous en avons à votre service. — Có (cho cậu dùng).

Apportez-**m'en** plusieurs paires de diverse grandeur. — Đem cho tôi một ít đôi khác cỡ nhau.

Permettez que je vous les essaie. — Để tôi tròng thử cho cậu.

Je vais les essayer moi-même. — Để tôi thử lấy một mình.

Ils sont trop larges; **il n'y a pas** besoin de chausse-pied pour les mettre. — Mấy đôi nầy rộng quá; chẳng cần chi phải có vớt mới mang được.

Pardon, Monsieur, ils vous chaussent très bien. — Miếng chập, mấy đôi đó cậu đi vừa lắm.

Voyons une autre paire. — Để đi đôi khác coi thử.

Ils sont beaucoup trop étroits. — Chẹt quá.

Ils me blessent les orteils. — Nó bóp ngón chơn cái tôi.

Ils s'élargiront en les portant. — Mang nó rồi nó nới (rộng) ra.

Je ne veux pas être estropié. — Tôi không muốn cho què chơn.

Je ne saurais marcher avec. — Tôi đi đôi đó không được.

Vous ne les aurez pas portés deux jours qu'ils ne vous blesseront plus. — Cậu mang chưa tới hai ngày thì đà hết đau chơn.

Je veux avoir le pied à mon aise. | Tôi muốn cho chưn đi đặng thung dung.
Il faudra que vous m'en fassiez une autre paire. | Chú phải đóng cho tôi một đôi khác.
Prenez ma mesure. | Phải đo chơn tôi.
Faites-moi voir des bottes. | Đem hia cho tôi coi.
En voici une paire. | Có một đôi đây nầy.
Elles sont trop étroites du talon. | Chỗ gót chật quá.
Donnez-moi le tire-botte pour me débotter. | Đưa cái rút hia cho tôi đặng tôi cổi ra.
Ces bottes n'ont pas été faites pour moi. | Đôi hia nầy không phải làm cho tôi.
Remportez-les, et faites-m'en une autre paire le plus tôt possible. | Đem nó về, rồi làm cho tôi một đôi khác, được mau chừng nào càng hay chừng ấy.
Que le cuir soit bon! | Da phải cho tốt!
Donnez-moi de la bonne marchandise, si vous voulez conserver ma pratique. | Nếu chú muốn chuộng mối hàng, thì phải bán hàng tốt cho tôi.
Je vous recommande l'exactitude. | Tôi dặn chú phải cho hẳn hòi.
Vers la fin de la semaine, je vous enverrai tout ce que vous venez de me commander. | Chừng cúi tuần nầy, thì tôi gởi cho cậu cả thấy mấy món đồ cậu mới đặt với tôi đó.

———

Voici la boutique de l'horloger. Entrons. | Phô người thợ đồng hồ đây nầy. Đi vô.
Je voudrais avoir une pendule. | Tôi muốn mua một cái đồng hồ lớn.
Une montre. | Một cái đồng hồ nhỏ.
Une montre à remontoir. | Một cái đồng hồ nhỏ có máy vặn, (khỏi chìa khóa).
J'en ai un grand assortiment. | Tôi có nhiều thứ, (một mớ).
Monsieur peut choisir à son goût. | Cậu lựa được theo ý cậu; (mặc ý cậu chọn).

Voici une montre à cylindre d'une des meilleures fabriques de Genève.	Cái đồng hồ nhỏ nầy máy làm tại một sở lò khéo hơn trong xứ Genève.
Elle est trop petite.	Nó nhỏ quá.
C'est une montre de femme.	Cái đồng hồ nầy là đồng hồ đờn bà.
Pardonnez-moi, c'est la mode de les porter petites.	Xin miễng chập tôi, thói thường bây giờ hay đeo nhỏ như vậy.
N'importe, donnez-moi l'autre.	Chẳng hề gì, đưa cái kia cho tôi.
C'est un excellent choix, c'est une montre à répétition montée sur rubis.	Đó là một cái khéo lựa lắm, đó là một cái đồng hồ nhỏ hễ nhận máy thì nó gõ chuông theo giờ còn cốt thì bằng ngọc châu.
Je puis vous la laisser à l'épreuve.	Tôi để cho cậu thử coi cũng được.
Je peux vous la garantir deux ou trois ans.	Tôi dám bảo kiết trong đôi, ba năm.
Je ne la prendrai qu'à cette condition.	Như giao vậy thì tôi mới mua cho.
J'y consens volontiers.	Tôi bằng lòng chịu vậy.
Quel en est le prix ?	Giá nó là mấy ?
Que c'est bien cher !	Cha chả mắc lắm !
Une bonne montre ne peut se payer assez.	Đồng hồ tốt trả mấy cũng chẳng đủ được.
Vous en serez content.	Cậu sẽ lấy làm bằng lòng.
Puisque vous ne pouvez rien rabattre du prix, veuillez vous engager par écrit à me la reprendre si elle va mal.	Như chú không sụt giá được, thì xin viết mà giao hễ nó không đi thì phải lấy lại cho tôi.
Je l'écrirai sur la quittance.	Tôi sẽ viết nơi cái biên lai.
Le reçu.	Cái biên nhận.
Comme c'est une montre neuve, ayez la bonté de me la laisser quelques jours pour que je la règle.	Vì tại đồng hồ nhỏ còn mới, nên xin cậu để lại cho tôi ít ngày đặng tôi sửa cho nó đi cho đúng.

Quand sera-t-elle prête ?	Chừng nào rồi ?
Dans une quinzaine.	Trong mười lăm ngày.
Si Monsieur veut me donner son adresse, je la ferai remettre chez lui.	Như cậu muốn cho tôi biết chỗ cậu ở, thì tôi sẽ biểu đem đến tại nhà cậu.
Faites-moi le plaisir de me prêter une montre en attendant.	Chú chịu phiền (làm cho tôi vui lòng) mà cho tôi mượn một cái đồng hồ nhỏ trong khi đợi (sửa cái của tôi đó.)
Prenez celle-ci, elle n'est pas belle, mais elle va bien.	Lấy cái nầy, nó không được xinh, mà nó đi đúng giờ.
Je vous en apporte une que je voudrais bien que vous me raccommodassiez.	Tôi đem cho chú một cái mà xin chú sửa lại cho tôi.
Elle est en mauvais état.	Nó hư rồi, nó không chạy.
Je vais me mettre après; mais ce sera une affaire un peu longue.	Rồi tôi sẽ làm cho, mà việc ấy có lâu một chút.
Voulez-vous me la changer contre celle-ci ?	Chú muốn đổi cái nầy cho tôi mà lấy cái kia không ?
Pourquoi non ?	Sao lại không ?
Combien voulez-vous de retour ?	Chú muốn bồi lại bao nhiêu ?
Vingt piastres.	Hai chục đồng bạc.
C'est trop. J'y renonce.	Nhiều quá. Thôi, tôi không (chịu) đổi.
Vous voudrez bien raccommoder et nettoyer la mienne.	Chú chịu sửa và chùi cái của tôi đó.
Elle est assez bonne et peut encore servir.	Nó cũng khá, còn dùng được.
Ayez la complaisance de repasser dans une quinzaine, votre montre sera prête.	Cậu chịu khó (có lòng từ tê) mà trở lại trong mươi lăm ngày, thì cái đồng hồ nhỏ của cậu sẽ rồi.

Savez-vous quelle heure il est?	Anh biết bây giờ là mấy giờ không?
Je ne saurais vous le dire exactement.	Tôi nói không được giờ đúng cho anh.
Regardez à votre montre.	Coi nơi đồng hồ nhỏ của anh đó.
Elle ne va pas bien.	Nó không chạy cho đúng.
— n'est pas à l'heure.	Nó không đi đúng giờ.
— est dérangée.	Nó liệt máy rồi.
— avance.	Nó đi trước giờ hoài.
— retarde.	Nó đi sau giờ mãi.
— avance d'un quart d'heure par jour.	Nó đi mỗi ngày quá một khắc.
Elle retarde tous les jours d'une demi-heure.	Nó đi mỗi ngày chậm nữa giờ.
Il y a quelque chose de dérangé.	Có cái chi liệt trong máy.
Il y a quelque chose de cassé.	Có cái chi hư trong máy.
Le grand ressort est brisé.	Cái máy gốc nó đã bể rồi.
Il faut la faire raccommoder.	Phải biểu sửa (cái đồng hồ của anh) lại.
Faites-la raccommoder.	Biểu sửa lại.
Je l'enverrai chez l'horloger.	Tôi sẽ gởi cho người thợ làm đồng hồ.
Et la vôtre, va-t-elle bien?	Còn cái của anh, nó đi đúng không?
Quelle heure est-il à la vôtre?	Cái đồng hồ của anh đó chỉ mấy giờ?
Elle n'est pas montée.	Không có văn.
J'ai oublié de la monter.	Tôi quên văn.
Elle s'est arrêtée.	Nó ngừng (đứng) rồi.
Ordinairement elle va très bien.	Thường thường nó chạy trúng lắm.
Elle est montée sur rubis.	Nó gắn cốt bằng ngọc châu.
Vous avez une aiguille cassée.	Cây kim đồng hồ của anh đó gảy rồi.

Ma montre est tombée hier et le verre s'est brisé.	Cái đồng hồ của tôi nó rớt hôm qua rồi cái mặt kiến nó bể đi.
Prêtez-moi votre clé de montre.	Cho tôi mượn cái khóa đồng hồ nhỏ của anh.
Je ne puis pas, elle est attachée à la chaîne.	Không được, nó mắc dính với cái dây chiền.

HABITATION
Chỗ ở.
Assemblage de maisons.
Xóm nhà.

Une ville,	chỗ thiếng thị.	La métropole,	kinh đô.
Une cité,	thiếng thị.	Un bourg,	thôn.
Une capitale,	kinh kỳ.	Un village,	làng.
Un chef-lieu,	chỗ đồ hội.	Un hameau.	ấp.
Un quartier,	phần tư, quận.	Une paroisse,	xóm đạo.

La barrière,	cửa cổng.	Une place,	chỗ rộng.
La porte,	cửa ngõ.	Un pont,	cái cầu.
Une borne,	mộc giới, lề.	Le parapet,	dựng cầu.
Un carrefour,	ngã tư.	Une arche,	nhiệp cầu.
Un cimetière,	thổ mộ.	Une promenade.	chỗ dạo chơi.
Un égout,	cống.	Un quai,	mé sông.
Les faubourgs,	xóm nhà ngoài.	Un réverbère,	đèn dọi.
Une fontaine,	chỗ mội nước.	Une rue,	đường đi.
Une impasse,	đường cùng.	Une ruelle,	đàng hẻm, hẹp.
Une lampe à gaz,	đèn khí.	Un ruisseau,	suối, ngòi.
Le pavé,	đường có lót đá.	Un trottoir,	đường đi dựa nhà.

Bâtiments d'habitation.
Nhà cửa, dinh dảy.

Un palais,	đền.	Une maisonnette,	nhà nhỏ.
Un chateau,	lầu.	Une chaumière,	lều tranh.
Une maison,	nhà.	Une hutte,	chòi.
Une maison de campagne,	nhà trong rẫy.	Une ferme,	nhà vườn.
Une maison de plaisance,	nhà chơi.	Une cabane,	chòi tranh.

Un abat-jour,	chỗ dọi sáng.	Une horloge,	đồng hồ.
Une alcôve,	chỗ để giường.	L'infirmerie,	chỗ nuôi bịnh.
Une allée,	đường trồng cây.	Des jalousies,	cửa vảy.
Une antichambre,	phòng trước.	Les lieux,	nơi xuất xử.
Un auvent,	mái dại.	La lingerie,	chỗ để đồ mặc.
Un balcon,	hiên lầu.	La loge du portier,	chỗ người coi cửa ở.
Une bibliothèque,	thơ phòng.		
Un boudoir,	tư phòng.	Une lucarne,	cửa trên nóc.
Un cabinet,	phòng việc.	Le marteau,	cái búa gỗ cửa.
Un calorifère,	lò hơ.	Le mur,	vách tường.
Une cave,	hầm để rượu.	La muraille,	vách ngăn.
Un cellier,	chỗ chứa đồ ăn.	L'office,	chỗ để đồ ăn.
Une chambre,	phòng, buồng.	Un paillasson,	đệm.
Une chambre à coucher,	phòng ngủ.	Un paratonnerre,	cây cản sét.
		Le perron,	thang thềm nhà.
Une cheminée,	chỗ hơ, ống khói.	Une persienne,	vảy cửa.
Le chambranle,	khuôn cửa.	Des pilotis,	cử.
L'âtre,	lò, bếp.	Le plafond,	nóc bình thiên.
Le foyer,	chỗ lửa.	Le plancher,	ván rám.
Le tuyau,	ống.	Une pompe,	cái thục nước.
Une cloison,	vách ngăn.	Une porte,	cửa.
Une colonne,	cột.	La baie,	khuôn cửa.
Les combles,	nóc nhà.	Les battants,	cánh cửa.
Un contrevent,	bình phong.	Le seuil,	ngạch cửa.
Un corridor,	đàng đi trong nhà.	Un pas,	thềm.
Une croisée,	cửa sổ.	Un guichet,	cửa nhỏ.
La cuisine,	nhà bếp.	Une serrure,	khoá.
Le derrière,	phía sau.	La clef,	chìa khóa.
Un dôme,	nóc tròn.	Le pène,	chốt khóa.
Un dortoir,	nhà ngủ.	Les gonds,	cốt cửa.
L'entresol,	từng dưới.	Un verrou,	chốt đẩy.
L'escalier,	thang lầu.	Un loquet,	chốt nhận.
Les degrés,	nất thang.	Une barre,	cây chắn cửa.
La rampe,	tay vịn thang.	Un cadenas,	ống khóa.
Le palier,	đầu thang.	Le pivot,	cốt, trống.
Un étage,	từng lầu.	Un portique,	vòm cửa.
La façade,	mặt tiền nhà.	Une poutre,	cây dà.
Une fenêtre,	cửa sổ.	Un puits,	giếng.
Les fondations,	nền nhà.	La poulie,	róc rách.
Une galerie,	hàng lầu, dàng xà.	Les seaux,	thùng, gàu.
Un garde-meuble,	chỗ chứa đồ đạt.	Un réfectoir,	nhà ăn.
Une gouttière,	máng xối.	Le rez-de-chaussée,	từng dưới.
Un grenier,	vựa, gác.	Une salle d'attente,	phòng đợi.
Une grille,	song.	Une salle à manger,	phòng ăn.
Une grille de fer,	song sắt.	Un sallon,	phòng khách.

La sonnette,	chuông nhỏ.	Une ardoise,	đá bùn.
La cloche,	chuông.	Une tourelle,	tháp tròn nhỏ.
Une soupente,	gác.	Un vestibule,	nhà khách.
Un soupirail,	lỗ hơi.	Une vitre,	kính nhận cửa.
Le toit,	mái nhà.	Un volet,	cây gài cửa sổ,
La toiture,	rường nhà.	Une voûte,	cửa vòng cung.
Une tuile,	tâm ngói.		

Dépendances.

Những chỗ lập theo chỗ chánh.

Un abreuvoir,	chỗ thú vật uống.	L'aire,	sân đạp lúa.
Une allée d'arbres,	đường trồng cây.	Une haie,	rào.
Une avenue,	— vô dinh.	Un hangar,	chỗ để xe, để hàng.
Une basse-cour,	chỗ nuôi gà vịt.	Un jardin,	vườn hoa.
Un bassin,	chậu, hồ, hào.	Un jardin potager,	vườn rau.
Un berceau,	nôi, giàn cây.	Un jet d'eau,	vòi phung nước.
Une bergerie,	chỗ nuôi trừu.	Une laiterie,	chỗ trừ sửa.
Un bocage,	lùm cây.	Un parc,	vườn, chuồng.
Un bois,	chòm cây.	Un parterre,	chỗ coi bực dưới.
Un bosquet,	bụi —.	Une pelouse,	sân cỏ.
Une buanderie,	chỗ giặc đồ.	Une pépinière,	chỗ ương cây.
Un bûcher,	chỗ chứa củi.	Un pigeonnier,	chuồng bồ câu.
Un champ,	đồng, rẫy.	Un poulailler,	chuồng gà.
Un chenil,	chỗ nhốt chó săn,	Un juchoir,	chỗ gà đậu.
Une clairière,	chỗ trồng.	Une prairie,	đồng cỏ.
Une clôture,	vòng, rào.	Un pré,	đất cỏ.
Une cour,	sân.	Une remise,	bớt, nhà xe.
Une écurie,	tàu ngựa.	Une serre,	móng, chỗ che cây.
Une étable,	chuồng thú vật.	Un taillis,	rừng đờn cây.
Une mangeoire,	máng thú vật ăn.	Une terrasse,	mô đất, nóc bằng.
Un râtelier,	giàn đựng cỏ.	Un têt à cochons,	cái mẻ cho heo ăn.
Un enclos,	chỗ trong rào.	Une auge,	máng thú vật ăn.
Une forêt,	rừng.	Une treille,	giàn nho.
Un fossé,	mương.	Une vacherie,	chuồng bò cái.
Une garenne,	chỗ nuôi thỏ.	La litière,	giường bịnh.
Une grange,	chỗ trừ lúa bó.	Un verger,	vườn cây trái.

Appuyer,	dựa, chồng.	Lâcher,	buông, thả.
Descendre,	xuống, hạ.	Noyer,	trằn nước.
Dresser,	dựng, lập.	Planter,	trồng, cặm.
Enfoncer,	đẩy, đóng vô.	Pomper,	thụt, hút nước.
Enlever,	lấy đi.	Ranger,	sắp hàng.
Ensevelir,	liệm, ẩn.	Saisir,	bắt, hiểu.
Gager,	cá, đồ.	Soutenir,	đỡ, chồng.

L'appui,	cây chồi.	Une palissade,	hàng rào.
Le bord,	bìa, bờ, mé, vành.	Un pari,	cuộc, tiến cuộc.
Un câble,	đàng đổi, dây neo.	La patience,	nhẫn, nhịn, chịu.
La cause,	cớ, tích.	Un pilier,	trụ.
Le contraire,	nghịch, trái.	Un pieux,	nọc.
Une échelle,	cái thang.	Une pompe,	cái thục nước.
L'enceinte,	vòng trong.	Les provisions,	đồ vật dụng.
Le goudron,	dầu hắc.	Un puits,	giếng,
Un métier,	nghề.	Un rang,	hàng.
Un mendiant,	kẻ ăn mày.	Une tente,	màng, trại.
Les munitions,	binh khí.	La toile,	vải, bố, trần.
Un outil,	đồ nghề.	Une voile,	buồm.

Vivre selon son état. — Ăn ở theo phận mình (tố vị nhi hành).

Dresser un état.	Làm sổ, làm bản.
Servir l'Etat.	Giúp nước.
Un homme d'Etat.	Quan tướng.
L'état civil.	Bộ đời, (bộ sanh bộ tử).
Apprendre un état.	Học nghề.
Sans relâche.	Liền khoanh.
Etudier sans relâche.	Học liền khoanh.
Il est plus mort que vif.	Nhử tử, (chết bội phần).
Cet homme est lâche.	Người ấy hư nhớp.

La **loi morale** est l'obligation, pour tous les hommes, de *faire le bien* et *d'éviter le mal*. On l'appelle aussi le *devoir*.

Luật lý dạy mỗi người phải *làm lành, lánh dữ*. Luật lý cũng gọi là *phận sự*.

Les *devoirs* de l'enfant envers ses parents sont : le **respect** et l'**obéissance**, l'**amour** et la **reconnaissance.**

Phận con cái ở cùng cha mẹ phải *cung kính*, phải *thảo thuận*.

Les frères et les sœurs doivent *s'aimer* comme leurs parents les aiment ; l'*amour* filial est incomplet si l'*amour fraternel* ne s'y ajoute pas.

Anh em, chị em phải thương nhau như cha mẹ thương mình vậy ; *có hiếu* mà không *có để* thì không trọn.

L'écolier doit être *assidu* et *appliqué*.

L'écolier doit à l'instituteur le *respect*, l'*obéissance* et la *reconnaissance*.

Nous devons **aimer** la Patrie comme nous aimons notre père et notre mère, c'est-à dire plus que nous-mêmes.

Il faut boire et manger pour vivre ; il ne faut pas vivre pour boire et manger.

L'homme est né pour travailler comme l'oiseau pour voler.

L'homme économe est celui qui se tient à égale distance de l'avarice et de la prodigalité.

La *justice*, c'est le **respect** ; la *charité*, c'est l'**amour**.

Học trò phải *chuyên*, phải cần.

Hòc trò ở với thầy phải cho cung kính, cho biết ơn.

Ta phải mến quê hương như mến cha mến mẹ, nghĩa là mến hơn mình ta.

Phải ăn uống đặng mà sống, chớ chẳng phải sống đặng mà ăn uống.

Con người sanh ra đặng mà làm việc cũng như con chim thì bay vậy.

Người cần kiệm là kẻ giữ mực trung, không bỏn sẻn không xa xỉ.

Nghĩa giả, nghi dả ; nhơn giả, ái dả.

Coutume hollandaise.

Quand un homme fort et en état de travailler fait, en Hollande, le métier de mendiant, on le saisit, on le descend dans un puits profond et on lâche un robinet. Si le patient ne pompait sans relâche, il serait bientôt noyé. Pendant que ce malheureux travaille, de graves Hollandais font des paris sur le bord du puits, l'un gage que cet homme est lâche et paresseux, et que l'eau va l'ensevelir, l'autre soutient le contraire. Enfin, après quelques heures, on retire le mendiant plus mort que vif et on le renvoie avec cette utile leçon de travail.

Tục xứ Hollande.

Khi người nào mạnh mẽ còn làm việc được, mà đi ăn mày trong xứ Hollande, thì họ bắt, họ bỏ xuống chỗ giếng khô mà sâu, rồi họ tháo một vòi nước cho chảy xuống đó. Nếu tên bị bắt ấy không thục cho liền tay, thì chẳng lâu phải chết. Trong lúc thằng khốn nạn ấy thục nước, thì có một ít người Hollandais tề tỉnh cử cuộc với nhau trên miệng giếng : kẻ thì cá rằng người đó hư nhớp, làm biếng, rằng sẽ bị nước ngập mà chết, kẻ lại chắc chẳng phải như vậy. Rồi cách vài giờ, họ kéo thằng ăn mày lên nó đà nhử tử, bị dạy làm việc như vậy rồi thì thả nó đi.

Entre les soussignés :

M. Trương-bất-Lượng, propriétaire à Chợ-lớn et M. Phan-hữu-Độ, de la même ville, tous deux y demeurant.

Il a été convenu ce qui suit :

M. Trương-bất-Lượng, par le présent bail, donne en location, pour cinq ans, à partir de ce jour, à M. Phan-hữu-Độ, qui l'accepte librement, une maison n° 42 avec dépendances et jardin, rue Cây-mai, en cette ville.

Cette maison est formée de cinq pièces : sallon, salle à manger, cabinet d'étude et deux chambres.

Cette location est faite aux conditions suivantes que M. Phan-hữu-Độ promet de remplir fidèlement.

1° De payer d'avance en deux termes la somme de soixante-dix piastres pour la rente annuelle ;

2° D'entretenir les dits maison et jardin et de les rendre en bon état à l'expiration du présent bail.

Le présent bail a été fait en deux originaux à Chợ-lớn, le premier octobre mil huit cent quatre-vingt-onze.

J'approuve l'acte écrit ci-dessus,
    Phan-hữu-Độ.

                J'approuve l'acte écrit ci-dessus,
                    Trương-bất-Lượng.

Điều sau nầy đã ưng bụng hai dàng dúng tên dưới dây:

Ông Trương-bất-Lượng, chủ đất tại Chợ-lớn với ông Phan-hữu-Độ, cũng ở thành ấy, cả hai đều ngụ tại đó.

Ông Trương-bất-Lượng, y theo tờ nầy, cho ông Phan-hữu-Độ, chịu lảnh mướn, năm năm cứ từ ngày nay, một sở nhà số 42, với nhà dưới với vườn ở tại đường Cây-mai, trong thành nầy.

Nhà nầy có năm phòng: phòng khách, phòng ăn, phòng viết và hai cái phòng ngủ.

Cho mướn đó giao như vậy, thì ông Phan-hữu-Độ hứa giữ in như vậy:

1° Trả trước hai kỳ bạc mướn mỗi năm là bảy chục đồng;

2° Giữ gìn nhà cửa, vườn tược, đến mản kỳ giao lại y nguyên tử tê.

Tờ nầy làm hai bổn tại Chợ-lớn, ngày mồng một tháng mười, năm một ngàn tám trăm chín mươi một.

Tôi dành chịu theo tờ viết trên nầy,
    Phan-hữu-Độ.
                    Tôi dành chịu theo tờ viết trên nầy,
                            Trương-bất-Lượng.

A rendre par la première personne du singulier:

La Maison de Robinson Crusoé.

Robinson planta en demi-cercle deux rangs de fortes palissades qu'il enfonça en terre jusqu'à ce qu'elles fussent fermes comme des piliers. Il prit ensuite les pièces de câble qu'il avait coupées à bord du vaisseau, et il les rangea les unes sur les autres dans l'entre-deux du double rang jusqu'au haut des palissades; puis il y ajouta d'autres pieux d'environ deux pieds et demi, appuyés contre les premiers, et leur servant d'appui en dedans du demi-cercle. Il fit, pour entrer dans cette enceinte, une petite échelle. Quand il était dedans, il enlevait et retirait cette échelle après lui. C'est là qu'il transporta ses provisions, ses munitions, en un mot, tout ce qu'il possédait. Il s'y dressa une grande tente qu'il fit double pour se garantir des pluies; et il les couvrit d'une toile goudronnée qu'il avait sauvée avec les voiles du vaisseau. Il lui manquait quantité d'outils; cela était cause qu'il n'allait que lentement dans tout ce qu'il faisait, et il se passa près d'un an avant qu'il eût entièrement achevé son enclos.

Modèle:
La maison de Robinson Crusoé.

Je plantai en demi-cercle deux rangs de fortes palissades que j'enfonçai en terre jusqu'à ce qu'elles fussent fermes comme des piliers. Je pris ensuite les pièces de câble que j'avais coupées à bord du vaiseau, et je les rangeai les unes sur les autres dans l'entre-deux du double rang jusqu'au haut des palissades; puis j'y ajoutai d'autres pieux d'environ deux pieds et demi, appuyés contre les premiers, et leur servant d'appui en dedans du demi-cercle. Je fis, pour entrer dans cette enceinte, une petite échelle. Quand j'étais dedans, j'enlevais et je retirais cette échelle après moi. C'est là que je transportai mes provisions, mes munitions, en un mot, tout ce que je possédais. Je m'y dressai une grande tente que je fis double pour me garantir des pluies; et je la couvris d'une toile goudronnée que j'avais sauvée avec les voiles du vaisseau. Il me manquait quantité d'outils; cela était cause que je n'allais que lentement dans tout ce que je faisais, et il se passa près d'un an avant que j'eusse entièrement achevé mon enclos.

Chỗ Robinson Crusoé ở.

Tôi cặm theo bán nguyệt hai hàng rào chắc, tôi đóng xuồng đất cho tới chặc như trụ vậy. Đó tôi lấy mấy dàng đồi của tôi chặt ở dưới tàu, và tôi sắp chồng chính giữa hai hàng đó cho tới trên đầu rào; tôi thêm nọc khác chừng hai thước mộc rưỡi, chồng mấy hàng trước và dùng làm cây chổi thân trong chỗ bán nguyệt ấy. Tôi làm một cái thang nhỏ đặng vào chính giữa vòng. Khi tôi ở thân trong, thì tôi lấy, tôi rút cái thang đó theo tôi. Tại đó tôi đem đến những đồ vật dụng, những đồ binh khí, nói tắt một lời, cả thảy cái chi tôi có khi ấy. Tôi dăn một tấm trần lớn mà tôi làm hai lớp đặng chịu mưa; và tôi trùm lên một lớp vải dầu mà tôi vớt với buồm tàu. Tôi thiếu nhiều đồ làm việc, vì vậy tôi làm huỡn đải công việc tôi làm đó, nên gần trót năm tôi mới làm hoàn thành cái vòng rào của tôi.

Je, soussigné Trần-chơn, cultivateur à Thủ-đức, reconnais devoir à M. Lê-chất, propriétaire à Thủ-dầu-một, la somme de deux cents piastres que je lui rendrai avec intérêts de deux pour cent par mois, à compter de ce jour, le seize décembre prochain.

Thủ-dầu-một, le 16 novembre 1894.

Bon pour la somme de deux cents piastres et intérêts.

Trần-chơn.

Tôi, đứng dưới nầy tên là Trần-chơn, làm rẫy tại Thủ-đức, nhận thiệt có thiếu ông Lê-chất, chủ đất tại Thủ-dầu-một, một số bạc hai trăm đồng, tôi sẽ trả cho ông ấy với lời hai phân một tháng, cứ từ ngày nay, đến mười sáu tháng chạp tới đây.

Thủ-dầu-một, ngày 16 tháng mười một năm 1894.

Tờ thiếu hai trăm đồng bạc vốn với bạc lời.

Trần-chơn.

Sửa lại: T. 230, hàng, 5, nó người. — T. 241, hàng 30, apre = âpre. — T. 251, h. 31, chateau = château. — T. 252, h. 41, réfectoir = réfectoire. — T. 253, h. 4, Uu = Un; h. 35, trư = trử. — T. 254, h. 24, 25, luật = luân

QUARANTE-HUITIÈME LEÇON

BÀI THỨ BỐN MƯƠI TÁM.

Có hai cách viết chữ: Một cách viết có phép có luật, một cách viết theo thói quen; củng như tàu phân *lục thơ* vậy.

Viết có phép là viết theo giồng đực, giồng cái, số một, số nhiều. Còn viết theo thói quen thì như *raison* viết với chữ s, còn *horizon* viết với chữ z; regard viết với chữ d, còn rempart viết với chữ t, mà đọc ra thì nghe củng vậy.

Mà củng có thể biết được như:

Tard	bởi	tard*er*.	Long	bởi	long*ue*.
Art	—	art*iste*.	Blond	—	blond*e*.
Vert	—	vert*e*.	Rang	—	rang*er*.
Pervers	—	pervers*e*.	Franc	—	fran*che*.
Gril	—	gril*ler*.	Champ	—	champ*être*.
Gris	—	gris*e*.	Chant	—	chant*er*.
Point	—	point*e*	Laid	—	laid*e*.
Fusil	—	fusil*ler*.	Faim	—	fam*ine*.
Bourg	—	bourg*ade*.	Fin	—	fi*nir*.

Những tiếng như vậy thì tại thói quen, nghĩa là bấy lâu viết làm sao thì cứ viết làm vậy. Như quốc-ngữ viết c, t, g đàng sau, cùng không g, i cùng là ↄ. Chớ như muốn phân biệt, thì *la*, con la; *la*, la làng; *la*, hồ la; *la*, thanh la, mả la w., phải viết: *la, lah, lag, laz*. Chỗ = chỗ, phải viết chờ (chấm trên) như chộ (chấm dưới); vì kẻ viết dấu hỏi, người viết dấu ngã. Theo ý ta thì viết: ngừi = người; ngỉ = nghi, vv., cũng vậy. Coi chữ nôm (nam) đó thì rỏ.

Thì *infinitif* dùng hoặc làm *sujet*, hoặc làm *attribut*, hoặc làm *complément*:

S'entretenir avec son ami, c'est **penser** tout haut. (1)

Chuyện vãn cùng bằng hữu, thì là tưởng sao nói vậy.

Les grands ne croient **être nés** que pour eux-mêmes.

Mấy kẻ đại nhơn tưởng mình sanh ra cho mình mà thôi.

Il faut rougir **de** commettre des fautes et non **de** les avouer.

Hổ chăng là hổ vì phạm tội lỗi chớ chẳng hổ vì xưng ra.

(1) *Infinitif* dùng nói trổng cũng như Tàu trong mấy câu nấy: *Kiên lợi, tư nghĩa; kiên sắc diệc dương tư nghĩa.* — *Trạch* tệ dị, *trạch* phụ nan.

Prétendre trouver le repos en ce monde, c'est **vouloir faire** un canapé d'un buisson d'épines.

Ngỡ là được yên ổn trong đời nầy thì là muốn lấy bụi gai mà làm một cái ghế dựa.

La raison se compose de vérités qu'il faut **dire** et de vérités qu'il faut **taire**.

Lý có nhiều đều thiệt phải nói, có nhiều đều thiệt phải nính.

Nous aimons mieux **voir** ceux à qui nous faisons du bien que ceux qui nous en ont fait.

Ta ưa thấy những kẻ mà ta làm ơn hơn là những kẻ làm ơn cho ta.

Cái lời nói trống dùng làm trọn nghĩa cái lời nói khác, thì hoặc cách **à**, hoặc cách **de**, hoặc cách tiếng khác, hoặc không cách tiếng nào hết.

Verbes qui ne veulent pas de préposition avant les infinitifs.

Aimer mieux,	thà, ưa hơn.	Oser,	dám.
Aller,	đi, hảy.	Penser,	tưởng.
Compter,	tính.	Pouvoir,	được, đặng.
Croire,	tin, tưởng.	Prétendre,	tưởng.
Daigner,	khứng, chịu.	Savoir,	biết, hay.
Devoir,	phải.	Sembler,	tưởng, xem ra.
Entendre,	nghe.	Sentir,	biết, hay.
Espérer,	trông cậy.	Valoir mieux,	đáng hơn.
Faire,	làm, biểu.	Venir,	đến, tới.
Falloir,	phải, nên.	Voir,	thấy, xem, thăm.
S'imaginer,	tưởng.	Vouloir,	muốn, thèm.
Laisser,	để.		

Verbes qui exigent la préposition à :

S'abaisser,	cúi xuống.	S'appliquer,	chăm chỉ.
Aboutir,	giáp, tới.	Apprendre,	hay, học, dạy.
S'abuser,	sai, lầm.	S'apprêter,	sắm sửa.
S'accorder,	thuận nhau.	Aspirer,	hít, ao ước.
S'acharner,	mê, hăm hăm.	Assigner,	chỉ.
Aguerrir,	tập võ.	Assujettir,	hạ, bắt phục.
S'aguerrir,	dạn giặt.	S'assujettir,	đầu lụy.
Aider,	giúp.	S'attacher,	theo, chuyên.
Aimer,	ưa.	S'attendre,	dè, ngờ.
Animer,	giục.	Autoriser,	cho phép.
S'animer,	nổi xung.	S'avilir,	ra hèn.

Avoir,	có, mắc.	S'habituer,	quen.
Balancer,	cần, dục giặc.	Se hasarder,	đánh liều.
Borner,	cắm ranh.	Hésiter,	dụ dự, lưởng lự.
Se borner,	tiết độ.	Instruire,	dạy, tra.
Chercher,	kiếm.	Inviter,	mời, khuyên.
Complaire,	đẹp lòng.	Se mettre,	nằm, vụt.
Concourir,	đua, thi.	Montrer,	chỉ, dạy.
Condamner,	xử, làm tội.	Se montrer,	ra mặt.
Se condamner,	chịu tội, ép mình.	Nécessiter,	cần, phải.
Consentir,	ưng, chịu.	S'obtiner,	cứng, bền.
Consister,	tại, phải.	S'offrir,	ra mặt, chịu.
Conspirer,	rập nhau.	Parvenir,	đến, được.
Se consumer,	hao, lụn.	Pencher,	xiêu, nghiên.
Contribuer,	góp, giúp.	Penser,	tưởng, nghĩ.
Convier,	đãi, mời.	Persévérer,	bền chí.
Coûter,	giá, tồn.	Persister,	đeo đuổi.
Décider,	định.	Se plaire,	vui, ưa.
Se déterminer,	quyết.	Plier,	xếp, uốn.
Dévouer,	phú.	Se plier,	chịu, cong.
Disposer,	sắp đặt.	Préparer,	sắm, dọn.
Se disposer,	sẵn.	Se préparer,	sẵn.
Donner,	cho, đưa.	Prétendre,	tưởng, quyết.
Dresser,	lập, tập.	Provoquer,	thách, ghẹo.
Employer,	dùng.	Réduire,	bớt, hạ.
'employer,	dùng ra, ra công.	Renoncer,	từ, bỏ.
Encourager,	khuyên, xúi.	Répugner,	kị.
S'encourager,	giục.	Se résigner,	chịu phép.
Engager,	cấm, thề, biểu.	Se résoudre,	quyết.
S'enhardir,	cả gan.	Réussir,	được.
Enseigner,	dạy.	Servir,	giúp, dùng.
S'entendre,	rập, đồng lòng.	Songer,	tưởng.
Exceller,	trổ, hơn, thắng.	Suffire,	đủ.
Exciter,	xúi, làm sanh.	Tarder,	trễ, chuyền chuệ.
S'exciter,	lừng lẫy.	Travailler,	làm.
Exhorter,	khuyên bảo.	Viser,	nhắm, gắm ghé.
S'exposer,	liều mình.	Vouer,	khấn.
Se fatiguer,	nhọc mình.	Se vouer,	phú mình.

Verbes qui exigent la préposition **de**:

S'abstenir,	kiên cữ, tị.	Ambitionner,	ao ước.
Accuser,	cáo, kiện, trách.	S'applaudir,	khoe khoan.
S'accuser,	chịu tội, có lỗi.	Appréhender,	bắt, sợ.
Achever,	làm trọn, xong rồi.	Avertir,	cho hay.
Affecter,	giả đò, dụng.	S'aviser,	tính, dám.
S'affliger,	buồn bực.	Blâmer,	chê, trách.

Brûler,	đốt, cháy, nóng.	Se mêler,	trà trộn, dự, xen.
Cesser,	thôi, hết.	Menacer,	hăm, nọ.
Se charger,	chở, lãnh, chịu.	Mériter,	dáng.
Commander,	khiên, đặt.	Négliger,	trễ nải, chẳng sá
Conjurer,	cầu khẩn, làm.	Nier,	chối, cải.
Conseiller,	khuyên, bảo.	Ordonner,	sắp đặt, khiên.
Se contenter,	bằng lòng.	Pardonner,	tha, thứ.
Convenir,	chịu, ưng.	Parler,	nói.
Craindre,	sợ.	Se permettre,	tự quyền.
Dédaigner,	khinh dị.	Se persuader,	tin, tưởng.
Défendre,	bình, chữa, cấm.	Se piquer,	giận hờn.
Se défier,	dò, thách, nghi.	Se plaindre,	kiện, trách.
Désespérer,	ngã lòng.	Prescrire,	truyền, khiên.
Désirer,	ước, muốn.	Se presser,	chen nhau, lật đật.
Détester,	ghét.	Promettre,	hứa.
Différer,	huởn, khác.	Se promettre,	định, trông cậy.
Dire,	nói, biểu.	Proposer,	chỉ, bày.
Discontinuer,	chẳng liền, thôi.	Se proposer,	muốn, chịu.
Disconvenir,	không chịu.	Punir,	phạt.
Se disculper,	chữa lỗi.	Se rappeler,	nhớ.
Dispenser,	chuẩn, phân.	Recommander,	dặn dò, gởi gắm.
Dissuader,	gàn, can.	Refuser,	không cho.
Empêcher,	ngăn.	Regretter,	tiếc.
Enrager,	ra điên, ra dại.	Se réjouir,	vui mừng.
Entreprendre,	lãnh.	Se repentir,	tự hối.
S'étonner,	lấy làm kỳ.	Reprocher,	trách.
Eviter,	lánh, tránh.	Se reprocher,	tự trách.
S'excuser,	kiếu, miếng chập.	Se résoudre,	tiêu hóa, định.
Feindre,	giả đò, làm bộ.	Rire,	cười, hớn hở.
Féliciter,	mừng cho.	Risquer,	liều.
Se flatter,	khoe mình.	Rougir,	ra đỏ, hổ thẹn.
Frémir,	giận run.	Sommer,	đòi.
Gémir,	than van.	Souffrir,	đau.
Se glorifier,	lấy làm vinh.	Souhaiter,	chúc.
Hâter,	hối.	Soupçonner,	ngi.
Imputer,	đổ cho, kể vào.	Se souvenir,	nhớ.
S'indigner,	khó chịu.	Suggérer,	bày biểu.
S'ingérer,	thày lay, xen.	Supplier,	tbể, thêm.
Inspirer,	bit, mở lòng.	Tenter,	thử, dỗ dành.
Jurer,	thể, thề nguyền.	Trembler,	run.
Manquer,	hụt, trật, thiếu.	Se vanter,	khoe.
Méditer,	gẫm, suy.		

Có nhiều tiếng *verbes* hoặc cách **à**, hoặc cách **de**, trước *infinitif*. Như: **commencer**, *khi sự*; **continuer**, *tiếp theo*; **contraindre**, *ép uổng*;

obliger, *bắc buộc*; oublier, *quên*; s'empresser, *lật đật*; s'engager, *tình nguyện*; souffrir, *đau đớn* v. v.

Je **commence** à rougir de mon oisivoté.	Tôi cũng đã muốn hổ về sự tôi ở không.
Puisque j'ai **commencé de** rompre le silence.	Tại tôi mở đầu mà nói ra.

~~~~~~~~~~

Qui frappe à la porte de si bon matin ?	Ai gỗ cửa sớm dữ vậy ?
Qui est là ?	Ai đó vậy ?
Ouvrez la porte.	Mở cửa.
Elle n'est pas fermée.	Cửa không có (đóng) khóa.
La clé est dans la serrure.	Cái chìa ở nơi chỗ khóa.
Comment! vous êtes encore au lit ?	Sao vậy ! chừng nầy còn ở trên giường ?
Il est l'heure de se lever.	Đã tới giờ dậy rồi.
Je vais me lever à l'instant.	Tôi dậy bây giờ đây.
Quelle heure est-il ?	Mấy giờ đó ?
Il est sept heures.	Bảy giờ.
Sept heures viennent de sonner.	Bảy giờ mới đánh chuông.
Je ne savais pas l'heure qu'il était.	Tôi không biết đã mấy giờ.
J'ai oublié de monter ma montre hier soir, et elle s'est arrêtée à cinq heures du matin.	Tôi quên vặn cái đồng hồ nhỏ của tôi, nó ngừng hồi năm giờ sáng.
Avez-vous bien dormi ?	Anh có ngủ được thẳng dắt không ?
Très bien, je vous remercie.	Ngủ ngon giấc lắm, tôi cảm ơn anh.
Je ne sais comment vous pouvez dormir si longtemps.	Tôi không biết làm sao mà anh ngủ được lâu như vậy.
Ordinairement je ne suis pas si paresseux.	Thường thường tôi không có làm biếng như vậy.
Je me suis couché très tard hier soir.	Hôm qua khuya lắm tôi mới ngủ.

Il était minuit et demi.	Hồi đó là mười hai giờ rưỡi khuya.
Je me couche tard aussi; mais je me lève toujours à six heures.	Tôi thường cũng khuya mới ngủ; mà hễ sáu giờ thì dậy luôn.
C'est une fort bonne habitude.	Tập quen như vậy là hay lắm.
Cela est excellent pour la santé.	Như vậy là qui cho được mạnh khoẻ.
Moi, plus je dors, plus je veux dormir.	Tôi càng ngủ chừng nào càng buồn ngủ chừng nấy.
Si je ne me lève aussitôt que je suis éveillé, je me rendors.	Nếu tôi không dậy liền khi tôi thức, thì tôi bắt ngủ lại.
Quel temps fait-il?	Thì trời làm sao đó?
Il fait très beau.	Trời tốt lắm.
Que dites-vous d'un tour de promenade?	Đi dạo một vòng, anh chịu không?
Croyez-vous que nous ayons le temps avant de déjeuner?	Anh tưởng ta có giờ đủ trước khi ăn bữa sớm không?
Nous avons une heure à nous, (devant nous).	Ta còn một giờ nữa.
En ce cas, je vais me lever, et nous irons ensemble respirer l'air du matin.	Như vậy thì tôi dậy bây giờ đây, rồi ta đi cùng nhau mà hưởng khi trời ban mai.

Il commence à se faire tard.	Đã khuya rồi.
Il est temps d'aller se coucher.	Tới giờ đi ngủ.
Votre ami n'est pas encore rentré.	Người bằng hữu với anh chưa về.
Je suis sûr qu'il ne tardera pas.	Tôi chắc nó không chuyển chuệ đâu, (cũng về bây giờ).
Il n'est pas tard; il n'est que dix heures.	Chưa khuya, mới có mười giờ.
Je me sens grande envie de dormir.	Tôi buồn ngủ dữ quá.

Je suis très fatigué.	Tôi mệt lắm.
Quand on est fatigué, on trouve le lit bon.	Chừng mệt, thì ngủ ngon.
J'entends frapper, (sonner).	Tôi nghe gõ cửa, (rung chuông).
C'est Monsieur Nhơn.	Cậu Nhơn đó.
Justement, c'est lui.	Thiệt đó chúc.
Avez-vous fait une bonne promenade?	Cậu đi dạo vui không?
Délicieuse. Il fait une soirée charmante.	Vui lắm. Trời tốt hung.
N'êtes-vous point fatigué?	Cậu chẳng mệt chút nào sao?
Un peu.	Một chút.
Voulez-vous vous reposer un moment?	Cậu muốn nghĩ một hồi chăng?
Je vous remercie, je m'en vais me coucher de suite.	Tôi cảm ơn cậu, tôi đi ngủ liền.
Giáp, de la lumière, s'il vous plaît.	Giáp, đem đèn lại đây một chút.
Je vous souhaite une bonne nuit.	Tôi cầu cho cậu bình yên trọn đêm.
Je vous la souhaite de même.	Tôi cũng cầu cho cậu như vậy.
Monsieur, permettez que je tire les rideaux.	Thưa, để tôi kéo màng lại.
Fermez aussi les volets.	Đóng cửa ngăn nữa.
Donnez-moi mon bonnet de nuit, mes pantoufles.	Đưa cái mũ đội ban đêm, giày hàm ếch đây.
Les voici, Monsieur.	Thưa, đây nầy.
Je vais me mettre au lit de suite.	Tôi đi nằm liền trên giường.
Etes-vous bien couvert?	Thưa vừa ấm chăng?
Oui! mais je trouve le lit bien dur.	Ấm, mà giường nằm không êm.
Je l'ai cependant fait comme à l'ordinaire.	Tôi cũng sắp như mọi lần vậy.

C'est la fatigue peut-être ? | Hoặc tại mệt chăng?
Laissez la lumière. | Để đèn như vậy.
Si je ne m'endors pas de suite, je lirai. | Nếu chưa ngủ liền, thì tôi coi sách.
Donnez-moi le livre qui est sur la commode. | Đưa cuốn sách ở trên cái tủ cho tôi.
Celui-ci, Monsieur? | Thưa, phải cuốn nầy không?
Non, c'est une grammaire. | Không, đó là sách văn pháp.
Il n'y en a pas d'autre. | Không có cuốn nào khác.
Cela ne fait rien. | Thôi, không cần gì.
Vous pouvez vous retirer. | Thôi, đi ra đi.
Mettez les allumettes sur la table. | Để thẻ diêm trên cái tợ đó.
Eteignez la lumière. | Tắt đèn đi.
N'oubliez pas de m'éveiller demain à six heures. | Đừng quên thức tôi dậy sáu giờ mai.
Je m'y manquerai pas. | Tôi không dám quên.

Les petits ruisseaux forment les grandes rivières. | Những rạch nhỏ làm ra những sông lớn.
Un seul mot désarme quelquefois la colère. | Một tiếng có khi cũng làm cho hết giận.
Dieu récompensera les bons et punira les méchants. | Trời thưởng những người lành và phạt những kẻ dữ.
Heureux le peuple que gouverne un sage roi. | Dân mà vua hiền trị thì là có phước.
Ne faisons pas aux autres ce que nous ne voulons pas qu'on nous fasse. (1) | Đừng làm cho kẻ khác cái đều ta không muốn cho họ làm cho ta.
La paresse énerve l'homme et le rend malade. | Tánh biếng nhát làm cho người ta bải hoải và phải đau.
La prospérité donne des amis; l'adversité les éprouve. | Lúc thạnh làm có bằng hữu; lôi suy để thử lòng họ.

Que, *pronom*, nghĩa cũng như *sở*, *sở giả*, nơi mầy câu nầy : Phụ từ, tử hiếu ; tử giả *sở* dĩ tri hiếu chi bổn dả. — Phụ mẫu nãi sanh ngã chi nhơn, nhi tử vi ngã *sở* sanh *giả* dả.

Ne remettez jamais à demain ce que vous pouvez faire aujourd'hui.

Ne dérangez jamais une autre personne pour une chose que vous pouvez faire vous-même.

N'achetez point ce dont vous n'avez pas besoin sous prétexte de bon marché.

Ne vous livrez jamais au goût de la parure.

Conservez bien l'égalité d'humeur ; si vous êtes en colère, comptez jusquà dix avant de parler.

Qui prétend savoir tout prouve qu'il ne sait rien.

Qui hait le travail hait la vertu.

Qui trop se hâte reste en chemin.

Qui veut voyager loin ménage sa monture.

Qui se fait brebis, le loup le mange.

Qui donne mal ne donne rien.

Qui ne hasarde rien ne gagne rien.

Qui aime bien châtie bien.

Il faut éviter le mal et faire le bien.

Loyauté vaut mieux qu'argent.

Chớ hề để qua ngày mai cái chi ngươi làm đặng bữa nay.

Chớ hề làm rộn người khác vì một việc mà bổn thân ngươi cũng làm được.

Đừng có mua cái chi mà ngươi không cần dùng, bởi tại nó là rẻ, (dẫu rẻ mặc lòng).

Đừng có ham đeo đồ. (Vàng ngọc).

Giữ tính khí cho được thường; nếu ngươi có giận, thì đếm cho tới mười trước khi nói ra.

Ai nói biết cả là tỏ mình chẳng biết chi hết.

Ai ghét việc làm là ghét đàng đức hạnh.

Ai lật đật quá thì ở lại dọc đàng.

Ai muốn đi xa thì dưỡng sức ngựa.

Ai làm chiên thì bị chó sói ăn, (ai hay sợ thì bị hiếp).

Ai cho quấy là không cho chi hết.

Ai không liều chi hết thì không lợi chi hết.

Ai thương đáng thì phạt cũng đáng.

Phải lánh dữ và làm lành.

Lòng ngay quí hơn tiền bạc.

Laver.	Rửa, giặc, chùi.
Laver du linge.	Giặc đồ (hàng dẻ).
Laver une tache.	Chùi một chỗ vít, (vậy).
Se laver.	Rửa, chùi, đổi nại.
Se laver les mains.	Lau tay, rửa tay.
Se laver la figure.	Lau mặt, rửa mặt.
Se mettre au soleil.	Dan ngoài nắng.
Se mettre au lit.	Nằm nơi giường.
Se mettre à table.	Ngồi lại bàn ăn.
Renverser.	Xô, lật, vật xuống.
Renverser une table.	Xô một cái tợ.
Renverser un homme.	Vật một người xuống.
Se renverser.	Té xuống, nhào xuống, dựa ngửa ra.
Gesticuler.	Ra bộ ra tịch.
Se garder du froid.	Giữ cho khỏi lạnh.
Se garder du vice.	Lánh cho khỏi tội ác.
Préserver quelqu'un d'un péril.	Giữ ai đó cho khỏi việc hiểm nghèo.
Se préserver du mal.	Giữ mình cho khỏi sự dữ.
Se tenir courbé.	Ngồi khòm khòm.
Se tenir accoudé.	Ngồi chồng cánh chỏ.
Se tenir les bras croisés.	Ngồi khoanh tay rê.
Un couvert.	Cái đồ trùm bọc, bộ đồ một người dùng mà ăn (muổng, nĩa.)
Donner le couvert à quelqu'un.	Cho ai đó ở đậu.
Se mettre à couvert de la pluie.	Đục mưa.
Un repas de douze couverts.	Một bữa ăn có mười hai người, (bộ đồ).
J'ai huit couverts d'argent.	Tôi có tám bộ muổng nĩa bằng bạc.
Au hasard.	Vụt chạt.
Par hasard.	Tình cờ.
A tout hasard.	Bức tử.
Garder la bienséance.	Giữ phép tắc.

Cela choque la bienséance.		Đều ấy thất lễ.	
Observer l'étiquette.		Giữ lễ nghi.	
Observer les astres.		Xem tinh tú.	

Une arête,	xương cá.	La procession,	kéo hàng.
La convoitise,	lòng hảo, tham.	Une quantité,	sồ nhiều.
L'équivalent,	đồng, bằng.	Le sirop,	nước đường.
Une ficelle,	nhợ.	La tentative,	lòng ráp ranh.
Un os,	xương thịt.	Une traînée,	một nhắm, một
Un pot,	cái trả, hủ, bình.		mớ, thuốc ngòi.

Déguster,	uổng, thử, nếm.	Renfermer,	nhốt, chứa.
Isoler,	đề riêng.	Suspendre,	treo.
Se régaler,	ăn no nê.	Vider,	làm trống, ráo.

A rendre par la deuxième personne du pluriel de l'impératif.

Des bienséances à observer à table.

Il ne faut pas se mettre à table avant de s'être lavé les mains. Il ne faut se tenir ni trop près ni trop loin de son couvert, ni se renverser sur le dos de sa chaise ni se tenir courbé et encore moins accoudé à table. Il faut placer la serviette de manière qu'elle préserve les habits de taches et qu'on puisse s'en servir facilement pour essuyer les doigts et la bouche.

Il faut tenir la cuiller, la fourchette et le couteau de la main droite, et ne pas passer la fourchette dans la main gauche. Il ne faut jamais tenir le pain à pleines mains, mais le rompre plutôt que de le couper. Il ne faut pas remplir trop le verre ni le porter à la bouche quand elle est pleine : il faut toujours boire lentement et sans bruit. Il ne faut pas manger morceaux sur morceaux, ni montrer ce qu'on a dans la bouche, ni jeter à terre ni os ni arêtes ni quoi que ce soit. Il ne faut jamais gesticuler ni avec la fourchette ni avec le couteau, et se garder de porter un morceau à la bouche avec le couteau.

Ne vous mettez pas à table avant de vous être lavé les mains. Ne vous tenez ni trop près ni trop loin de votre couvert, ne vous renversez pas sur le dos de votre chaise ni courbés et encore moins accoudés à table. Placez la serviette de manière qu'elle préserve vos habits de taches et que vous puissiez vous en servir facilement pour essuyer vos doigts et votre bouche.

Tenez la cuiller, la fourchette et le couteau de la main droite, ne passez pas la fourchette dans la main gauche. Ne tenez jamais le pain à pleines mains, mais rompez-le plutôt que de le couper. Ne remplissez pas trop votre verre, ne le portez pas à la bouche quand elle est pleine : buvez toujours lentement et sans bruit. Ne mangez jamais morceaux sur morceaux, ne montrez pas ce que vous avez dans la bouche, ne jetez à terre ni os ni arêtes ni quoi que ce soit. Ne gesticulez jamais ni avec la fourchette ni avec le couteau, et gardez-vous de porter un morceau à la bouche avec le couteau.

Phép t°c phải giữ nơi bàn ăn.

Phải rữa tay rồi hãy ngồi lại bàn ăn. Đừng ngồi gần quá cũng đừng xa quá đồ dùng mà ăn, đừng có dựa ngữa nơi lưng ghế, đừng ngồi khòm khòm, nhứt là đừng có chồng cánh chỏ trên bàn ăn. Để cái khăn bàn làm sao cho khỏi nhểu đổ tới áo tới quần và cho dễ dùng mà lau tay lau miệng.

Cầm muỗn nĩa cùng là dao nơi tay mặt, đừng sang cái nĩa qua tay trái mà ăn. Đừng cầm bánh mì cả hai tay, mà phải bẻ ra, chớ có cắt. Đừng rót đầy li quá, đừng có uống khi đang ăn đầy miệng: uống chậm chậm luôn, đừng có nút ọt ọt. Đừng có ăn miếng kia chưa rồi đà ngồm miếng nọ, đừng cho thấy đồ mình đang nhai trong miệng, đừng bỏ xương thịt xương cá, bất kì là giồng chi xuống đất hết. Đừng có cầm nĩa cầm dao mà ra bộ ra tịch, cũng đừng lấy dao mà đút đồ ăn vào miệng.

A remplacer les mots en italique par des équivalents.
Intelligence des fourmis.

La fourmi est aussi *intelligente* qu'*active*. Un jour j'avais *mis* un vase de sirop dans une armoire. Une *quantité* de fourmis avaient trouvé le vase et *dégustaient* les douceurs qu'il *renfermait*. L'ayant *aperçu*, j'en fis sortir les fourmis et je suspendis le *vase* à un clou de manière à l'isoler *tout-à-fait*. Par hasard une seule fourmi était restée dans le *vase*. Après s'être *régalée*, elle voulut sortir, mais c'était là la difficulté. Elle fit le tour du pot à diverses *fois;* point de *sortiet*. Enfin, après bien des *entatives*, elle trouva *le bon chemin* le long de la ficelle à laqu'elle le vase était attaché. La ficelle la *mena* au plafond, et celui-ci le long du mur à terre.

A peine *une demi-heure fut-elle passée* qu'une *trainée* de fourmis prit *le même chemin* sous la *direction* de la première. Elles arrivèrent au plafond, de là à la ficelle, puis au pot qui *renfermait* l'objet de leur *convoitise*. Elles le vidèrent dans la journée, et ce fut une *procession non interrompue* jusqu'à la nuit.

Modèle :
Intelligence des fourmis.

La fourmi est aussi *habile* que *laborieuse*. Un jour j'avais *placé* un vase de sirop dans une armoire. Une *foule* de fourmis avaient trouvé le vase et *goûtaient* les douceurs qu'il *contenait*. L'ayant *vu*, j'en fis sortir les fourmis et je suspendis le *pot* à un clou de manière à l'isoler *complètement*. Par hasard une seule fourmi était restée dans le *pot*. Après s'être *rassasiée*, elle voulut sortir, mais c'était là la difficulté. Elle fit le tour du pot à diverses *reprises;* point *d'issue*. Enfin, après bien des *essais*, elle trouva *la bonne voie* le long de la ficelle à laquelle le vase était *lié*. La ficelle la *conduisit* au plafond, et celui-ci le long du mur à terre.

A peine *trente minutes furent-elles écoulées* qu'une *procession* de fourmis prit *la même route* sous la *conduite* de la première. Elles arrivèrent au plafond, de là à la ficelle, puis au pot qui *contenait* l'objet de leur *désir*. Elles le vidèrent dans la journée, et ce fut une *marche continuelle* jusqu'à la nuit.

Trí huệ loài kiến.

Con kiến đã siêng năng lại có trí huệ nữa. Bữa kia, tôi để một bình nước đường trong tủ. Một bầy kiến tiềm được bình ấy lại nếm mùi ngon ngọt đựng trong đó. Ngó thấy vậy, tôi gỡ cho nó ra rồi tôi treo bình ấy nơi cái đỉnh đặng làm cho nó cách ra một mình. Tình cờ còn lại một con kiến ở trong bình. Ăn no nê rồi muốn ra, mà là đều khó. Nó bò chung quanh bình nhiều bận; không có chỗ ra khỏi. Dợm hoài rồi nó mới tiềm được cái dàng theo dọc sợi nhợ cột cái bình đó. Theo nhợ lên tới nóc bình thiên, rồi theo dọc vách xuống tới đất.

Cách chừng nửa giờ, có một đoàn kiến đi một dường đó theo con trước. Lên đến nóc bình thiên, lại sợi nhợ rồi bò xuống bình đựng vật nó hảo đó. Nó ăn hết nội ngày ấy, kéo nhau đi một hàng dài cho tới tối.

Ăn cướp buồm vì thằng bạn khùng.

Chiếc ghe bản lồng đi hụt đoàn. Chèo bơ vơ một mình, đi tới khúc vắng, ăn cướp ra chận đánh. Nào lái nào bạn đều buông chèo, chịu phép; tính cự không lại. Chú lái ra ngồi cho hổ sau bồng lái, buồn xo, cái mặt bằng hai ngón tay tréo.

Có một thằng bạn khật khùng, ngồi xó khuôn bếp. Tay cầm hai chiếc đủa bếp. Ăn cướp tới, nó cầm đủa bếp chung vào trong mui, dở khoan ra, ngoắt ăn cướp vô dọn: « Đây nầy! Vào mà dọn! » Miệng thì kêu, tay thì cầm đủa bếp, ngồi đó tĩnh táo như tuồng không có chuyện chi hết.

Thằng đầu đẳng ăn cướp phát nghi: « Mề! Thằng nầy trong thế có tài nghệ gì lắm, nên nó mới được tĩnh mình như vậy. Thôi! buồm! ta buồm. » Xô ghe ra đi mất. Thời may khiển cho tên bạn khùng làm bậy mà khỏi bị ăn cướp.

SĨ-Tải, Trương-vĩnh-Ký.

Sửa lại: Trương 30, hàng 15, déffensif = défensif. — T. 260, h. 22, chò = chĩ; h. 23, chộ = chị.

Pirates mis en fuite par un idiot.

Un chaland était resté en arrière de la file. Il allait seul et marchait à la rame quand, arrivé à un détour isolé du fleuve, des pirates lui barrèrent le chemin et l'attaquèrent. Patron et équipage tout le monde se rendit, laissant là les rames ; car ils voyaient que la résistance était impossible. Le patron alla s'accroupir à la poupe les traits contractés par la tristesse.

Un des hommes, qui était simple d'esprit, s'assit dans le coin du foyer. Il tenait à la main deux baguettes de cuisine. Comme les pirates s'avançaient, il entra sous la tente et, ouvrant les écoutilles, il faisait signe aux pirates de venir piller. « C'est ici ! disait-il, entrez ! Prenez tout ! » Tandis que sa bouche proférait cet appel, sa main tenait les baguettes, et il restait là tranquillement assis comme s'il ne s'était rien passé d'extraordinaire.

Le chef des pirates soupçonna quelque chose. « Oh ! oh ! dit-il, ce gaillard-là, pour montrer tant de sang-froid, doit avoir dans son sac quelque tour dangereux à notre adresse. Allons ! Le mieux est de nous retirer ! » Là-dessus ils poussèrent au large et disparurent. Le bonheur avait voulu qu'un imbécile, en faisant une sottise, sauvât le bateau du pillage.

Abel des michels.

Entre les soussignés :

Le sieur Nguyễn-văn-Nam et la dame Huỳnh-thị-Nữ, sa femme, demeurant ensemble à Phước-lợi, d'une part.

Et le sieur Lý-Lê, propriétaire, demeurant à Phước-lộc, d'autre part.

A été convenu et arrêté ce qui suit :

Les époux Nam vendent, avec la garantie de droit solidaire entre eux, au sieur Lê, qui accepte.

Une pièce de terre de la contenance de cinquante ares, sise à la commune de Phước-thạnh, tenant d'un côté au sieur Đinh-văn-Thơ et d'autre côté au sieur Lê-văn-Thu, d'un bout au sieur Thái-văn-Bổn et d'autre bout à la route de Phước-thạnh à Long-trì.

L'objet vendu appartient aux époux Nam, qui l'ont acheté aux époux Cao-văn-Ngưu, le vingt octobre mil huit cent quatre-vingt quatre. L'acte a été enregistré à Bà-rịa le deux novembre de la même année.

L'acquéreur aura, dès ce jour, la pleine propriété de l'objet vendu. Il payera les impôts à compter du 1er janvier suivant.

La présente vente a lieu moyennant deux cents piastres que l'acquéreur s'oblige à payer comptant aux vendeurs.

Les frais d'enregistrement du présent seront à la charge du sieur Lê.

Fait à Phước-lợi, canton Phước-hưng-hạ, Bà-rịa, le seize novembre 1884.

Nguyễn-văn-Nam,
Huỳnh-thị-Nữ.

Trong mấy người đứng tên dưới nầy:

Nguyễn-văn-Nam với vợ là Huỳnh-thị-Nữ đều ở Phước-lợi, một đàng.

Với Lý-lê, chủ đất, ở Phước-lộc, đàng khác.

Đều ưng chịu điều sau đây.

Vợ chồng danh Nam bán đứt cho danh Lê chịu mua.

Một miếng đất đo được năm mươi cao, ở Phước-thạnh thôn, một phía giáp Đinh-văn-Thơ, còn phía kia Lê-văn-Thủ, một đầu khít Thái-văn-Bồn, còn đầu kia thì là đường đi từ Phước-thạnh tới Long-trì.

Chỗ bán đây là của vợ chồng danh Nam mua của vợ chồng Cao-văn-Ngưu, ngày 20 tháng 10 năm 1884. Tờ đó có vào sổ tại Bà-rịa, ngày mồng 2 tháng 11 trong năm ấy.

Kể từ ngày nay, người mua được làm chủ chỗ bán đó. Cứ từ mồng 1 tháng giêng năm sau, thì phải đóng lấy thuế vụ.

Đất nầy bán 200 đồng bạc, người mua phải trả hiện tại cho kẻ bán đó.

Tiền vào sổ nhà nước, thì về phần tên Lê phải chịu.

Tờ làm tại Phước-lợi, tổng Phước-hưng-hạ, Bà-rịa, ngày 16 tháng 11 năm 1884.

QUARANTE-NEUVIÈME LEÇON

BÀI THỨ BỐN MƯƠI CHÍN.

On ne voyait de tous côtés que des femmes **tremblantes**, des petits enfants les larmes aux yeux **courant** vers la ville.

Thấy tứ phía tinh những đàn bà *rung rảy*, những con nít nước mắt ròng ròng *chạy* phía thành thị.

Les bombes **éclatant** portent autour d'elles la mort et l'incendie.

Trái phá *nổ ra* làm chết làm cháy chung quanh nó.

La politesse est comme l'eau **courante,** qui rend unis et lisses les plus durs cailloux.

Lễ phép cũng như nước *chảy,* nó làm cho sỏi cứng hơn hết phải bằng phải trơn.

Les étoiles **paraissant** et **disparaissant** nous remplissaient de joie et de terreur.

Những sao *hiện ra* và *mất đi* làm cho ta vui vẻ và sợ sệt.

Plus de la moitié de la terre est peuplée d'animaux **vivant** et **mourant** sans le savoir.

Hơn nửa phần trái đất có thú vật *sống đó chết đó* mà không hay biết tới.

Cái lời nói có vận **ant** chỉ việc xảy qua chẳng bao lâu, thì là **participe présent**, nên không dời đổi.

La mer **mugissant** ressemblait à une personne qui, ayant été trop longtemps irritée, n'a plus qu'un reste de trouble.

Biển *dậy ầm ầm* giống như người giận đã lâu rồi còn một chút bất bình mà thôi.

Cái lời nói có vần **ant** chỉ việc thường có lâu dài, thì là **adjectif,** vậy nên phải viết theo giống theo số với tên người tên vật nó hiệp đó.

Une humeur **plaisante** n'est pas celle des vieillards **souffrants.**

Tính khí *vui vẻ* không phải là tính khí những người già cả *đau đớn*.

Ils ont eu la témérité de s'engager sur cette mer **mugissante.**

Chúng nó cả gan mà trảy qua biển thường dậy ầm ầm nầy.

Sửa lại: Trương 262, hàng 25, 'employer = s'employer. — T. 266, h. 4, rapper = frapper. — T. 272, h. 11, *sortiet* = *sortie*. — *entatives* = *tentatives*.

Ce voyageur a vu des sauvages **errant** dans les bois.	Người bộ hành nầy có thầy người mọi rợ *đi lạc lài* trong rừng.
Ces sauvages vivent **errants** dans les bois.	Những người mọi rợ ấy *ăn ở lạc lài* trong rừng.
J'ai vu des chiens **courant** dans la campagne.	Tôi thấy có chó *chạy* ngoài đồng.
J'ai vu dans le bois des chiens **courants**.	Tôi thấy trong rừng có chó *hay chạy*.

Tiếng **participe passé** ở một mình hay là có verbe **être**, thì cũng như tiếng **adjectif**, nên phải viết một giống một số cùng tiếng **substantif** nó hiệp theo đó.

J'ai vu des remparts **détruits,** des villes **saccagées;** ces arbres ont été **abattus** par le vent.	Tôi có thấy đồn lũy phá hư, thành thị bị vây; những cây nầy bị gió mà ngã.
Une île est **entourée** d'eau de tous côtés.	Cù lao bị nước nó bao chung quanh.

Khi tiếng **participe passé** có verbe **avoir**, thì viết theo với **complément direct**, nếu tiếng nầy ở trước nó; còn như tiếng nầy ở sau nó, thì thôi.

J'ai **lu** *cette lettre*.	Tôi có đọc cái thơ nầy.
Le vase conserve longtemps le goût de *la liqueur* qu'on y a **versée** une fois.	Cái bình rót rượu vào một lần thì còn nghe hơi ấy lâu dài.
Oubliez *les services* **que** vous avez **rendus,** mais souvenez-vous toute votre vie de *ceux* **que** vous avez **reçus.**	Phải quên những ơn ngươi làm, mà phải nhớ cả đời những ơn ngươi chịu.

Tiếng **complément direct** đặt trước tiếng **participe**, thường là những tiếng **pronoms** nầy: que, me, te, se, le, la, nous, vous.

L'homme bienfaisant se rappelle avec plaisir les jours *qu'*il a **vécu.**	Người lành vui nhớ những ngày mà mình đã trải qua trong lúc đó.

La Judée a été très prospère pendant les trente-neuf ans *que* Salomon a **régné**.

On enregistre avec soin, dans les observatoires, la pluie *qu*'il y a **eu**, les chaleurs *qu*'il a **fait**.

Xứ Judée rất thạnh trong ba mươi chín năm mà vua Salomon cai trị đó.

Trong mấy chỗ khâm thiên giám, người ta biên kỹ lúc trời mưa, khi trời nắng.

Những **verbes neutres** hay là **impersonnels** không có **compléments directs** được, nên tiếng **participe passé** có **verbe avoir** mà cũng không đổi. Tiếng **que** trước nó đó thế cho: **pendant lesquels** hay là **lesquelles**.

Có tiếng *verbe* dùng hai thế: khi thì *actif*, khi thì *neutre*, tại theo ngĩa nó đó.

Ne regrettez ni le temps ni la peine *que* vous a **coûtés** une bonne action.

Que de propriétaires regrettent les sommes que certains travaux leur ont **coûté** !

Les caisses *que* nous avons **pesées** ont donné le poids indiqué sur la facture.

Les cinquante kilogrammes que votre malle a **pesé** vous ont fait payer un supplément.

Je suis heureux des compliments *que* votre travail vous a **valus**.

Que ferons-nous des mille francs que ce travail nous a **valu** ?

Đừng tiếc giờ đừng tiếc công mà một việc lành làm cho người phải chịu.

Biết bao nhiêu chủ đất tiếc những tiền phải tốn nơi đất họ đó.

Những thùng mà ta cân đó đúng theo như trong toa vậy.

Cái rương của anh nặng tới năm mươi cân tây, nên anh phải trả tiền thêm.

Tôi vui về những lời khen mà công anh làm cho anh được đó.

Ta sẽ làm gì về một ngàn quan mà việc nầy làm lợi cho ta đó ?

Cette femme chante bien ; je *l*'ai **entendue** chanter.

La romance que j'ai **entendu** *chanter* est charmante.

Người đàn bà nầy hát hay ; tôi có nghe nó hát.

Cái bài tôi nghe hát đó thì là vui lắm.

Nếu *complément direct* về **participe**, thì nó phải theo một giòng một số mà về **infinitif** thì thôi.

N'écrivez rien qui ne soit conforme aux règles que votre maître a **tâché** *de* vous *apprendre*.	Chớ viết chi không theo luật mà thầy bây ràn dạy bây đó.

Je lui ai rendu tous les services que j'ai **pu** (*lui rendre*).	Tôi giúp nó được việc gì, thì tôi đã làm rồi.

Nếu có tiếng hiểu ngầm làm trọn ngĩa (**complément direct**) cho tiếng **participe** thì nó không đổi chi hết.

Je lui ai fait toutes les concessions qu'il a **voulu** (*que je lui fisse.*)	Tôi đã cho nó các đều như nó đã muốn vậy.
Ils n'étaient pas aussi nombreux qu'on *l'*avait **cru** (qu'on avait cru qu'ils étaient nombreux).	Chúng nó không có đông như người ta nói vậy đâu.
La famine arriva comme Joseph *l'*avait **prédit** (avait prédit qu'elle arriverait).	Thiên hạ phải đói như Joseph đã nói trước vậy.

Tiếng **participe** có tiếng *pronom* **en** ở trước, chỉ ngĩa một ít phần thì không đổi, mà như tiếng nấy có tiếng khác làm rõ ngĩa nó, thì phải đổi.

Vous avez lu plus de livres que je n'**en** ai **lu**.	Anh đọc nhiều sách hơn là tô i đọc.
Il a élevé plus de monuments que d'autres n'**en** ont **détruit**.	Nó đã lập nhiều cái để đời hơn cái kẻ khác đã phá hư.
Plus on vous a donné de livres, plus vous **en** avez **lus**.	Họ càng cho anh sách nhiều anh càng đọc nhiều.

Combien **en** ai-je **vus** mourir !	Tôi thấy nó chết biết bao nhiêu!

La **multitude** d'étoiles que nous avons **vue** étonne l'imagination.	Những sao ta thấy nhiều quá đó làm cho ta kinh tâm.

La multitude **des étoiles** *que* nous avons **vues** nous éclairait.	Những sao ta thấy nhiều lắm đó soi sáng mình ta.
Le peu **d'instruction** *qu'*on **a reçue** est toujours utile dans la vie.	Người ta học được một chút cũng là có ích luôn cả và đời.
Le peu d'instruction *qu'*ont **eu** certaines personnes les fait tomber dans mille erreurs.	Học hành ít thì làm cho người ta phải cả ngàn điều lầm lạc.

Tiếng **participe** viết theo tiếng chỉ chòm khóm, mớ nhắm, hay là viết theo tiếng hiệp cùng nó đó là tại ý mình.

La foule *des mendiants* **que** nous avions **accueillis** encombrait la cour.	Cái đám ăn mày mà ta kêu tới đó nó tụ chật sân.
Une foule de mendiants **que** nous avions **aperçue** le matin revint le soir.	Một đám ăn mày mà ta ngó thấy hồi sớm mai đó nó trở lại buổi chiều nữa.
Elle s'est **rappelé** *ces faits*.	Nó đã nhớ lại những việc đó.

Tiếng **participe** về những *verbes réfléchis*, tuy là chia với **être**, mà phải tỷ như chia với **avoir**. Hễ *complément direct* ở trước thì đổi, còn ở sau thì thôi.

Richelieu ne **s'est** pas **départi** un instant des plans qu'il s'était tracés.	Ông Richelieu chẳng có bỏ lầy một giây phút những đồ cuộc người đã bày vẽ ra đó.
Elle **s'est repentie** de sa faute.	Con ấy đã (tự hối) cải lỗi nó.
Ils **se sont emparés** de la ville.	Chúng nó đã (hãm) lấy thành rồi.
Elle **s'est plu** á embellir son jardin.	Cô ấy ưa sửa cho tốt cái vườn của cô.
Elle **s'est nui** á elle-même.	Cô ấy hại mình cô.
Ils **se sont ri** de nos menaces.	Chúng nó cười ta hăm đó.
Nous **nous sommes parlé** pendant longtemps.	Ta đã nói chuyện với nhau lâu.

Indicatif chỉ việc thiệt việc chắc có; còn subjonctif chỉ việc nói trổng có ý nghi ngại.

Il **peut** venir.	Nó đến được.
Je doute qu'il **puisse** venir.	Tôi không chắc nó đến được.

Vậy nên subjonctif không dùng được nơi câu chánh ngĩa. Mà nơi câu phụ ngĩa chỉ việc thiệt, việc chắc có, thì cũng dùng **indicatif**.

Je crois		Tôi tin	
Je suppose		Tôi định	
Je prétends	qu'il **viendra**.	Tôi đoan	nó sẽ đến.
Je dis		Tôi nói	
Il est certain		Chắc là	

―――――

Je ne crois pas		Tôi không tin	
Je ne suppose pas		Tôi không định	
Je ne prétends pas	qu'il **vienne**.	Tôi không đoan	nó sẽ đến.
Je ne dis pas		Tôi không nói	
Il n'est pas certain		Không chắc là	

―――――

Les soldats criaient qu'on les **menât** au combat; qu'ils *voulaient* venger la mort de leur général; qu'on les **laissât** faire; qu'ils *étaient* furieux.	Quân lính la cho họ đem chúng nó ra trận; rằng chúng nó muốn báo thù quan tướng tử trận; cho họ để chúng nó làm; rằng chúng nó giận hung.

Trong câu nầy, hễ đều mà quân lính quyết muốn, thì đặt ở **indicatif**; còn đều mà chúng nó ước muốn, thì lại đặt ở **subjonctif**.

―――――

Faites-moi le plaisir de me dire où je pourrais trouver un cicerone pour visiter la ville.	Làm ơn nói cho tôi biết chỗ đặng tôi tiếm một người chỉ dẫn đi coi thành phố.
Si ma compagnie peut vous être agréable, je me ferai un véritable plaisir de vous servir moi-même de guide.	Như cậu bằng lòng cho tôi đi với, thì tôi lấy làm mừng mà chỉ dẫn cho.

J'accepte votre offre avec reconnaissance, pourvu que cela ne vous dérange pas trop.

Usez de moi sans cérémonie. Je vais d'abord vous montrer le chemin de la promenade publique.

Ayez la bonté de prendre le chemin le plus facile à reconnaître, afin que je ne me trompe pas, quand je voudrais y aller seul.

En sortant de cette rue-ci, prenez le quai à droite; quand vous serez au bout, vous trouverez une rue très large, qui vous conduira à la place publique, et là, vous verrez la rue qui aboutit tout droit à la promenade.

Le pont est très beau; il a neuf arches.

Il est très plat, et les trottoirs sont trop larges.

On va en construire un suspendu plus bas.

De l'autre côté de la rivière est un faubourg rempli de fabriques.

Les anciennes fortifications ont été reportées plus loin.

Les rues sont alignées et bien pavées.

Elles sont aussi fort propres; les eaux s'écoulent par les égouts, et les ordures sont soigneusement enlevées chaque jour.

Nếu cậu em không mắc chi lắm, thì tôi lấy làm mang ơn mà chịu cho cậu chỉ dẫn giùm.

Mặc ý ông khiến bảo. Trước hết tôi chỉ cho ông cái đàng đi đến chỗ thiên hạ dạo chơi.

Cậy đi cái đường cho dễ nhớ hơn hết, đặng khi tôi muốn đi đến đó một mình, thì không lộn.

Đi khỏi đường nầy, thì đi chỗ mé sông bên hữu; khi ông đến đàng đầu rồi, thì ông thấy một cái đường rộng lắm, ông đi theo đường đó tới chỗ rộng lớn rồi, ông thấy ở đó một cái đường nó chạy thẳng tới chỗ thiên hạ dạo chơi.

Cái cầu tốt lắm; có chín nhiệp.

Nó trẹt lắm, và đàng đi hai bên lề thì rộng quá.

Cũng gần làm một cái cầu treo thấp hơn.

Phía bên kia sông thì là một chỗ phường phố đầy những lò làm nghề.

Mấy đồn lũy cũ thì đã dời xa hơn.

Đàng sá đều làm ngay thẳng và có lót gạch lót đá tử tế.

Đàng sá cũng sạch sẽ lắm; nước nôi có cống chảy, còn rác rến thì quét hốt kỹ lưỡng mỗi ngày.

La ville est, à ce que je vois, toute sur la rive droite du fleuve.	Theo như tôi thấy đó, thì cả thành thị ở trọn phía mé sông bên hữu.
Combien a-t-elle de circuit ?	Vòng tròn được bao nhiêu ?
Deux lieues; et elle est fort peuplée.	Hai dặm; và người ta ở đông lắm.
On l'a beaucoup embellie depuis trois ans.	Từ ba năm nay người ta sửa sang tốt lắm.
La pagode est ouverte; entrons-y.	Cái chùa mở cửa; đi vô coi.
C'est le plus beau monument de la ville.	Chùa nầy là chỗ xinh tốt hơn hết cả thành.
Les sculptures sont admirables.	Đồ chạm trổ khéo lắm.
Si cela ne vous dérange pas, allons voir les autres curiosités.	Nếu cậu em không có mắc chi, thì ta đi coi các chỗ khác.

Reconnaissance pour les maîtres.

La reconnaissance pour ceux qui ont travaillé à notre éducation fait le caractère d'un honnête homme et est la marque d'un bon cœur. Qui de nous a été instruit avec quelque soin, à qui la vue ou même le simple souvenir de ses précepteurs, de ses maîtres et du lieu où il a été nourri ou élevé, ne fasse un singulier plaisir ? Que les jeunes gens conservent toujours un grand respect pour leurs maîtres, aux soins desquels ils sont redevables de s'être corrigés de leurs défauts et d'avoir pris des sentiments d'honneur et de probité.

Leur exactitude et leur sévérité déplaisent quelquefois dans un âge où l'on est peu en état de juger des obligations qu'on leur a; mais, quand les années ont mûri l'esprit et le jugement, on reconnaît que ce qui nous donnait de l'éloignement pour eux, je veux dire les avertissements, les réprimandes et la sévère exactitude à réprimer les passions d'un âge imprudent et inconsidéré, est précisément ce qui doit les faire estimer et aimer.

Rollin.

L'élève aura à souligner les substantifs.

Lòng biết ơn mấy thầy dạy học.

Lòng biết ơn những kẻ lo dạy ta làm ra tính hạnh người tử tế và là dấu chỉ được có lòng tốt. Ta đây ai được người ta lo lắn dạy dỗ, thì thầy hay là nhớ tới những người dạy học dạy hành và tới chỗ người ta nuôi dưỡng mình đó mà không làm cho mình vui lạ lùng? Phải chi người còn trẻ giữ lòng cung kính thầy dạy mình luôn, vì chúng nó mang ơn những kẻ ấy được sửa lỗi mình và được có lòng vinh hiển và ngay thẳng.

Mấy thầy ấy ở nghiêm nghị, có một đôi khi cũng chẳng đẹp lòng kẻ tuổi chưa biết xét tới ơn người ta làm cho mình đó, mà khi tới tuổi có trí biết xét, thì mới rõ cái đều làm cho ta xa mấy thầy ấy, nghĩa là những lời khuyên bảo, la rầy và cách ở nghiêm nhặc đặng hạ lòng tư dục hồi tuổi còn khờ và không hay suy nghĩ, thì thiệt là đều làm cho ta phải chuộng phải mến mấy thầy ấy.

Les nids d'hirondelles.

Heureuse et mille fois heureuse la maison aux nids d'hirondelles ! Elle est placée, entre toutes les autres, sous les auspices de cette douce sécurité dont les âmes pieuses croient avoir l'obligation à la Providence. Et, en effet, sans chercher dans l'hirondelle un instinct merveilleux de prophétie que les poètes lui accordent un peu trop libéralement, n'est-il pas permis de supposer du moins qu'elle n'est pas privée de l'instinct commun à tant d'autres espèces, qui leur fait deviner le séjour le plus assuré d'une famille qui s'établit? Ne craignez pas qu'elle se loge sous la paille inflammable d'un toit nomade. Elle a si grand'peur des mutations qui bouleversent nos domiciles d'un jour, qu'on la voit se fixer de préférence dans les édifices abandonnés dont nous sommes fatigués de remuer les ruines et que n'inquiète plus le mouvement d'une population turbulente. Les hommes n'y sont plus, dit-elle, et elle construit paisiblement sa demeure au lieu qui a déjà vu passer plus d'une génération sans s'émouvoir de leurs ébranlements.

Ch. Nodier.

L'élève aura à souligner les articles.

Ỏ́ én.

Cái nhà có én làm ở thì là có phưở́c lắm! Trong các cái khác, cái ấy được yên ởn nhờ những người nhơn từ đức hạnh họ tưở̛ng phải có Trời xuống phưở́c mới được. Và thiệt không nói sự con én có trí biết trưở́c mà các thi ông thường nói đó, cũng được tỉ nó có trí như các loài vật khác, tính biết chỏ̂ nhà nào ở chắc chắn hơn? Chở lo sợ cho nó ở dưới mái nhà tranh nhay lửa lại hay dời dạt. Nó sợ việc dời chỏ̂ ta ở tạm, đến đỏ̂i thấy nó ưa ở nơi những nhà bỏ̂ hoang mà ta hết muốn động đến chỏ̂ hư ấy và dân sự xao xiêng không làm cho phải lo nữa. Nó nói : người ta không ở đó nữa, nó yên lập chỏ̂ nó ở nơi chỏ̂ đã hơn một đời người rỏ̂i, khỏi lo tới sự day động ấy.

La chèvre.

La chèvre est vive, capricieuse, vagabonde. Ce n'est qu'avec peine qu'on la conduit et qu'on peut la réduire en troupeau : elle aime à s'écarter dans les solitudes, à grimper sur les lieux escarpés, à se placer et même à dormir sur la pointe des rochers et sur le bord des précipices ; elle est robuste, aisée à nourrir ; presque toutes les herbes lui sont bonnes, et il y en a peu qui l'incommodent. Elle ne craint pas la trop grande chaleur ; elle dort au soleil et s'expose volontiers à ses rayons les plus vifs sans en être incommodée et sans que cette ardeur lui cause ni étourdissement ni vertiges ; elle ne s'effraye point des orages, ne s'impatiente pas à la pluie, mais elle paraît sensible à la rigueur du froid.

L'inconstance de son naturel se marque par l'irrégularité de ses actions : elle marche, elle s'arrête, elle court, elle bondit, elle saute, s'approche, s'éloigne, se montre, se cache ou fuit comme par caprice et sans autre cause déterminante que celle de la vivacité bizarre de son sentiment intérieur; et toute la souplesse des organes, tous les nerfs du corps suffisent à peine à la pétulance et à la rapidité de ces mouvements qui lui sont naturels.

Buffon.

L'élève aura à souligner les adjectifs.

Con dê cái.

Con dê cái lau chau, trái chứng, lúc láo. Lấy làm khó đắc, khó ép nó theo bầy: nó ưa ở riêng trong chỗ thanh vắng, ưa leo trên mấy chỗ dốc, ưa nằm ưa ngủ trên chót mấy hòn đá và dựa bờ mấy chỗ sâu thẳm, nó vặm vỡ, dễ nuôi; rau cỏ chi cũng ăn được, có ít thứ làm cho nó khó chịu. Nắng hung nó cũng không sợ; nó ngủ ngoài chỗ có mặt trời (ngoài nắng), có ý hay chịu ánh mặt trời nóng hung dọi xuống mình, cũng khỏi khó ở chi hết, nóng vậy cũng khỏi xây xẩm chán ván; nó không sợ dông gió chút nào hết, không lấy làm bực bội ở ngoài trời mưa, mà coi trời lạnh hung thì biết lạnh.

Coi nó đi đứng không chừng, thì biết tánh hay dời đổi: nó đi, nó đứng, nó chạy, nó búng, nó nhảy, lại gần, dan xa, ló ra, núp trốn hay là chạy tránh như tuồng trái chứng; không tại cớ gì khác hơn là tại cái lòng nó lau chau dị kỳ ấy thôi; cả và thân thể mềm dẻo, cùng gân trong mình đó chưa đủ cho nó đi đứng lồm chồm lụp chụp tự nhiên như vậy.

Bayard et le duc de Bourbon.

Ce qui peut rendre les victoires glorieuses et dignes d'admiration, c'est la justice de la guerre et la sagesse du conquérant. Car il faut poser pour principe que la gloire ne peut jamais être séparée de la justice. Une parole célèbre du chevalier Bayard mourant montre bien la vérité de ce que je viens de dire. Il avait été blessé mortellement en combattant pour son roi, et était couché au pied d'un arbre. Le connétable, duc de Bourbon, qui poursuivait l'armée des Français, passant près de lui et l'ayant reconnu, lui dit qu'il avait grand'pitié de lui, le voyant en cet état, pour avoir été si vertueux chevalier. Bayard lui répondit : « Monsieur, il n'y a point de pitié en moi, car je meurs en homme de bien. Mais j'ai pitié de vous, de vous voir servir contre votre prince et votre patrie et votre serment. » Et peu après, Bayard rendit l'esprit. La gloire est-elle ici du côté du vainqueur, et le sort du mourant ne lui est-il pas infiniment préférable ?

Rollin.

L'élève aura à souligner les pronoms.

Ông Bayard với Ông quận công xứ Bourbon.

Sự làm cho mấy trận thắng mà được hiển vang và đáng ngợi khen thì là sự công bình trong lúc giặc giả với sự khôn ngoan kẻ thắng trận. Vì lấy mực thiệt thì sự vinh hiển không hề nên lìa sự công bình. Một lời để tiếng đời mà ông Bayard nói khi gần chết tỏ cái đều tôi mới nói đó là sự thiệt. Khi ông ấy vì vua mình mà đánh giặc, bị vít trọng lắm, nằm chỗ gốc cây kia. Ông tướng quân, quận công xứ Bourbon, khi ấy đuổi theo đạo binh người Français, đi ngang qua gần và nhìn biết được người, bèn nói cùng người rằng thấy người lâm thương như vậy, thì lấy làm thảm thiết cho người, vì người là một tướng rất nhơn đức. Ông Bayard đáp rằng : không có chi phải thảm thiết cho tôi, bởi vì tôi chết theo người lành. Mà tôi thảm thiết cho ngài, là thấy ngài làm tôi kẻ khác mà nghịch cùng chúa ngài, cùng quê hương ngài, cùng lời ngài thề. » Đó rồi, ông Bayard tắt hơi. Ấy sự vinh hiển phải về bên kẻ thắng trận đó chăng ? Cái số phận người gần chết ấy chẳng đáng chuộng hơn người thắng trận đó sao ?

Cincinnatus est élu cousul.

Dès que Cincinnatus fut élu, le sénat dépêcha vers lui pour l'inviter à venir prendre possession de sa magistrature. Il était alors occupé à labourer son champ. Il conduisait lui-même la charrue, n'étant vêtu que depuis les reins jusqu'aux genoux, avec un bonnet sur la tête. Lorsqu'il vit venir les députés qu'on lui avait envoyés, fort surpris de cette foule de monde et ne sachant ce qu'on lui voulait, il arrêta ses bœufs. Un de la troupe s'avança et l'avertit de se mettre dans un état plus convenable. Il entra dans sa cabane, où il prit ses habits, et se présenta ensuite devant ceux qui l'attendaient. Il fut aussitôt salué consul. On le revêtit de la pourpre, les licteurs se rangèrent devant lui avec leurs faisceaux, et on le pria de se rendre à Rome. Cincinnatus, troublé et affligé, se tut pendant quelque temps et répandit des larmes. Puis, rompant le silence, il ne dit que ces paroles: « Mon champ ne sera donc point ensemencé cette année. » Il prit congé de sa femme, et l'ayant chargée du soin du ménage, il s'achemina vers la ville.

Rollin.

L'élève aura à souligner les verbes.

Ông Cincinnatus được tôn lên làm Quâc trưởng.

Khi ông Cincinnatus được tôn lên làm Quâc-trưởng, thì thượng nghị viện vội vã đi thỉnh người đến chịu quyền ấy. Lúc đó người đang cày ruộng. Bổn thân người cầm lấy cày, mặc từ hán tới đầu gối mà thôi, với một cái mũ đội trên đầu. Khi người thấy những kẻ thay mặt dân họ đến, thấy đông thì lấy làm kỳ lắm, không biết họ muốn chi vậy, nên người ngừng đôi bò lại. Nội bọn có một người đi tới trước, nói cho người hay mà thay đồ cho tử tê. Người vào trong lều mà lấy áo rộng quần dài, rồi thì ra mắt những kẻ đợi người. Tức thì đó họ tôn người lên làm Quâc-trưởng. Họ mặc đồ châu hồng cho người, lính hầu cầm bó roi búa dàn mặt, họ thỉnh người đến thành Rome. Ông Cincinnatus, động lòng buồn bã, nính một hồi và rơi nước mắt. Rồi nói lời nầy : « Vậy chẳng đám ruộng tôi không deo năm nay được. » Người từ giả bà vợ, giao việc nhà mà đi tới kinh đô.

CINQUANTIÈME LEÇON
BÀI THỨ NĂM MƯƠI.

Tiếng Phansa với tiếng ta, càng suy càng xét chừng nào, càng thấy lạ thấy xa nhau. Như ta nói: *Vắng chủ nhà, thì gà bươi bếp.* Phansa nói: *Vắng mặt mèo, chuột reo chuột múa.* **Quand les chats n'y sont pas, les souris dansent.** Khác lời nói, mà ý cũng vậy, cũng chỉ nghĩa là *vắng trên, thì dưới lung lăng.*

Tục ngữ Phansa cùng lời nói bóng dán có nhiều khi khó hiểu lắm; ấy tại phong tục khác nhau, nên lời tỉ dụ, lời so sánh cũng khác nhau. Như ta nói: *Ăn vỏ dừa, thấy dừa liền sợ*; Phansa nói: *Mèo phỏng mình, thất kinh nước lạnh*, **chat échaudé craint l'eau froide**. Ta nói: *hai chín chồng nhau*; Phansa nói: *mèo lành, chuột lẹ,* **à bon chat, bon rat**. Ta nói: *Bá nhơn bá tánh*; Phansa nói: **Autant de têtes, autant d'opinions.**

Acheter chat en poche.	Mua trâu vẽ bóng.
Donner un œuf pour avoir un bœuf.	Thả con tôm, bắt con cá.
Pour éviter Charybde, on tombe dans Scylla.	Tránh đó, mắc đăn.
Petit à petit l'oiseau fait son nid.	Góp gió làm bảo.
Cet homme tirerait de l'huile d'un mur.	Người nầy rán sành ra mỡ.
Vouloir prendre la lune avec les dents.	Duyên mộc cầu ngư.
Aboyer à la lune.	Sủa ma.
Enfermer le loup dans la bergerie.	Dưỡng hổ di hoạn.

Phansa hay dùng tiếng *verbe* làm ra tiếng *nom*. Như: **boire et manger**, *ăn uống*; **le boire et le manger**, *đồ ăn đồ uống*. Tàu cũng vậy. Như: Vi thiện giả, Thiên báo chi dỉ *phước*; kẻ làm lành, Trời cho nó được *phước*; vi bất thiện giả, Thiên báo chi dỉ *họa*; kẻ làm đều chẳng lành, Trời cho nó mang *họa*. — Thiên đạo *phước* thiện *họa* dâm; Trời xuống *phước* cho kẻ lành, *đeo họa* cho đứa dữ. — Kiệt nhơn *hung* kì kiệt, hung nhơn *kiệt* kì hung; người tốt *xấu* sự tốt mình, đứa xấu *làm tốt* sự xấu nó.

Trong mười mỏi được đổi tiếng kia làm tiếng nọ, mà phải thêm bớt; còn Tàu thì tại chỗ đặt tiếng ấy. Nên kẻ học phải cho có ý.

Avoir le cœur gros.	Buồn bực.
Loin des yeux, loin du cœur.	Cách mặt, xa lòng.
Passer au fil de l'épée.	Chém, (qua lưỡi gươm).
Payer le tribut à la nature.	Chết, (mãng phần, tận số).
Prendre terre.	Lên bờ.
Ajouter foi.	Tin, nghe lời.
Rester en suspens.	Lưỡng lự.

Phansa có cách nói riêng (*gallicisme*), hoặc thíu tiếng, hoặc dư tiếng

C'est à vous **de** jouer.	Tới anh đánh, (bài bạc).
Ce que je sais le mieux, c'est mon commencement.	Chỗ tôi thuộc hơn hết thì là đàng đầu.
Il arrive souvent **qu'**on se trompe.	Người ta thường hay lầm.
Il **y** aura beaucoup de fruits cette année.	Năm nay sẽ có nhiều trái cây.
Si j'étais **que de** vous, je m'y prendrais de cette manière.	Nếu tôi là anh, thì tôi làm thể nầy.

Aussi — que.	Bằng, cũng bằng vậy.
Nous sommes **aussi** fatigués **que** vous.	Mầy tôi *cũng* mệt *bằng* mầy anh *vậy*.
Si — que.	Rất, đến đỗi.
Nous sommes **si** fatigués **que** nous ne pouvons plus marcher.	Mầy tôi *rất* mệt *đến đỗi* bước không được nữa.

Thường dùng tiếng si thể cho tiếng aussi trong câu chỉ nghĩa không có đều nói đó.

Nous ne sommes pas **si** riches **que** vous.	Mầy tôi không có giàu *bằng* mầy anh.
Le chat voit **aussi** clair la nuit **que** le jour.	Con mèo ban đêm thấy rõ *cũng như* ban ngày.

Davantage, *hơn*; **plus**, *hơn* : plus thường dùng với qu^e, còn **davantage** hì dùng ở một mình.

Minh est laborieux, mais Tâm l'est **davantage**.	Trò Minh siêng, mà trò Tâm siêng *hơn*.
Bửu est **plus** paresseux **que** Giảm.	Trò Bửu làm biếng *hơn* trò Giảm.
La science est estimable, mais la vertu l'est bien **davantage**.	Sự thông thái là đáng chuộng, mà lòng nhơn đức càng đáng chuộng *hơn nữa*.
Le tigre est **plus** cruel **que** le lion.	Cọp dữ *hơn* sư tử.

De suite.	Luôn, liên nhau.
Ils ont marché plusieurs jours **de suite**.	Chúng nó đi *luôn* nhiều ngày.
Tout de suite.	Liền, tức thì.
Il faut que les enfants obéissent **tout de suite**.	Con nít phải vưng lời *tức thì*.

Plus tôt.	Sớm hơn.
Vous êtes venu **plus tôt** que lui.	Anh đến *sớm hơn* nó.
Plutôt.	Phải hơn.
Vous réussirez **plutôt** que lui.	Anh được *phải hơn* nó.

Tout à coup.	Bỗng chức, thình lình.
Tout à coup un éclair a brillé.	Chớp nhán *thình lình*.
Tout d'un coup.	Một lược, vùng.
La maison s'est écroulée **tout d'un coup**.	Cái nhà *vùng* sập xuống.

Avoir le dessus.	Ở hơi trên, được thể.
Prendre le dessus.	Lần lướt, lần hơi.
Conserver le dessus.	Giữ phần lợi.

Trong câu hỏi hay là chỉ không có, thì tiếng **ne** phải đặt sau những *verbes*: **contester**, *cãi, không chịu*; **désespérer**, *không trông cậy*; **disconvenir**, *không ưng*; **douter**, *nghi*; **nier**, *chối*.

je ne conteste pas, je ne nie pas qu'il **ne** soit très éloquent.	Tôi không cải, tôi không chồi rằng nó ăn nói hay lắm.
je ne désespère pas, je ne doute pas qu'il **ne** réussisse.	Tôi không thôi chí, tôi không hồ ngi rằng nó làm được việc.
Contestez-vous, niez-vous qu'il **ne** soit très éloquent?	Anh cải, anh chồi rằng nó ăn nói hay lắm sao?
Désespérez-vous, doutez-vous qu'il **ne** réussisse?	Anh thôi chí, anh hồ ngi rằng nó làm được việc sao?

Dấu không phải là câu hỏi, không phải là câu chỉ không có, thì cũng đặt tiếng ne sau những *verbes:* **appréhender,** *ớn;* **avoir peur,** *sợ;* **craindre,** e; **trembler,** *lo sợ;* và sau những *verbes:* **empêcher,** *cản;* **éviter,** *ngăn;* **prendre garde,** *giữ; thủ thê.*

J'ai peur, je crains, j'appréhende, je tremble qu'il **n**'échoue.	Tôi sợ, tôi e, tôi ớn, tôi lo sợ nó trật.
Empêchez, évitez, prenez garde que cet enfant **ne** fasse de mauvaises actions.	Cản, ngăn, giữ kẻo thằng nhỏ nầy làm việc dữ.

Tiếng **ne** phải đặt sau à moins que, *ít nữa là;* và sau plus, *hơn;* mieux, *khá hơn;* moins, *ít hơn;* autre, *khác;* autrement, *khác cách, không thì.*

Il est plus riche qu'il **ne** le dit.	Nó giàu hơn là nó nói đó.
On se voit d'un autre œil qu'on **ne** voit son prochain.	Mình coi mình khác con mắt coi người.

Mà tiếng **ne** không đặt sau tiếng sánh mà có tiếng chỉ ngĩa không.

Il n'est pas plus grand que vous croyez.	Nó không lớn hơn là anh tưởng đó.

Những tiếng *prépositions* à, de, en, thường lặp lại trước mỗi tiếng *complément;* còn mấy tiếng khác thì dùng được cho nhiều tiếng *compléments.*

Cet enfant est habitué **à** se taire et **à** travailler.	Thằng nhỏ nầy quen nính và quen làm việc.
Il est plein **de** courage, **de** force et **d**'adresse.	Nó có gan lắm, mạnh lắm và khéo lắm.

Il l'emporte sur les autres **en** courage, **en** force et **en** adresse.	Nó hơn mấy đứa kia về gan dạ, sức mạnh và khéo léo.
Il travaille **pour** vivre et faire vivre sa famille.	Nó làm việc mà ăn và nuôi gia quyến.
Il remplit ses devoirs **envers** Dieu, le prochain et lui-même.	Nó giữ phận ở cùng Trời, cùng người, cùng bổn thân.

Je dis cela, **parce que** je le sais.	Tôi nói đều đó, *bởi vì* tôi biết.
Par ce que je sais, je vois que j'ai beaucoup à apprendre.	Vì *đều* tôi biết đó, tôi rõ còn phải học nhiều.
Il parle ainsi, **quoiqu**'il sache le contraire.	Nó nói như vậy, *tuy* nó biết là khác.
Quoi qu'il dise, je le croirai.	Nó nói *chi*, tôi cũng tin.

Vous me semblez bien jeune; quel âge avez-vous?	Coi bộ mấy còn trẻ lắm, mấy mấy tuổi?
J'ai vingt ans.	Thưa hai mươi tuổi.
Y a-t-il longtemps que vous êtes en service?	Mấy ở mướn đã lâu không?
J'ai commencé à seize ans.	Tôi ở mướn hồi mười sáu tuổi.
Dites-moi ce que vous savez faire.	Nói cho tao rõ mấy biết làm việc gì.
Je sais servir à table, et en cas de besoin je pourrais faire l'office de secrétaire.	Tôi biết dọn bàn, lại khi túng ký lục thì tôi làm cũng được.
De quel pays êtes-vous?	Mấy ở xứ nào?
Je suis de Mỹ-tho.	Tôi ở Mỹ-tho.
Etes-vous marié?	Mấy có vợ chưa?
Non, Monsieur.	Thưa ông, chưa.
Savez-vous faire la cuisine?	Mấy biết nấu ăn không?
Oui, Monsieur, et je sais faire toutes sortes de pâtisseries.	Thưa biết, lại tôi cũng biết làm các thứ bánh.

Montez-vous à cheval ? | Mầy biết cỡi ngựa không ?
A votre service, Monsieur. Je pourrais courir la poste et servir de courrier. | Thưa biết. Tôi đi thơ và làm việc kể chạy tờ cũng được.
Avez-vous déjà voyagé ? | Mầy có đi chỗ nào chưa ?
J'ai fait plusieurs voyages au Tonkin, au Japon et à Singapour. | Tôi đã đi nhiều chuyến ra Đông-kinh, qua Nhựt-bổn và xuống Hạ-châu.
Parlez-vous chinois ? | Mầy biết tiếng chệc không ?
Je l'entends, et je puis me faire entendre. | Tôi hiểu được và cũng nói cho họ hiểu được.
Y a-t-il longtemps que vous êtes sans place ? | Mầy không chỗ ở đã bao lâu ?
Il y a deux mois. | Đã hai tháng nay.
Pourquoi avez-vous quitté votre maître ? | Làm sao mầy thôi ở với chủ mầy ?
Mon maître m'a congédié, parce qu'il est rentré en congé en France. | Chủ tôi thôi nuôi tôi, bởi vì người về ngỉ bên nước Phan-sa.
Etiez-vous resté longtemps avec lui ? | Mầy ở với ông ấy lâu không ?
Trois ans. | Ba năm.
Voici son certificat. Si cela ne suffit pas, Monsieur peut prendre des informations de M. Pierre. | Cái giấy ông ấy làm chứng cho tôi đây nầy. Nếu ông còn ngại, xin hỏi thăm ông Pierre thì rõ.
Combien aviez-vous de gages ? | Khi ấy mầy ăn tiền mướn bao nhiêu ?
Dix piastres par mois. | Một tháng mười đồng (bạc).
Je vous donnerai ce que vous demandez. | Tao cũng trả cho mầy như vậy.
Mais je vous recommande d'avoir du soin et d'éviter la mauvaise compagnie. | Mà tao dặn mầy phải cho kỹ lưỡng và đừng làm bạn với đứa hung hoang.
J'espère que Monsieur aura sujet d'être content de mon service. | Tôi trông cho ông có chuyện mà bằng lòng về công việc tôi.

Grand' mère.	Bà nội, bà ngoại.
Grand' route.	Đường cái, quan lộ.
Pas grand' chose.	Không chi, không mấy chút.
L'écolier inattentif n'apprend pas grand' chose.	Đứa học trò vô ý thì học không mấy chút.
La grand' route de Saïgon à Tây-ninh est longue de 100 kilomètres.	Đường cái từ Sàigòn tới Tây-ninh thì xa là 100.000 thước.

La grammaire est la science à **laquelle** je me livre en ce moment.	Văn pháp là sự thông biết *mà* tôi đang lo xét bây giờ đây.
Les chevaux **auxquels** on ne donne pas une nourriture suffisante ne résistent pas à la fatigue.	Ngựa *mà* họ không cho ăn cho no đủ thì không chịu mệt nhọc được.

Qui ở trước một tiếng *préposition* : à qui, pour qui, en qui v. v. thì thế cho người mà thôi.

J'ai vu l'homme **à qui** vous avez parlé.	Tôi có thấy người đờn ông mà anh đã nói với nó đó.

Nói về sự vật, thì phải dùng **lequel, laquelle,** v. v. trước có tiếng *préposition*.

La bonté de (1) Dieu, **de laquelle** nous sommes assurés, doit nous donner confiance.	Lòng tốt ông Trời, *mà* ta chắc *đó*, làm cho ta đem lòng tin cậy.
Les animaux **avec lesquels** nous vivons nous rendent de grands services.	Thú vật *mà* ta ở chung cùng *đó* làm cho ta nhờ nhiều công cán lớn.
L'araignée fait avec ses fils une espèce de pont **sur laquelle** elle court.	Con nhện nhện dùng chỉ của nó mà làm một thứ cầu *mà* nó chạy trên *đó*.

Các thì ở *subjonctif* trùng với các thì ở *indicatif*,
Thì bây giờ (*présent*) trùng với:
Thì bây giờ (*présent*) ở indicatif.......je veux
Thì sẽ có (futur)..................je voudrai } que tu viennes.
Thì sẽ có trước (futur antérieur) ......quand j'aurai voulu

---

(1) Chữ **de** ngĩa cũng như *chi,* như *ki,* trong câu nầy : Mạnh-kha *chi* mẩu *ki* xá cận mộ.

Thì khi ấy (imparfait) trùng với :

Thì khi ấy (imparfait)..................je voulais	
Thì qua trọn (parfait défini) ....je voulus	
Thì qua chưa trọn (parfait indéfini).....j'ai voulu	que tu
Thì qua rồi dã lâu (plus-que-parfait)....j'avais voulu	vinsses.
Thì có cớ (conditionnel)..............je voudrais	
Thì có cớ trước (conditionnel ant.).....j'aurais voulu	

Thì qua rồi (parfait) trùng với :

Thì bây giờ (présent)..................je veux	
Thì qua chưa trọn (parfait indéfini).....j'ai voulu	que tu
Thì sẽ có (futur).....................je voudrai	aies écrit.
Thì sẽ có trước (futur antérieur).......quand j'aurai voulu	

Thì qua rồi dã lâu (plus-que-parfait) trùng với :

Thì khi ấy (imparfait)..................je voulais	
Thì qua rồi trọn (parfait défini) ....je voulus	
Thì qua rồi chưa trọn (parfait indéfini) .j'ai voulu	
Thì qua rồi trước (parfait antérieur)....j'eus voulu	que tu
Thì qua rồi dã lâu (plus-que-parfait).....j'avais voulu	eusses écrit.
Thì có cớ (conditionnel)..............je voudrais	
Thì có cớ trước (conditionnel antérieur)..j'aurais voulu	

Simplicité des anciens.

Les plus grands hommes, comme Aristide chez les Grecs, qui avait gouverné les finances de toute la Grèce pendant plusieurs années, Valérius Publicola, Ménénius Agrippa, et tant d'autres Romains célébrés par les historiens, sont morts souvent sans avoir laissé de quoi fournir aux frais de leurs funérailles, tant la pauvreté était honorée chez eux et les richesses méprisées. On a vu à Rome un vénérable vieillard, illustré par plusieurs triomphes, manger au coin de son feu les légumes qu'il avait lui-même cultivés et cueillis dans son jardin. Ils ne se piquaient pas d'habileté à faire servir un repas bien ordonné; mais ils avaient appris l'art de vaincre les ennemis dans la guerre et de gouverner les citoyens dans la paix. Magnifiques dans les temples et dans les édifices publics, et ennemis déclarés du luxe des particuliers, ils se contentaient pour eux-mêmes de maisons fort modestes, qu'ils avaient ornées des dépouilles des ennemis, et non de celles des citoyens.

L'élève aura à souligner les participes.

Sự thiệt thà người đời xưa.

Những người cao sang, như ông Aristide người Grec, coi tiền của cả nước Grèce nhiều năm, ông Valérius Publicola, ông Ménénius Agrippa với nhiều người Romains khác mà kẻ làm sử ngợi khen đó, nhiều khi qua đời không để chi đủ mà cấp việc tống táng, vì mấy người ấy chuộng phận nghèo, chê của cải. Có thấy tại thành Rome một ông già đáng kính, thắng nhiều trận được hiển vinh, mà ăn xó bếp những rau đậu người trồng người hái trong vườn người. Mấy ông không thẹn vì không ăn được một bữa dọn cho khéo; mà mấy ông học được có tài làm cho mình hơn kẻ nghịch trong khi giặc giã và trị được chúng thứ trong lúc bình yên. Sang trọng trong các nhà thờ, trong các dinh dãy, không hề ưa việc xa hoa chúng thứ, các ông cũng bằng lòng ở nhà tầm thường, mà mình chưng dựng những đồ lấy của giặc, chớ chẳng phải là đồ của người bổn xứ.

Point de parfait bonheur ici-bas.

La Providence a dispensé avec tant de sagesse les biens et les maux de cette vie, que chacun, dans son état, quelque heureuse qu'en paraisse la destinée, trouve des amertumes qui en balancent toujours les plaisirs. Il n'est point de parfait bonheur sur la terre, parce que ce n'est pas ici le temps des consolations, mais le temps des peines. L'élévation a ses assujettissements et ses inquiétudes; l'obscurité, ses humiliations et ses mépris; le monde, ses soucis et ses caprices; la retraite, ses tristesses et ses ennuis; l'amitié, ses pertes ou ses perfidies; la piété elle-même, ses répugnances et ses dégoûts; enfin, par une modestie inévitable aux enfants d'Adam, chacun trouve ses propres voies semées de ronces et d'épines. La condition la plus heureuse en apparence a ses amertumes secrètes qui en corrompent toute la félicité; le trône est le siège des chagrins comme la dernière place; les palais superbes cachent des soucis cruels comme le toit du pauvre et du laboureur ; et de peur que notre exil ne nous devienne trop aimable, nous y sentons toujours par mille endroits qu'il manque quelque chose à notre bonheur.

Massillon.

L'élève aura à souligner les mots invariables.

Chẳng có phước trọn dưới thế nầy.

Vì Thân-minh đã sắp đặt rất khôn khéo những đều tốt cùng những đều xấu trong đời nầy, cho mỗi người, theo phận mình, dầu số mạng coi tuồng có phước bực nào, cũng gặp đều cay đắng nó châm chế sự vui vẻ ấy luôn. Chẳng có phước trọn trên đất nầy, bởi vì không phải đây là lối sướng thân vui lòng; mà là lối nhọc mình cực trí, sang trọng thì có sự bó buộc sự lo sợ; bực không danh vọng thì chịu hèn hạ chịu nhục nhã; ở đời thì mắc lo rầu mắc rủi ro; ở ăn thì rầu rĩ thì buồn bực; thân thiết thì có chổ mất lòng có chổ mất tin; đạo đức thì cũng mắc ghét bỏ mắc chê bai; lại cũng vì số mạng con cái ông Bành-tổ (Adam) không tránh khỏi, mỗi người phải gặp đàng riêng có gai có gốc như vậy. Phận ai coi bề ngoài có phước hơn hết thì cũng có đều cay đắng kín đáo nó làm mất bề sung sướng ấy; ngôi báu là chổ đa đoan rầu rĩ như chổ cùng vậy; lầu đài rực rỡ chứa nhiều việc phiền hà dữ tợn như chòi kẻ nghèo khổ kẻ rẩy bái vậy; rốt lại còn e ta tríu mến sự đày đọa ấy quá chăng, nên cho ta hằng biết phải thíu chi đó cả ngàn phần nữa mới là có phước.

Le perroquet.

Non seulement cet oiseau a la facilité d'imiter la voix de l'homme, il semble encore en avoir le désir; il le manifeste par son attention à écouter, par l'effort qu'il fait pour répéter; et cet effort se réitère à chaque instant, car il gazouille sans cesse quelques-unes des syllabes qu'il vient d'entendre, et il cherche à prendre le dessus de toutes les voix qui frappent son oreille, en faisant éclater la sienne. Souvent on est étonné de lui entendre répéter des mots ou des sons que l'on n'avait pas pris la peine de lui apprendre, et qu'on ne le soupçonnait pas même d'avoir écoutés; il semble se faire des tâches et chercher à retenir sa leçon chaque jour; il en est occupé jusque dans le sommeil, il jase encore en rêvant. C'est surtout dans ses premières années qu'il montre cette facilité, qu'il a plus de mémoire et qu'on le trouve plus intelligent et plus docile. Quelquefois cette faculté de mémoire, cultivée de bonne heure, devient étonnante; mais, plus âgé, il devient rebelle et n'apprend que difficilement.

Buffon.

L'élève remplacera *le perroquet* par *les perroquets* et fera les autres changements nécessaires.

Con két.

Con chim nầy chẳng những là có thể dễ mà bắt chước tiếng người ta, nó lại có bụng muốn nữa; biết được nó có bụng ấy là tại nó có ý chăm chỉ mà nge, tại nó ra sức mà lặp lại; mỗi dây phút nó rán làm lại như vậy hoài, vì nó thường lặp đi lặp lại một hai tiếng nó mới nge đó, và nó kiếm thế mà bắt hơi trên những giọng lọt vào tai nó, là làm rân cái giọng nó đó. Có nhiều khi lấy làm lạ là nge lặp đi lặp lại tiếng kia giọng nọ không ai ra công mà dạy nó bao giờ, và không dè nó có nge rồi; coi như tuồng nó quyết lòng và kiếm thế mà nhớ cho được mỗi ngày cái bài nó học đó; nó lo lắn cho tới trong dất ngủ, khi mơ màn còn nói ra lia lịa. Nhứt là trong mấy năm đầu nó được có thể dễ ấy, có trí nhớ hơn, thấy nó có trí sáng hơn lại dễ dạy hơn. Có một đôi khi trí nhớ ấy, tập được cho sớm, thì là lạ lùng lắm; mà, tuổi lớn rồi, thì tập là không nổi, học khó được lắm.

Les moineaux

Les moineaux sont, comme les rats, attachés à nos habitations ; ils ne se plaisent ni dans les bois, ni dans les vastes campagnes : on a même remarqué qu'il y en a plus dans les villes que dans les villages, et qu'on n'en voit pas dans les hameaux et dans les fermes qui sont au milieu des forêts ; ils suivent la société pour vivre à ses dépens ; comme ils sont paresseux et gourmands, c'est sur des provisions toutes faites, c'est-à-dire sur les biens d'autrui qu'ils prennent leur subsistance ; nos granges et nos greniers, nos basses-cours, nos colombiers, tous les lieux, en un mot, où nous rassemblons ou distribuons des grains, sont les lieux qu'ils fréquentent de préférence ; et comme ils sont aussi voraces que nombreux, ils ne laissent pas de faire plus de tort que leur espèce ne vaut ; car leur plume ne sert à rien, leur chair n'est bonne à manger, leur voix blesse l'oreille, leur familiarité est incommode, leur pétulence grossière est à charge.

Buffon.

L'élève remplacera le pluriel *les moineaux* par le singulier *le moineau*, et fera les autres chaugements nécessaires.

Chim sẻ sẻ.

Chim sẻ sẻ, cũng như chuột vậy, cứ ở theo lòi nhà cửa ta ; nó không chịu ở trong rừng tróng đồng rộng. Người ta thầy nhiều sẻ sẻ trong thành thị hơn là trong làng xóm, lại chẳng thầy con nào trong mầy ấp trong mầy sở rẫy chính giữa rừng rú ; theo ta mà ăn nhờ ; tại nó làm biếng và láu ăn, cứ những đồ sẵn sàng, ngĩa là cứ của chúng mà ăn mà thôi ; mầy chỗ lẩm mầy chỗ vựa, chỗ nuôi gà vịt, chỗ nuôi bò câu, nói tắt một lời, mầy chỗ ta thâu và phát những hột những giồng thì là những nơi nó hay tụ lắm ; cũng tại nó đông đảo lại hộp ăn, nên loại nó thì không ra chi mà không khỏi làm thiệt hại hung ; vì lông nó vô dụng, thịt nó không ngon, tiếng nó kêu không êm tai, nó ở gần thì bực mình, bộ nó lau chau càng thêm khó chịu.

Le loup.

Le loup est un de ces animaux dont l'appétit pour la chair est le plus véhément; et quoique avec ce goût il ait reçu de la nature les moyens de le satisfaire, qu'elle lui ait donné des armes, de la ruse, de l'agilité, de la force, tout ce qui est nécessaire, en un mot pour trouver, attaquer, vaincre, saisir et dévorer sa proie, cependant il meurt souvent de faim, parce que l'homme, lui ayant déclaré la guerre, l'ayant même proscrit en mettant sa tête à prix, le force à fuir, à demeurer dans les bois, où il ne trouve que quelques animaux sauvages qui lui échappent par la vitesse de leur course, et qu'il ne peut surprendre que par hasard ou par patience, en les attendant longtemps, et souvent en vain, dans les endroits où ils doivent passer. Il est naturellement grossier et poltron, mais il devient ingénieux par besoin et hardi par nécessité; pressé par la famine, il brave le danger, vient attaquer les animaux qui sont sous la garde de l'homme, ceux surtout qu'il peut emporter aisément, comme les agneaux, les petits chiens, les chevreaux; et lorsque cette maraude lui réussit, il revient souvent à la charge, jusqu'à ce qu'ayant été blessé ou chassé, et maltraité par les hommes et les chiens, il se recèle pendant le jour dans son fort, n'en sort que la nuit, parcourt la campagne, rôde autour des habitations, ravit les animaux abandonnés, vient attaquer les bergeries, gratte et creuse la terre sous les portes, entre furieux, met tout à mort avant de choisir et d'emporter sa proie.

Buffon.

L'élève remplacera *le loup* par *les loups* et fera les autres changements nécessaires.

Con chó sói.

Con chó sói là thú thèm thịt hung quá, mà tính và như vậy thì Trời lại cho có thể mà làm được như vậy, là cho nó có nanh vút, có mưu kế, được lẹ làn, được mạnh mẽ, nói tắt một lời, có đủ đặng mà tìm mà chụp mà bắt mà vật mà táp con thịt đó, bởi vì người ta, đã hềm thù nó, làm án tử rồi, là rao ai lấy đầu nó đặng thì thưởng, nên làm nó phải trốn trong rừng, chỗ nó gặp một hai con thịt, hễ có rược tới thì lại chạy mau vượt khỏi luôn và hoặc thỉnh lình hoặc nhịn nhục đợi cho lâu thì mới bắt được, lại nhiều khi đợi vô ích trong những chỗ thú ấy phải đi qua. Tự nhiên nó hay vục chạc nhúc nhác, mà bởi túng nên mới sanh xảo và bởi ngặt nên mới ra dạn; đói thét thì không sợ hiểm nghèo, tới bắt loài vật của người ta nuôi, nhứt là những con mà nó tha đi đặng dễ, như chiên con, chó con, dê con; khi bắt trộm như vậy mà được, thì nó trở lại hoài mà bắt cho tới khi bị thương hay là bị rượt, và bị người ta hay là chó hành khổ, thì ban ngày núp trong bụi rậm, ban đêm mới ló ra, chạy cùng đồng, chạy rảo chung quanh chỗ chúng ở, kéo dùa thú vật chúng bỏ lỡ, tới bắt chiên trừu trong chuồng, bươi đào dưới cữa dưới ngõ, vô được thì dỗ dữ, trước khi lựa mà rinh con nó bắt được đó, thì vật giết cả thảy. (1)

Làm tĩnh được việc.

Ông kia giàu có mà nhà thì cheo leo một mình ở giữa cù lao. Một bữa nước rông, ăn cướp rủ nhau tới đánh. Ghe nó áp vào tứ phía, trong nhà bàn loạn; mà ông chủ gượng làm oai, hoặc may nó có kiêng nó đi đi chăng. Mới kêu trẻ ở thức dậy thắp đèn. Trẻ thưa: « Có ăn cướp, nó đã vây bốn phía.
— Ông chủ nói: Vậy thì càng hay, may cha chả là may! Bầy lâu trông không thấy các ảnh tới đây một chuyến! Thôi! bây mở cửa ra hết coi thử nào! »

Các bợm ở dưới ghe nghe nói, thôi đà nổi ốc cùng mình: « Lão nầy có khi tài lắm đây bây! không biết cơ mưu lão làm sao mà mình dám vô!... Thôi, chi cho bằng lui đi chỗ khác! » Hè nhau chống ghe đi ráo.

Sĩ-tải, Trương-vĩnh-Ký.

---

(1) Des grammairiens à courte vue semblent croire que l'orthographe est fixée à jamais, et qu'il n'y a pas à appeler de leurs décisions. Mais il n'est pas douteux qu'elle ne doive se modifier encore, et que quelques réformes modérées n'y puissent être introduites sur certains points consacrés par l'usage.

A. Chassang.

Heureux effet de la présence d'esprit.

Un homme riche habitait seul dans une maison isolée au milieu d'une île. Un jour de grande marée des pirates projetèrent de venir l'attaquer. Leurs barques entouraient déjà la maison, et dans l'intérieur l'épouvante régnait ; mais le maître essaya de leur en imposer, dans l'espoir qu'ils renonceraient à leur entreprise et se retireraient. C'est pourquoi il réveilla ses domestiques et leur ordonna d'allumer leur lampe. « Il y a ici des pirates ! lui dirent ses serviteurs. Ils entourent la maison ! — Tant mieux ! répondit-il, par ma foi, voilà une bonne chance ! Il y a longtemps que j'espérais en vain voir ces camarades venir une fois ici ! Allons ! Ouvrez donc toutes les portes ! »

Les coquins l'entendirent de leur bateau, et cela suffit pour leur donner la chair de poule. « Oh ! oh ! s'écrièrent-ils, ce vieux est un homme de grand talent, peut-être ! Avant de nous risquer là-dedans, il faudrait savoir le tour qu'il nous réserve !... Allons ! nous n'avons rien de mieux à faire que de nous en aller ailleurs ! » Là-dessus ils décampèrent avec ensemble et disparurent.

A. des Michels.

Thanh da văn chung.

Đời nhà Minh có hai ông quan thinh danh lớn : một ông giàu, một ông nghèo. Ông giàu có một thằng con trai bạc hạnh. Phóng đảng ăn chơi, ngày theo cờ bạc, tối dựa thanh lâu. Cha làm hết cách răn con không đặng. Một bữa ông nghèo tới viếng ông giàu, trách ông giàu chẳng hay kềm thúc con nhà, để nó hoang, thì e phải *đãng san khuinh gia*. Ông giàu tự nhược đáp lại rằng : « Nếu mình làm quan thanh liêm, dẩu làm cho tới bậc đại thần, cũng không hậu sức ; nay mình làm ra sự nghiệp nầy, thì làm sao cũng không khỏi bác trước của dân, tích lấy của phi ngãi. Bởi vậy ông Trời giả thử nơi con tôi ; khiến cho nó phá ; bằng chẳng vậy, thì là *Thiên phú bất đạo chi gia*, để cho cha con tôi tọa hưởng của phi nhơn phi ngãi sao ! »

Paulus Của.

Par une nuit sereine entendre la cloche.

Il y avait, du temps des Minh, deux mandarins de grande réputation ; l'un riche, l'autre pauvre. Le mandarin riche avait un fils d'une conduite déplorable. S'abandonnant à ses penchants au sein d'une vie de plaisir et de désordre, il passait ses journées entières au jeu et ses nuits dans les lieux de prostitution. Son père avait en vain essayé de tous les moyens pour le corriger. Un jour, le mandarin pauvre vint visiter son collègue et lui fit observer que, s'il n'avait pas l'énergie d'employer la rigueur et la contrainte pour guider son fils dans le droit chemin, s'il le laissait vivre dans la débauche, il était à craindre que ce dernier ne dissipât son patrimoine et ne consommât la ruine de sa famille. Sans se départir de son calme, le mandarin riche répondit: « Un fonctionnaire intègre et désintéressé n'amasse pas une grosse fortune, même s'il parvient à la dignité de ministre, et d'autre part, si un fonctionnaire arrive à posséder des biens aussi considérables que les miens, nécessairement il ne s'est pas privé de tondre la laine sur le dos du peuple et de s'enrichir par des moyens illégitimes. Voilà pourquoi le Ciel se sert de l'intermédiaire de mon fils, et l'a commis à l'effet de dissiper mes biens. Il ne pourrait en être autrement, car alors le Ciel favoriserait des dons de la fortune les familles peu scrupuleuses et nous laisserait, mon fils et moi, jouir en paix de biens acquis au mépris de la justice et de l'humanité. »

C. Cotel.

Vì quê hương, gắn học hành,
Cho hay lành dữ, đặng rành phải chăng. (1)

---

(1) Chữ in lộn, thì coi chỗ *sửa lại :* trương 96, 112, 129, 160, 161, 192, 219 241, 259, 273, 276. Chữ quốc-ngữ thì coi chỗ *lời dặn* trương 260, 302. = Mầy năm trước, ông *Legrand de la Liraye*, da, viết dza hay là ya ; còn ông *Paulus Của* viết ja v. v. Tưởng: quấc âm, âm nhằm thì thôi, vậy quốc ngữ là quấc âm, nên quốc ngữ âm nhằm thì thôi. Mà đều coi có lạ con mắt một chút.

www.ingramcontent.com/pod-product-compliance
Lightning Source LLC
Chambersburg PA
CBHW071346150426
43191CB00007B/871